प्रशंसा

चांगल्या उद्योजकांना वैयक्तिक यशाचे अनुभव येतात. महान उद्योजक आपले यश कित्येक पटींनी वाढवतात आणि आपल्याबरोबरच इतरांनाही पुढे जाण्यास, उभे राहण्यास मदत करतात. रॉनी हे अशा महान उद्योजकांपैकी आहेत.

-**आनंद महिंद्रा**, अध्यक्ष, महिंद्रा ग्रुप

रॉनी ही एक अपवादात्मक व्यक्ती आहे. ते नवकल्पक, स्फोटक, चाकोरीबाह्य कल्पना लढवणारे, कनवाळू, प्रामाणिक, मनापासून काम करणारे आणि हुशार आहेत. ते माझे मित्र आहेत, हा मला माझा सन्मान वाटतो.

-**अँडी बर्ड**, अध्यक्ष, वॉल्ट डिस्ने इंटरनॅशनल

अस्सल उद्योजक असलेले रॉनी स्क्रूवाला यांनी वॉल्ट डिस्ने कंपनीशी भागीदारी करून नवप्रस्थापित उद्योगास जागतिक पातळीवर नेले. जिज्ञासाला प्रत्यक्षात उतरवणे, आशावाद, हुशारीने जोखीम स्वीकारणे व संधी मिळवणे आणि सर्वोत्कृष्ट बनण्यासाठी पुढे जात राहणे, हे उत्कृष्ट नेतृत्वाचे महत्त्वाचे असे गुण त्यांच्याठायी आहेत असे मला वाटते.

-**बॉब आयगर**, अध्यक्ष आणि मुख्य कार्यकारी अधिकारी, द वॉल्ट डिस्ने कंपनी

गेल्या वीस वर्षांतील भारतीय प्रसारमाध्यमांची कहाणी म्हणजे रॉनीसारख्या काही थोड्याच धडाडीच्या उद्योजकांनी शून्यातून रोमहर्षक पद्धतीने उद्योगांची कशी उभारणी केली त्याची कहाणी आहे. अपुऱ्या मार्गदर्शक गोष्टी आणि ठराविक साचा अशा कोणत्याच गोष्टी त्यांच्या हातात नव्हत्या. पुढच्या मोठ्या भराऱ्या घेण्याचा प्रयत्न करत असलेल्या उद्योजकांसाठी रॉनीची कथा दीपस्तंभ ठरेल अशी मला आशा वाटते.

-**जेम्स मर्डोक**, सी.ओ.ओ., ट्वेंटी-फर्स्ट सेंच्युरी फॉक्स

उद्योजकता ही दृष्टिकोन, सर्जनशीलता आणि धाडस यांभोवती फिरणारी गोष्ट आहे. काय करावे आणि काय करू नये, तसेच व्यवसायात कधी प्रवेश करावा आणि कधी त्यामधून बाहेर पडावे हे ओळखण्याची हुशारी असणे ही उद्योजकतेसाठी आवश्यक असलेली बाब आहे. उद्योजकतेचे हे धडे शिकण्यासाठी रॉनीपेक्षा अधिक चांगली व्यक्ती नाही.

-**किशोर बियानी**, ग्रुप सी.ई.ओ., फ्युचर ग्रुप

रॉनी हे पहिल्या पिढीचे उद्योजक आहेत. ऊर्जा, उमेद, उत्कट इच्छा आणि जोखीम पत्करण्याची त्यांची क्षमता याबद्दल मी त्यांचे नेहमीच कौतुक करतो. या पुस्तकातून नवीन पिढीच्या उद्योजकांना बरेच काही शिकता येईल आणि त्यांना त्यापासून स्फूर्तीही मिळेल. त्या दृष्टीने हे पुस्तक म्हणजे नव्या दमाच्या उद्योजकांच्या पिढीची मार्गदर्शक पुस्तिका आहे.

–**मुकेश अंबानी**, अध्यक्ष, रिलायन्स इंडस्ट्रीज लि.

उद्योजकतेवर लिहिण्यासाठी रॉनी स्क्रूवाला यांच्याहून कोणतीही अन्य चांगली व्यक्ती शोधूनही सापडणार नाही! ज्या उद्योजकांना झेप घ्यायची असेल, नावीन्यपूर्ण गोष्टी करायच्या असतील किंवा आपले व्यवसाय उंचीवर न्यायचे असतील त्यांच्यासाठी उत्कट वैयक्तिक अनुभव आणि रंजक प्रसंगांची रेलचेल असलेले हे पुस्तक उत्तम प्रकारचे व्यवसायाचे प्राथमिक ज्ञान देते. जागृत होऊन पुढे जाण्याची सुरूवात करणाऱ्या एखाद्या देशासाठी हे पुस्तक स्फूर्तिदायक आहे.

–**नंदन नीलेकणी**, सहसंस्थापक, इन्फोसिस, माजी अध्यक्ष, युनिक आयडेंटिफिकेशन ॲथॉरिटी ऑफ इंडिया

व्यवसाय हे आपापल्या कंपन्यांच्या पलीकडे जाऊन ज्या समाजासाठी ते काम करतात त्यांच्यापर्यंत पोहोचले पाहिजेत. आपण आपल्या कंपन्यांचा विस्तार करत असताना इतरांवर त्याचा परिणाम होतो यावर विश्वास ठेवण्यास आणि त्याचा परिणाम कसा होतो याविषयी उद्योजकांना स्वत:लाच प्रश्न विचारण्यास स्फूर्ती देणारे हे पुस्तक आहे.

–**रतन टाटा**, चेअरमन, टाटा ट्रस्ट

रॉनी हे खऱ्या भारतीय उद्योगाच्या चैतन्याचे प्रतीक आहेत. उद्योजक म्हणून त्यांच्या यशाचा चढता आलेख मी बघितला आहे. त्यांची उत्कट इच्छा, आव्हाने पेलण्याची आणि नावीन्यपूर्ण, स्फोटक कल्पना राबवण्याची आणि उभारण्याची त्यांची क्षमता मी पाहिली आहे. त्यांचा प्रवास आणि अनुभव यांतून बरेच काही शिकण्यासारखे आहे. आपल्या करियरच्या कोणत्याही टप्प्यावर असलेल्या उद्योजकांसाठी आणि व्यावसायिकांसाठी हे पुस्तक वाचनीय आहे.

–**उदय कोटक**, कार्यकारी उपाध्यक्ष आणि व्यवस्थापकीय संचालक, कोटक महिंद्रा बँक

स्वप्नं पहा...उघड्या डोळ्यांनी!

ग्रँट रोड या मुंबईच्या भागातून उद्योगाला सुरूवात करणारे रॉनी स्क्रूवाला हे त्यांच्या घराण्यातील पहिलेच उद्योजक आहेत. देशांतील आंतरिक ऊर्जा व संधी यांमधून प्रेरणा घेत ते कायमच मोठी स्वप्नं बघून मोठी कामं करतात.

सुरूवातीला त्यांनी छोटा पडदा व नाट्यक्षेत्रात काम केले. यातून स्फूर्ती घेऊन भारतात त्यांनी केबल टि.व्ही. चा पाया घातला. 'यू.टी.व्ही.' या जगप्रसिद्ध कंपनीची स्थापना करण्यापूर्वी टूथब्रश निर्मितीच्या मोठ्या व्यवसायातही भरीव कामगिरी केली. प्रसारमाध्यमे व मनोरंजन क्षेत्रात यूटीव्हीने क्रांती घडवून आणली आणि त्याचबरोबर डिजिटल, मोबाइल प्रसारण, गेम्स आणि मोशन पिक्चर्स या क्षेत्रांतही नेत्रदीपक यश मिळवले. २०१२ साली रॉनी यांनी 'यू.टी.व्ही.' ही कंपनी जगप्रसिद्ध 'द वॉल्ट डिस्ने कंपनी'ला सुपूर्द केली.

सर्जनशीलतेचा वाणिज्य क्षेत्राशी संगम घडवून आणण्याच्या रॉनी यांच्या क्षमतेमुळे त्यांनी 'भारताचे जॅक वॉर्नर' असे संबोधन मिळवले. 'एस्क्वायर'ने त्यांचा जगभरातील ७५ प्रभावशाली व्यक्तींमध्ये समावेश केला, तर 'फॉर्च्युन'ने त्यांना आशियातील सर्वांत सामर्थ्यवान २५ व्यक्तींमध्ये स्थान दिले.

व्यावसायिकतेच्या दुसऱ्या टप्प्यात रॉनी यांनी भारतीय उद्योजकतेला सर्वोच्च स्थानी नेण्याचे स्वप्नं बाळगले आहे. क्रीडा क्षेत्राला चालना देण्यासाठी त्यांनी नुकतेच कबड्डी आणि फुटबॉल या खेळांना प्रोत्साहन दिले आहे.

सामाजिक कल्याणाबद्दल त्यांना विलक्षण तळमळ आहे. पत्नी झरिना यांच्यासह 'स्वदेश फाउंडेशन'ची स्थापना करून, विविध उपक्रमांद्वारे दर पाच-सहा वर्षांनी ग्रामीण भारतातील दहा लाख लोकांचे सक्षमीकरण करण्याचे उद्दिष्ट त्यांनी बाळगले आहे.

पत्नी झरिना व मुलगी तृष्या यांच्यासह ते मुंबईत वास्तव्य करतात.

स्वप्नं पहा...
...उघड्या डोळ्यांनी!

उद्योजकतेच्या अद्‌भुत प्रवासाची गोष्ट

रॉनी स्क्रूवाला

अनुवाद- धनश्री बेडेकर

VISHWAKARMA PUBLICATIONS VP

स्वप्नं पहा...
उघड्या डोळ्यांनी!
रॉनी स्क्रूवाला

इंग्रजी प्रकाशन :
रूपा पब्लिकेशन्स इंडिया प्रा. लि. २०१५
७/१६, अन्सारी रोड,
दरियागंज, नवी दिल्ली ११०००२.

© रॉनी स्क्रूवाला २०१५

प्रथम आवृत्ती : जानेवारी २०१६

ISBN : 978-93-85665-03-5

मराठी प्रकाशन :
विश्वकर्मा पब्लिकेशन्स
२८३, बुधवार पेठ,
सिटी पोस्टाजवळ,
पुणे ४११ ००२.
फोन : ०२०-२०२६११५७ /
२४४४८९८९
info@vpindia.co.in
www.vpindia.co.in

अनुवाद : धनश्री बेडेकर

विशेष साहाय्य : योगिता वैद्य,
अदिती केळकर

मांडणी : राजेश बारड

मुद्रक : रेप्रो इंडिया लिमिटेड, मुंबई

या पुस्तकातील कोणताही मजकूर, कोणत्याही स्वरूपात वा माध्यमात पुन:प्रकाशित करण्यासाठी प्रकाशकाची लिखित स्वरूपात परवानगी घेणे आवश्यक आहे.

झरिना आणि तृष्या यांना-

माझ्याजवळ जेव्हा पंखही नव्हते, तेव्हापासूनच त्या माझ्या प्रत्येक पावलाखालील हवा, ऊर्जा आहेत.

आणि माझ्या मॉम आणि डॅडना-

त्यांनीच मला आयुष्याची खरीखुरी मूल्यं शिकवली.

♦

या पुस्तकाद्वारे मिळणारे संपूर्ण उत्पन्न स्वदेश फाउंडेशनकडे जाईल आणि भारतातील आपल्या गावांमधील जे कोणी उघड्या डोळ्यांनी स्वप्ने पाहतील त्या प्रत्येकाकडेही जाईल.

अनुक्रमणिका

ऋणनिर्देश		११
माझा उद्योजकतेचा २५ वर्षांचा प्रवास		१३
अनुवादकाचे मनोगत		१७
आरंभ (मेड इन इंडिया)		१९
१.	ग्रँट रोड ते ब्रीच कँडी	२७
२.	संधी आली! चला, पुढे व्हा!	४३
३.	संपूर्ण जग ही एक रंगभूमी आहे	५४
४.	परिघाबाहेरून 'आत' येताना...	६७
५.	उसवण्याआधीच टाका घाला!	८७
६.	उंच उंच जाताना...	१०४
७.	अपयश हा एक स्वल्पविराम आहे, पूर्णविराम नाही	१३१
८.	यूँ ही चला चल राही...!	१५३
९.	कधी संकटं आणि कधी संधी	१६६
१०.	जग सपाट नाही...पण त्याची चिंता कशाला?	१८१
११.	व्यवसायातून बाहेर पडताना...	२०१
१२.	दुसरा डाव	२२०
१३.	स्वत:चं स्वप्नं स्वत: पहा	२२९
परिशिष्ट (नेहमी पडणारे प्रश्न)		२४६

ऋणनिर्देश

मी पुस्तक लिहीन असं मला कधीच वाटलं नव्हतं. पण साधारण वर्षभरापूवी मी लिहायला सुरूवात केली; आणि तो अनुभव खरोखरच प्रसन्न, आनंददायी व अभिव्यक्ती स्वातंत्र्याची जाणीव देणारा होता. काळाच्या त्या टप्प्यात जाऊन ज्या विलक्षण लोकांबरोबर काम करण्याची संधी मला मिळाली, त्यांची आठवण काढणे, संपूर्ण प्रवासातले काही अद्‌भुत आणि काही भयंकर क्षण आठवण्याचा थरार; आणि या सगळ्या उंच-सखल, खाचखळग्यांनी भरलेल्या प्रवासात मिळालेले आयुष्यभराचे धडे, या सगळ्याचा जमाखर्च मांडणे, हे मुळातच खूप रोमांचक होते. काही शिकलेल्या गोष्टी भूतकाळात गडप झाल्या होत्या, त्याही या निमित्ताने पुढे आल्या. याच प्रवासात याच मार्गावरून पुढे चालताना त्या निश्चितच माझ्याबरोबर असतील.

विंटन हॉल हा माझा भागीदार, आणि खरं तर हे पुस्तक लिहिताना त्याची मोलाची मदत झाली आहे. विंटन, तू मला खूप आधीपासून आणि संपूर्णपणे ओळखतोस. त्यामुळे या पुस्तकातील प्रकरणांना तू नेटकं रूप दिलंस, ज्यामुळे हे पुस्तक खरोखरच वाचनीय झाले आहे. तुझे मन:पूर्वक आभार!

पॅट्रिक स्मिथ याने प्रत्येक बारीक तपशील तपासला व किंचितशीही चूक होऊ न देता सर्व मुद्दे तपशीलवार मांडले. त्यासाठी पॅट्रिकचा मी ऋणी आहे.

हे पुस्तक मी माझी पत्नी झरिना आणि माझी मुलगी तृष्या या दोघींना अर्पण केले आहे. त्यांनी मला बिनशर्त पाठिंबा दिला. हे पुस्तक लिहिताना मी स्वत:ला स्टडीत खूप वेळ आणि खूप रात्री कोंडून घेत असे. रात्रीच्या जेवणाच्या टेबलवर फक्त पुस्तकाचीच चर्चा होई. कित्येकदा त्याच्या हातातली कामे टाकून त्यांना मला सुचलेला मजकूर उत्साहाने वाचून दाखवत असे. अशा माझ्या चित्र-विचित्र तऱ्हा या दोघींनी समजून घेतल्या, त्याबद्दल त्यांचे आभार!

माझे जवळचे सहकारी, लघुव्यावसायिक, तृष्याचे जवळचे मित्र यांनी वेळोवेळी तपशील वाचून फार बहुमोल सूचना केल्या, त्यामुळे या पुस्तकाचा दर्जा निश्चितच सुधारला आहे. त्यांचे मन:पूर्वक आभार!

अमृता पांडे ही माझी सहकारी आहे आणि 'यू.टी.व्ही.' मध्ये ती माझ्याबरोबर

गेली दहा वर्षं काम करते आहे. दर दोन वर्षांनी ती मला पुस्तक लिहिण्याविषयी आठवण करून देत असे व मी त्याकडे दुर्लक्ष करत असे. दीड वर्षापूर्वी 'शार्क्स टँक' या एका टी.व्ही. शोच्या ब्रेनस्टॉर्मिंगच्या मीटिंगमध्ये अमृताने मला पुन्हा पुस्तकाविषयी विचारले आणि प्रथमच मी पोस्ट-इटवर तो विषय लिहिला, 'पुस्तक?' अमृताचेही मनापासून आभार!

झेनोबिया तांबोळी या माझ्या सहकारी तर आहेतच पण कार्यकारी सहायकदेखील आहे. त्यांनी कित्येक वेळा मसुद्यातील चुकांची दुरुस्ती केली. वेळोवेळी मार्गदर्शन केलं आणि मला फार मनापासून सहाकर्य केले. त्याबद्दल त्यांचाही मी अत्यंत ऋणी आहे.

रूपा पब्लिकेशन्स, कपिश मेहरा आणि रितू वाजपेयी-मोहन यांनी चाकोरीच्या बाहेर जाऊन हे पुस्तक प्रकाशित करण्याचे धाडस दाखवले. या पुस्तकाच्या मूळ संकल्पनेपासून ते पूर्ण पुस्तक आकाराला येईपर्यंत प्रत्येक पावलावर माझा हात धरून मला आधार दिला. त्यांचे आभार कोणत्या शब्दांत मानू?

भारतामध्ये सध्या उद्योजकता आणि नेतृत्व यांमधील चैतन्याला वेग आला आहे. त्याचबरोबर यामधील सकारात्मकता, उत्कटता, तळमळ, महत्त्वाकांक्षा आणि दुर्दम्य इच्छा या सर्व गोष्टींमुळे मला हे पुस्तक लिहिण्याची प्रेरणा मिळाली.

माझ्या उद्योजकतेचा २५ वर्षांचा प्रवास

हे पुस्तक माझ्या करियरविषयी आहे म्हणून नाही, पण एकूण स्पष्टता यावी म्हणून मी माझ्या करियरचा आलेख शीर्षकांमधून स्पष्ट केला आहे. पुस्तकातील प्रत्येक प्रकरणात मी माझ्या आयुष्यातील भल्या-बुऱ्या अनुभवांची शिदोरी पुस्तकातील संदेशानुसार सुसंगतपणे मांडण्याचा प्रयत्न केला आहे. या सर्व गोष्टी किंवा घटना नेहमीच कालानुक्रमे आल्या आहेत असं नाही.

उद्योग क्षेत्रातील माझ्या प्रवासाला आता तब्बल २५ वर्षे पूर्ण झाली आहेत. १९८० च्या सुरूवातीला भारतात मी प्रथम केबल टी.व्ही.च्या व्यवसायाचा श्रीगणेशा केला. तो माझा उद्योग क्षेत्रातील पहिला ठोस प्रयत्न होता. त्यानंतर मी १९८० दशकाच्या उत्तरार्धात टूथब्रश तयार करण्याच्या उद्योगात अचानकच पाऊल ठेवलं. त्यानंतर लेसर ब्रशचा माझा हा उद्योग भारतातील त्या क्षेत्रातील उद्योगांमध्ये चांगलाच नावारूपास आला.

छंद म्हणून सुरूवात झालेल्या नाटक आणि टी.व्ही.तल्या माझ्या दिवसांमुळे मी प्रसारमाध्यमे आणि मनोरंजन उद्योगात ओढला गेलो. १९९० च्या सुरूवातीला मी यूटीव्हीची सुरूवात केली. तेव्हा माझ्या डोक्यात कुठलीच महत्वाकांक्षी किंवा दूरदृष्टी असलेली ठोस कल्पना नव्हती. विविध वाहिन्यांसाठी टी.व्ही. कार्यक्रम तयार करण्यापुरती आमची महत्त्वाकांक्षा सीमित होती. त्यानंतरच्या पाच वर्षांत आमची कल्पनाशक्ती व महत्त्वाकांक्षा यांना धुमारे फुटले. तेव्हा आम्ही वेग-वेगळ्या विभागांमार्फत किती तरी प्रकारच्या सेवा पुरवायला लागलो. यामध्ये जाहिरातपट तयार करण्यापासून माहितीपट तयार

करण्यापर्यंतच्या सर्व कामांचा समावेश होता. शिवाय विविध कंपन्यांसाठी प्रवासादरम्यान मनोरंजन कार्यक्रमही तयार करायला लागलो. हॉलिवुडच्या बहुतांश लाइव्ह ॲक्शन आणि ॲनिमेशन कंटेंटसाठी आम्ही भारतात डबिंगची सुविधा देऊ लागलो. त्याचबरोबरीने टेलिव्हिजन शोजची निर्मिती एकीकडे चालू असतानाच पोस्ट-प्रॉडक्शन आणि स्पेशल इफेक्टच्या एका मोठ्या स्टुडिओची आम्ही उभारणी केली.

तोपर्यंत मी केबल टी.व्ही., टूथब्रश किंवा यूटीव्ही यासाठी बाह्य भांडवलाची जुळवणी केली नव्हती. याचे प्रमुख कारण, तोपर्यंत व्यवसायाला पुरेसे पोषक वातावरण तयार झाले नव्हते. या निर्णयामागे आणखीही एक कारण होते. तेव्हाच्या काळात मी बऱ्यापैकी अनवट पण प्रगतशील व्यवसायाची वाट धरल्यामुळे मला बाहेरच्या गुंतवणूकदारांची बांधिलकी नको होती. त्यामुळे मी स्वप्रयत्नांच्या बळावर झेप घ्यायचे ठरवले.

मात्र, १९९० च्या मध्यावर मी माझ्या व्यवसायाचं मॉडेल बदलले. व्यवसायाच्या विस्तारासाठी आम्हाला अधिक भांडवलाची गरज होती, म्हणून आम्ही रूपर्ट मर्डाक या आमच्या पहिल्या गुंतवणूकदाराशी करार केला. लवकरच जागतिक पातळीवरच्या तीन अव्वल निधींपैकी एक असलेल्या वॉरबर्ग पिंकस यांनीही यू.टी.व्ही.मध्ये गुंतवणूक केली. आमच्या पोटकंपनीने अत्याधुनिक तंत्रज्ञानाचा पोस्ट-प्रोडक्शन स्टुडिओ उभारला आणि त्यानंतर विस्तृत प्रमाणात ॲनिमेशन सुविधा उपलब्ध केल्या. त्यासाठी आम्ही हिंदुजा फायनान्स, आयएल अँड एफएस तसेच जपानच्या मित्सुई या गुंतवणूकदारांशी हातमिळवणी केली.

आम्ही तशा अनेक गोष्टी करतच होतो, पण २००० च्या सुरूवातीला आम्ही तीन महत्त्वाच्या गोष्टींना सुरूवात केली. पहिली गोष्ट म्हणजे टेलिव्हिजनचे कार्यक्रम सुरू करण्यासाठी आम्ही आग्नेय आशियात, विशेषत: सिंगापूर आणि मलेशियामध्ये यूटीव्हीचा विस्तार केला. त्यानंतर तिथे एक वाहिनीही सुरू केली. दुसरी गोष्ट म्हणजे अमेरिकेहून परत आल्यावर मी सॅम वॉल्टन आणि वॉलमार्ट, तसेच होम शॉपिंग नेटवर्क एच.एस.एन. आणि क्यूव्हीसी या वाहिन्यांपासून स्फूर्ती घेऊन 'होम शॉपिंग' आणि 'ॲज सीन ऑन टीव्ही'चा भारतात पाया घालायचं ठरवलं. होम शॉपिंग व्यवसाय यूटीव्हीपेक्षा स्वतंत्र

ठेवून 'मार्क्वी सिलिकॉन व्हॅली'च्या ड्रेपर आणि वॉल्डन या गुंतवणुकदारांना आम्ही मंडळावर आणण्यात यशस्वी ठरलो. याचबरोबरीने तिसरी गोष्ट म्हणजे, विजय मल्ल्या या मद्य उत्पादन व्यवसायातील अग्रगण्य व्यायसायिकाकडून 'विजय टी.व्ही.' ही दक्षिण भारतीय (तमिळ) वाहिनी आम्ही खरेदी केली. ही वाहिनी आम्ही दोन वर्षे वाढवली आणि नंतर स्टार टी.व्ही.बरोबर ५०:५० अशी भागीदारी करून आम्ही संयुक्तपणे चारही दक्षिण भारतीय भाषांमधून प्रसारण करण्याचा प्रयत्न करू लागलो.

सन २००६ पर्यंत आम्हाला उंच भरारी घेण्याचे वेध लागले होते. यूटीव्हीचा व्यवसाय प्रामुख्याने ग्राहकाभिमुख होता. आम्ही ब्रॉडकास्ट टेलिव्हिजन नेटवर्क, चित्रपट स्टुडिओ आणि अंतिमत: गेम्स आणि मोबाइल या क्षेत्रांत विस्तार केला. आम्ही 'हंगामा' या आमच्या मुलांसाठीच्या वाहिनीसाठी 'द वॉल्ट डिस्ने कंपनी'शी दीर्घकालीन, यशस्वी आणि आशयघन भागीदारी केली. आम्ही 'बिंदास' ही भारताची पहिली युवा वाहिनी सुरू केली. तसेच यूटीव्ही ब्रँड अंतर्गत तीन चित्रपट वाहिन्या सुरू केल्या. 'ब्लूमबर्ग यूटीव्ही' या नावाने मी वैयक्तिकपणे व्यवसायविषयक बातम्यांची वाहिनी सुरू केली. यासाठी मी या क्षेत्रातील जागतिक पातळीवर अव्वल दर्जाच्या 'ब्लूमबर्ग' कंपनीशी करार केला.

चित्रपट क्षेत्रातील यूटीव्हीचा पहिला प्रयत्न काही कुचकामी गोष्टींनी सुरू झाला. या तडाख्यांमधून आम्ही चांगलाच धडा घेतला. २००३-०४ च्या सुमारास अखेर यश मिळण्यास सुरूवात झाली. 'चलते चलते', 'स्वदेस' आणि 'लक्ष्य' यांच्या यशामधून आम्ही शिकलेले धडे स्पष्टपणे पुढे आले होते. मात्र, सन २००६ मधील 'रंग दे बसंती' हा आमचा खरा दिशादर्शक चित्रपट ठरला. बऱ्यापैकी चढ-उतार सोसत आम्ही पुढच्या दशकात साठहून अधिक चित्रपटांची निर्मिती, वितरण आणि सहनिर्मिती केली.

त्यानंतरच्या मोठ्या आव्हानाचा वेध घेत असताना आम्ही वेगळ्या वाटेने जाऊन गेम्सच्या क्षेत्रात प्रवेश केला. आम्ही कन्सोल, मल्टिप्लेअर आणि मोबाइल गेम्सच्या क्षेत्रात प्रथमच गेम्स तयार करण्याऐवजी तयार गेम्स मिळवल्या. तोपर्यंत मी विजय टी.व्ही.चा एकमेव अपवाद वगळता सगळ्याच गोष्टींची पायाभरणीपासून सुरूवात करून स्वबळावर उभारणी केली होती.

फेब्रुवारी २०१२ मध्ये वॉल्ट डिस्ने कंपनीने यू.टी.व्ही. ताब्यात घेतला. डिस्ने यूटीव्ही या संयुक्त कंपनीचा मी व्यवस्थापकीय संचालक बनलो. डिसेंबर २०१३ पर्यंत मी हे कामकाज पाहिले आणि नंतर प्रसारमाध्यमे आणि मनोरंजन क्षेत्रातून मी बाहेर पडलो आणि माझ्या दुसऱ्या डावाला सुरूवात केली.

अनुवादकाचे मनोगत

संपूर्ण पुस्तक वाचून मी अक्षरश: चकित झाले. 'उद्योजकांची कथा' सांगणारं हे पठडीबाज पुस्तक नाही. माणसाला 'यश' का मिळालं यापेक्षा 'अपयश' का मिळालं हे शोधणं नेहमीच जिकिरीचं वाटतं. त्याही पलीकडे जाऊन त्या अपयशाचं अत्यंत व्यवहार्य पद्धतीने विश्लेषण करून ते जाहीरपणे लोकांच्या कल्याणासाठी मांडणं ह्याला फार मोठं धाडस लागतं. रॉनी स्क्रूवाला हे अत्यंत यशस्वी उद्योजक आहेत; पण अशा यशस्वी माणसाने हे यशासोबत अपयशातून गिरवलेले धडे प्रत्येक उद्योजकाला दिशा देणारे आहेत.

मला हे पुस्तक दोन कारणांसाठी स्पर्शून गेलं : एक म्हणजे या पुस्तकात उद्योजकाने काय 'कृती' करावी यापेक्षाही काय 'विचार' करावा हे ज्ञान मिळतं, आणि दुसरं म्हणजे एक उद्योजक म्हणून मला भारताच्या बाजारपेठेचा चोख अभ्यास अत्यंत रेडिमेड पद्धतीने वाचायला मिळाला. भारतासारख्या अपार संधी असलेल्या देशांत माझ्यासारख्या नवख्या, पहिल्या पिढीच्या उद्योजकाला भरारी मारण्यासाठीचा आत्मविश्वास मिळाला.

एखादी गोष्ट तुमचं आयुष्य बदलून टाकते, तसं या पुस्तकाच्या संपूर्ण प्रक्रियेत मी व माझी सर्व टीम आम्ही अंतर्बाह्य बदललो आहोत.

आमचे काही निर्णयही याच पुस्तकाच्या प्रेरणेने झाले. ह्याबद्दल रॉनी स्क्रूवाला आणि विश्वकर्मा पब्लिकेशन्स यांची मी आणि माझी टीम कायमच ऋणी राहू.

आरंभ
मेड इन इंडिया

उद्योजकता हा एक प्रवास आहे, उगाच गंमत म्हणून करायची गोष्ट नव्हे. 'मी ही गोष्ट दोन वर्षं करून बघतो, मग बघू' असं म्हणून चालत नाही. स्वत: ठरवलेल्या अटींवर स्वत:चं आयुष्य जगणं म्हणजे उद्योजकता. मोठं स्वप्नं पहा आणि ते पाहताना आपले डोळे उघडे ठेवा.

अपयशाचं मला आकर्षण वाटतं आणि त्याने माझं कुतूहल चाळवलं जातं. लोक अपयशाला एवढं का घाबरतात हे मला कधीच कळलेलं नाही. अपयश मिळालं तर आपण गडगडत खाली येऊ, या कल्पनेने अनेकदा ते पुढच्या पायरीवर पायच ठेवत नाहीत.

खरं तर अपयश हा आयुष्याचा एक भाग आहे. प्रत्येकाला कधी न कधी त्याला सामोरं जावं लागतंच. मीही अनेक वेळा अपयश झेललं आहे. मला मोजताही येणार नाही इतक्या वेळा मी गडगडलोय. माझ्या उद्योजकतेच्या प्रवासाबाबत अनेकदा माझ्या यशस्वी होण्याबद्दलचे प्रश्न विचारले जातात. पण हे लोक अपयशाबद्दल का बरं विचारत नाहीत? मी किती तरी अधिक बोलू शकतो यावर. एक साधं उदाहरण सांगतो. 'दिल के झरोके में' हा माझा पहिला सिनेमा सपशेल पडला. कदाचित तुम्ही तो पाहिलाही नसेल. कोणीही तो पाहिला नाही. निदान कुणीही तो पाहिल्याचं मान्य करणार नाही. पण या सिनेमाच्या

निर्मितीमुळे मी लाखमोलाचे धडे शिकलो. या सिनेमामुळे फक्त बॉलिवुडमध्येच नाही तर एकुणातच निर्मिती क्षेत्रात मी व्यवस्थापनाचे अनेक धडे गिरवले. या सिनेमानेमला स्वत:च्या धडाडीवर आणि दृढनिश्चयावर विश्वास ठेवायला शिकवलं. व्यवसाय भरभराटीला आणण्यासाठीचं आवश्यक शिक्षण मी यात शिकलो. त्यामुळे या अपयशाने मला खऱ्या अर्थाने पुढे नेलं.

१९९०च्या दशकाच्या उत्तरार्धात काही वर्षं यूटीव्हीचा विस्तार केल्यावर आम्हाला दूरदर्शन प्रसारण आणि चित्रपटाच्या व्यवसायाचा विस्तार करायचा होता. चित्रपटनिर्मितीच्या आमच्या या पहिल्याच वादळी प्रयत्नात एक भलं मोठं प्रश्नचिन्ह उभं राहिलं. बॉलिवुडमधल्या ठरलेल्या सगळ्या गोष्टी या सिनेमात होत्या... एक हीरो, हिरॉइन, व्हिलन, सहा गाणी आणि प्रेमकहाणीचा तीन तासांचा सिनेमा!

तो सिनेमा किती वाईट होता ते पहा. सिनेमाच्या पूर्वप्रदर्शनाला तो थिएटरमध्ये जाऊन पाहायला मी स्पष्ट नकार दिला. त्याऐवजी मी माझ्या बेडरूमध्ये सेटअप करून तो सिनेमा पाहावा असं वाटत होतं. कारण सिनेमा पाहताना मला किती लाज वाटते हे पाहायला एकही साक्षीदार असू नये असं मला वाटत होतं. सिनेमाच्या बाबतीत स्वत:च्या अंत:प्रेरणेवर भरवसा ठेवण्याची अक्कल तोपर्यंत मला आली नव्हती.

'दक्षिण मुंबईतील फारसं हिंदी येत नसलेला पारशी' ही माझी ओळख तयार झाली होती. माझ्या आसपासचे लोक मला सांगत होते, 'हा फॉर्म्युला चालणारच!' 'दिल के झरोके में'च्या दिग्दर्शकासोबत मी कित्येक वेळा बसलो होतो आणि त्याने सिनेमातल्या अनेक प्रसंगांना कात्री लावावी असा आग्रह धरला होता; पण संकलनासाठी एडिटिंग रूममध्ये जेव्हा हा सिनेमा गेला त्या वेळीच त्याच्या देदीप्यमान अपयशाची मला कल्पना आली.

एका दृश्यामध्ये नाग दूध पीत आहे हे पाहून तर मी हतबुद्ध झालो होतो. 'अरे देवा' एवढंच माझ्या ओठांतून बाहेर पडलं. त्यानंतर किती तरी वेळा हे दृश्य चालूच होतं. केवळ दिग्दर्शकाने ह्या शुभशकुनाच्या दृश्याचा आग्रह धरला होता, एवढं एकमेव कारण त्यामागे होतं. खरं तर तेव्हा मला कळलंच नव्हतं की हे दृश्य कशासाठी आहे? त्या वेळी मात्र मी वेगळा विचार केला... सगळ्यांचंच हेच मत असेल तर बघू अजमावून. काय माहीत, कदाचित फायदाच होईल.

तर नागाच्या शुभशकुनाचा आम्हाला कितपत आणि कसा उपयोग झाला होता? सिनेमासाठी एकूण १० कोटी रुपयांचा खर्च आला होता (आताच्या काळात अंदाजे ४५ कोटी रुपये), आणि हा सगळा पैसा आम्ही घालवून बसलो होतो. अशा अपयशातून एखादी व्यक्ती काय पदरात पाडून घेते?

आयुष्यासारखंच व्यवसायातलं अपयश हे यशापेक्षा जास्त प्रेरणादायी असतं. आपल्या प्रवासाचा शेवट, असं या अनुभवाकडे पाहू नका. उलट, लोकांच्या मनातून ही गोष्ट झटकन काढून टाका आणि पुढच्या प्रवासाकडे वाटचाल करा. काय वाट्टेल ते झालं तरी यशस्वी होणारच, या निश्चयाने आम्ही अपयशावर मात करत गेलो. या दृष्टिकोनामुळे मी माझ्या व्यवसायातील अनेक वाईट प्रसंगांतून बाहेर पडू शकलो.

◆

उद्योजकतेची, नेतृत्वाची आणि उत्तम भविष्याची स्वप्नं पाहण्याची तळमळ असलेल्या सर्व लोकांसाठी माझं अनुभवविश्व उलगडून सांगायला मला हे पुस्तक लिहायचं होतं. भारतातल्या उद्योजकतेच्या स्फुल्लिंगावर माझा संपूर्ण विश्वास आहे. कारण त्याचं प्रचंड सामर्थ्य मी अनुभवलेलं आहे. अद्यापही नवजात असलेल्या इकोसिस्टीमच्या क्षमतेवर माझा विश्वास आहे.

माझी अशी मनापासून इच्छा आहे, की आपला देश हा व्यापक विचार देणाऱ्या, नवीन कल्पनांना जन्म देणाऱ्या, अपार मेहनत करणाऱ्या आणि आपली स्वप्नं साकार करण्याचे प्रयत्न करणाऱ्या लोकांचा देश व्हावा. 'कल्पनेच्या क्षेत्रातील नेतृत्व करणारा देश' म्हणून जागतिक व्यासपीठावर आपल्या सामर्थ्याची जाणीव आपल्या देशाला व्हावी अशी माझी इच्छा आहे. आपण उद्योजक हेच भारताच्या उद्योजकतेचं भवितव्य आहोत यावर माझा विश्वास आहे.

माझ्या व्यावसायिक कारकिर्दीत जगभरातील आणि भारतातील अनेक उद्योजक, नेतृत्व करणारे नेते आणि कंपन्यांमधील कल्पक कर्मचाऱ्यांना भेटण्याची मला संधी मिळाली. त्यांच्याकडून मी खूप काही शिकलो. ते सर्वजण खूप आनंदी, उत्साही आणि त्याहून महत्त्वाचं म्हणजे शांत मनाचे होते. आपल्या भरारीचं सामर्थ्य उंचावणं आणि त्यातली लज्जत चाखणं यातून त्यांना नवं प्रोत्साहन मिळायचं.

हे पुस्तक माझ्या दृष्टीने अपयशाची उकल करणं, यशासाठी प्रेरणा देणं, महत्त्वाकांक्षा निर्माण करणं आणि मोठ्या गोष्टीचं स्वप्नं बघणं हे सांगणारं आहे. या पुस्तकाच्या शीर्षकाविषयी मी काही सहकाऱ्यांशी चर्चा केली. त्यांची मतं जाणून घेतली, तेव्हा एकाने मला विचारलं, ''तुम्ही एखादं स्वप्नं पाहिलं तर ते पूर्ण करू शकता असं तुम्हाला वाटतं का? तुमचा त्यामागे नेमका दृष्टिकोन काय आहे?'' त्यावर मी तत्काळ उत्तरलो, ''नक्कीच! पण त्यासाठी तुम्हाला ते स्वप्नं डोळे मिटून नव्हे, तर उघडे ठेवून पाहावं लागतं. त्यासाठी तुम्हाला पूर्ण जागृतावस्थेत राहावं लागतं...'' तेव्हाच मला लक्षात आलं, की आपल्या पुस्तकाचं शीर्षक आपल्याला मिळालं.

त्यामुळे मला असं म्हणायचंय, की पाय जमिनीवर घट्ट रोवून, लक्ष एकाग्र करून खूप वास्तववादी दृष्टिकोनातून आणि व्यावहारिकपणे जगायला हवं. तुम्ही भरारी मारत असता तेव्हा तुम्ही मोठा विचार करत असता. 'स्वप्नं पहा... उघड्या डोळ्यांनी ' या संकल्पनेत दोन दृश्यांचं मिश्रण झालं आहे. एक म्हणजे तुम्ही मोठी स्वप्नं पाहत असता तेव्हा तुम्ही उंच भरारी घेतलेली असते. त्याच वेळी तुम्ही जमिनीकडे वरून म्हणजे ३०००० फुटांवरून खाली पाहत असता. तुम्ही उराशी बाळगलेलं भरारी मारण्याचं स्वप्नं आणि नंतर जमिनीवर उतरल्यावर ते प्रत्यक्षात आणण्यासाठी पाहिलेलं स्वप्नं अशी दोन स्वप्नं आहेत. या पुस्तकाचं त्यामुळेच शीर्षक सुसंगत वाटतं.

जर तुमच्याकडे एखादी प्रभावी, चाकोरीबाह्य पण अभिनव व्यवसायाची कल्पना असेल, तुम्ही तुमच्या स्वत:च्या मालकीचा व्यवसाय सुरू करायला उत्सुक असाल, किंवा उद्योजकतेच्या मार्गावर पहिलं पाऊल टाकलं असेल तर या पुस्तकात तुम्हाला एक अंतर्दृष्टी सापडेल. जर तुम्ही तुमची कंपनी सात वर्षं परिश्रमपूर्वक चालवत असाल, आणि आता त्याची व्याप्ती, ब्रँड आणि मूल्यनिर्मिती हे तुमच्यापुढचे प्रश्न असतील तर हे पुस्तक वाचा. आपली सुरक्षित नोकरी किंवा काम सोडून आपल्या स्वत:च्या व्यवसायाचं स्वप्नं आपण पाहत असाल आणि घरच्यांना हे सुचवण्याचं धाडस करत असाल तर हे वाचा. तुमच्या कुटुंबीयांच्या प्रतिक्रियांची भीती वाटत असेल तर स्वस्थ रहा, काळजी करू नका. त्यापेक्षा हे पुस्तक त्यांना वाचायला द्या. तुम्ही अनुभवी व्यावसायिक असाल, पुढची झेप घ्यायला उत्सुक असाल तर हे पुस्तक वाचा.

तुम्ही ज्या कंपनीसाठी काम करता, तिथे प्रभावी नेतृत्व म्हणून आपल्याला ओळखावं अशी तुमची जिद्द असेल तर हे पुस्तक वाचा. या पुस्तकात तुम्हाला या सगळ्या बाबतींतले भले-बुरे अनुभव, यश-अपयश आणि इतर अनेक रंजक गोष्टी वाचायला मिळतील. त्यातून तुम्हाला उत्तम अंतर्दृष्टी आणि त्यानंतरचा दृष्टिकोन जोपासण्यात मदत होईल. टीमची बांधणी, व्यवसायाचा विस्तार, व्यवसायात लव्हाळ्यासारखं तग धरून राहणं आणि अत्यंत प्रतिकूल परिस्थितीवर मात करणं, या सर्वांत संघर्ष करण्यासाठी हे पुस्तक तुम्हाला मदत करेल.

उद्योजकीय क्षेत्रात दहा किंवा त्याहून अधिक वर्षं प्रवास केलेल्यांसाठी हे पुस्तक आहे, तसंच नुकतेच या क्षेत्रात येण्याचा विचार करतायत त्या सर्वांसाठी हे पुस्तक आहे. तुम्ही वीस-तीस-चाळीस कितीही वर्षांचे असा, काही फरक पडत नाही मी आता पन्नाशीत आहे आणि पुन्हा एक नवीन सुरूवात करतो आहे. माझ्या या दुसऱ्या डावात मी नवीन आव्हानं पेलण्याच्या आणि नवीन संधी अजमावायच्या तयारीत आहे. उशीर कधीच झालेला नसतो आणि जगात सोपं असं काही नसतं.

◆

सध्याच्या संधीच्या युगात उद्योजकीय ऊर्जेची भरभराट करणं ही गोष्ट करावीच लागेल. ते एक वास्तव आहे. बुद्धिमान लोकांनी नोकऱ्या कशा मिळवाव्यात यापेक्षा उद्योग कसे निर्माण करावेत हे महत्त्वाचे असेल. कंपन्यांमधील कल्पक कर्मचारी किंवा व्यावसायिक म्हणून स्वत:च्या उद्योगाची उभारणी करणाऱ्यांना 'शिकवणं' हे आपलं उद्दिष्ट असेल. हे ज्यांना समजेल, त्यांनाच भविष्य असणार आहे. आपण यात यशस्वी झालो तर भारत उंच भरारी घेईल. पण जर तसं घडलं नाही तर आपण खितपत पडू. काहीही झालं तरी उत्तम शिक्षणामुळे आयुष्याला स्थैर्य आणि सुरक्षितता मिळते, हा जुना झालेला दृष्टिकोन नक्कीच विरत जाईल.

यशस्वी आणि प्रगतीचे आलेख उंचावणारा व्यवसाय निर्माण करणं ही तुम्हाला वाटते तेवढी भीतिदायक गोष्ट नाही. त्यासाठी धाडस आणि परिश्रम यांची मात्र नक्कीच आवश्यकता आहे. अर्थात कुठल्याही महत्त्वाच्या गोष्टीत याची गरज असतेच. मग इथेच बाऊ का करायचा?

आनंदाची बातमी अशी आहे, की तुमच्या व्यावसायिक महत्त्वाकांक्षा सत्यात उतरवण्यासाठी याहून चांगला काळ नाही. आपण दर तीन वर्षांनी युवकांमधली बेरोजगारी किंवा संथ जीडीपी, जागतिक मंदी किंवा युद्धाचं सावट अशा बातम्या वाचत असतो. या पार्श्वभूमीवर मी काही तरी उलटं बोलतोय की काय, असं वाटेल. परंतु 'अंधाराच्या गर्भात सोनेरी किरण' आहे. येत्या दशकात दृढनिश्चयी आणि धाडसी लोकांना संधी मिळत राहतील अशी माझी खात्री आहे. आजचं जग हे हातावर हात धरून काठावर बसण्याचं नाही, मौल्यवान वेळ वाया घालवण्याचं नाही. अपार लोकसंख्या, ऊर्जा आणि आपल्या इकोसिस्टीमचा संवेग वाढलेला आहे. त्यामुळे उद्योजकतेची परिपक्व झालेली आणि तोडणीसाठी तयार असलेली लाखो फळं आपल्याला समोर दिसत आहेत... आपण फक्त हात पुढे करून ती तोडायचा अवकाश आहे.

कित्येक लोकांना असं वाटतं, की उद्योजकतेचा गांभीर्याने विचार करताना ट्विटर, गुगल किंवा इन्स्टाग्राम यासारख्या मोठ्या, गुंतागुंतीच्या आणि तांत्रिक गोष्टींत काही तरी चमत्कार घडवावा लागेल. परंतु वस्तुस्थिती अशी आहे, की इतरही अनेक प्रकारचे यशस्वी उद्योग आज तेवढेच नवकल्पनांनी भारलेले, चाकोरीबाह्य आणि व्यापक आहेत, ज्यातून उत्तम उत्पादनं किंवा सेवा पुरवल्या जात आहेत.

अलीकडे उदयास आलेल्या काही क्षेत्रांत भरघोस संधी आहेत. आरोग्यकल्याणापासून ते शेती आणि शिक्षणापर्यंत (तंत्रज्ञानासह किंवा तंत्रज्ञानाविना), तसंच भारतीय खाद्यपदार्थांपासून ते कल्पनाही करू न शकणाऱ्या अनेक क्षेत्रांत उद्योजकतेसाठी प्रचंड संधी उपलब्ध आहेत. ग्रामीण भारतातील बाजारपेठ आणि तिथली मागणी यामुळे या संधी निश्चित उपलब्ध होतील. कारण संपूर्ण इकोसिस्टीमशी आपण त्या क्षेत्रांना जोडणार आहोत. हे उद्योग कदाचित अमेरिकेच्या सिलिकॉन व्हॅलीएवढे आकर्षक वाटणार नाहीत; परंतु ज्या लोकांकडे संधी ओळखण्याची आणि साधण्याची क्षमता आहे, ते करून दाखवण्याचा आत्मविश्वास आहे, ते निश्चितच संपत्तीची निर्मिती करतील.

◆

हे पुस्तक लिहायला सुरूवात केल्यापासून एका गोष्टीचं मला राहून राहून

आश्चर्य वाटतं, की स्वातंत्र्य मिळाल्यावर साठ वर्षं उलटली तरीही आपला देश विकसनशील का आहे? आपण जगातील कित्येक सत्तांच्या मागे का राहिलो आहोत? आणि या सगळ्याचं खापर स्वत: सोडून आपलं सरकार, वातावरण, जगातील देशाची क्रमवारी या सगळ्यांवर आपण सोयीस्कररीत्या फोडतो आहोत. उद्योजक, वैज्ञानिक, व्यावसायिक किंवा खेळाडू म्हणून आपल्या तळमळीच्या गोष्टी परस्परांशी बोलून, त्याविषयी व्यापक संवाद साधून प्रचार करण्याची गरज आहे. जागतिक व्यासपीठावर आपण सातत्याने स्वत:ला कमी लेखत आलो आहोत. भारतात तयार झालेली उत्पादनं व सेवा यांची गुणवत्ता जागतिक गुणवत्तेच्या तोडीचीच असली पाहिजे यासाठी खरं तर आपण 'डीएनए' मध्येच बदल घडवून आणायला हवा. आपण हे केलं तर आपली गती कोणीही अडवू शकणार नाही. यापुढील प्रकरणांमध्ये मी, व्यवसायातील इनोव्हेशन्स, त्यांचा विस्तार आणि कितीही तडाखे बसले तरी लव्हाळ्यासारखं चिकटून राहण्याविषयी बोलणार आहे. (काही लोक यालाच अपयश असं म्हणतात.) सुरूवातीच्या काळात या व्यवसाय क्षेत्रात आपण उपरे आहोत, असं वाटतं आणि तरीही आपण यशस्वी होतो. बिझनेस ट्रेंड्स ओळखण्याचं महत्त्व, ब्रँडची उभारणी, व्यावसायिक मूल्यनिर्मिती आणि नियोजनबद्धपणे (किंवा न ठरवून) एक्झिट घेणं याविषयी बोलणार आहे. याशिवाय बऱ्याच गोष्टींवर मी लिहिलं आहे. या पुस्तकाची सांगता मी प्रश्नोत्तरांनी केली आहे. उद्योजकतेवर चर्चा करताना सर्वाधिक प्रमाणात विचारल्या जाणाऱ्या सर्वसामान्य प्रश्नांचा त्यात समावेश आहे. उद्योजक होण्याची महत्त्वाकांक्षा बाळगणारे आणि ज्यांच्याकडे उद्योजकतेचा अनेक वर्षांचा अनुभव आहे असे दोन्ही प्रकारचे लोक हे प्रश्न मला सातत्याने विचारतात. मी या पुस्तकात व्यवसायात शिकलेल्या गोष्टी, मला मिळालेलं थोडंफार यश आणि बसलेले काही फटके अशा अनेक भल्या-बुऱ्या अनुभवांची शिदोरी उलगडणार आहे.

आतापर्यंतचा माझा प्रवास अदभुत आणि अविश्वसनीय आहे. तुमचा आपल्या स्वत:वर आणि क्षमतेवर विश्वास असेल तर अनेक बंद दरवाजे तुम्ही उघडू शकाल; एवढंच नाही, तर त्यासाठीचा रस्ताही तुम्ही तयार करू शकाल.

स्वत:च्या अटींवर आपण आपलं आयुष्य जगणं म्हणजे उद्योजकता होय. वेळ कमी आहे. सुयोग्य कल्पना, नीतिमूल्यं जपून केलेले अथक परिश्रम,

अस्खलित वक्तृत्व, अप्रतिम नेटवर्क, योग्य माणसांची पारख करण्याची क्षमता, कौटुंबिक पाठबळ आणि पैसा हे सगळं असूनही अनेकदा क्षणार्धात सारं काही बदलू शकतं. आयुष्यात आणि व्यवसायात कशाचीही खात्री देता येत नाही.

परंतु माझे सहकारी, लीडर्स, सी.ई.ओ.ज, उद्योजक, संस्थापक यांना एकच सल्ला द्यायचा असेल तर तो हा आहे-

मोठी स्वप्नं पहा...

आणि ती उघड्या डोळ्यांनी पहा.

◆ ◆ ◆

१
ग्रँट रोड ते ब्रीच कँडी

अनिश्चित परिस्थितीत वाटेल ते धाडस करणं म्हणजे धोका पत्करणं नव्हे, तर तो केवळ एक मूर्खपणा असतो. ज्या वेळी लोक सुरक्षित मार्ग निवडत असतात, त्या वेळी तो मार्ग सोडून अधिक फायदा मिळवण्याच्या नादात मोठा धोका पत्करणं ही काही चतुराईची गोष्ट नव्हे.

१९७० सालची मुंबई (तेव्हाचं बॉम्बे)! तेव्हाही ती भरपूर वेगवान होती. विविध प्रकारच्या आवाजांनी तिथलं वातावरण भरून गेलेलं असायचं. सर्वांत महत्त्वाचं म्हणजे अनेकांची रंगीबेरंगी स्वप्नं त्यातच तरळत असायची. ते एक अनोखं मिश्रण होतं. रस्त्याच्या दोन्हीही बाजूंना किराणा मालाची लाखो दुकानं होती. (ही गोष्ट आजही कायम आहे.) तिथल्या अरुंद रस्त्यांवरून ॲम्बेसिडर गाड्या, ट्रॉली बस, ऑटो आणि सायकली जोरजोरात हॉर्न वाजवत आपली वाट काढायचे. तिथे संगीत, कला आणि साहित्य यांची रेलचेल होती. इथे आपलं सुंदर भविष्य घडणार, अशी आशा लोकांच्या नजरेत दिसायची. तरुण उद्योजकांसाठी तर ही मुंबई म्हणजे आपली स्वप्नं सत्यात उतरवण्यासाठीची मायानगरी होती.

लहानपणापासून मी मुंबई नावाच्या गतिमान शहरात अक्षरशः विरघळून गेलो होतो. लहानपणापासून मी खूप गोष्टी टिपत होतो. त्या काळात भारताचं

अर्थकारण शेती आणि कारखानदारीवर अवलंबून होतं. त्यातील व्यवसायाच्या अर्थकारणाकडे माझं बारीक लक्ष असायचं. कौटुंबिक व्यवसाय कसे वाढतात, पैशांची देवाणघेवाण कशी होते, काल सुरू झालेला व्यवसाय आज गायब कसा होतो, जो माल पाच दुकानदार वेगवेगळ्या दुकानांत विकतात त्यातला एखादाच यशस्वी कसा होतो, बाकीचे अपयशी कसे ठरतात, हे सगळं मी टिपकागदासारखं टिपत होतो.

ग्रँट रोडवर नॉव्हेल्टी सिनेमाच्या थोडंसं पुढे माझं बालपण गेलं. आमचं कुटुंब कनिष्ठ मध्यमवर्गीय होतं. आम्ही श्रीमंत नव्हतो पण आमच्या सर्व गरजा व्यवस्थित भागवल्या जायच्या. सुमारे १०० वर्षं जुन्या, सतत काही ना काही डागडुजी करावी लागणाऱ्या पाच मजली आर्सीवाला बिल्डिंगमध्ये आम्ही पहिल्या मजल्यावर राहत होतो. आमच्या फ्लॅटसमोर कॉरिडॉरमध्ये तीन खोल्या होत्या. माझे आई-वडील, दोन आत्या, आजी-आजोबा आणि माझा भाऊ असे आम्ही सारेजण त्या फ्लॅटमध्ये राहत होतो. स्वतंत्र बेडरूम वगैरे नव्हती. मला आठवतंय, आपल्या झोपण्याच्या खोलीचा उपयोग मला थोड्या वेळासाठी लिव्हिंगरूम म्हणून करून द्यावा अशी माझी धडपड चालायची. मी वयाच्या सोळा वर्षांपर्यंत तिथे राहिलो. माझ्या शाळेत माझे वर्गमित्र कारमधून येत असत. मला मात्र बेस्टच्या रांगेत ४५ मिनिटं वाट बघत थांबावं लागायचं. पण त्यामुळे माझा आत्मविश्वास कधी कमी झाला नाही. उलट, माझं बालमन आसपासच्या घटनांचा विचार करायचं. ज्याला 'तत्त्वज्ञान' म्हणतात त्याचा विचार चालू असायचा. त्या वेळी जोखीम पत्करणं ह्या शब्दाची नेमकी व्याख्या मला करता येत नसली तरी त्याचा नेमका अर्थ कळायचा. मी रोज रस्त्यावर मालाची विक्री करणाऱ्या अनेक लोकांना पाहत होतो. ते जोरजोरात ओरडत विविध गोष्टी विकायचे. जुलैमध्ये बरसणाऱ्या मुसळधार पावसाप्रमाणे माझ्या मेंदूवर विविध कल्पनांचा वर्षाव होत होता. (अर्थात असं असलं, तरी शेजारच्या आकर्षक युवतींकडे माझं लक्ष नव्हतं असं नाही!)

माझ्या पहिल्यावहिल्या व्यावसायिक अनुभवाला अशा प्रकारे या वातावरणाने खतपाणी घातलं. त्या वेळी आम्ही त्या इमारतीत राहणारी सगळी मुलं एकत्र जमायचो आणि पडदा लावून कार्यक्रम करायचो. त्या कार्यक्रमामध्ये नाटक आणि मैफिलींचं आयोजन करायचो. त्यासाठी काही पत्रकं तयार करून निमंत्रित प्रेक्षकांना बोलावून आमच्या विविध घरांमध्ये हे प्रयोग सादर व्हायचे. आपली

मुलं काही तरी कलात्मक काम करत आहेत हे पाहून पालकही खूष व्हायचे. माझी माझ्या मित्रांशी छान गट्टी जमली होती. त्या इमारतीतील सगळे लोक आम्हाला कार्यक्रम पाहिल्याचे पैसेही देत. त्यांची मुलं या कार्यक्रमात असल्याने ते अपेक्षितच असे. अशा तऱ्हेने मी दहा वर्षांचा असताना प्रथम पैसे मिळवले. ते खूप काही नव्हते, पण त्यातून मी भाड्याने सायकल घेऊ शकलो. गंमत म्हणजे मी माझ्या घराच्या मागच्या बाळाराम स्ट्रीटवर राहणाऱ्या मुलीबरोबर डेटला जाऊ शकलो. या पहिल्या कार्यक्रमातून पुढे अनेक प्रकल्पांचा जन्म झाला. प्रत्येक वेळी पुढचा कार्यक्रम आधीच्या कार्यक्रमापेक्षा अधिक मोठा आणि आव्हानात्मक असे. आम्ही माझ्या घराच्या छोट्याशा व्हरांड्यातून उंचावरून समोरच्या थिएटरमधली दृश्यं पाहत असू त्या वेळी कोणाकडे टी.व्ही. फारसा नव्हता. रेड कार्पेट प्रिमियर तर फारच प्रेक्षणीय असत. महिन्यातून दोनदा होणाऱ्या अशा प्रीमियरमधून जाहिराती केल्या जात तेव्हा स्टार कलाकारांना प्रेक्षक बघू शकायचे. उर्वरित जाहिरातींची जबाबदारी वर्तमानपत्रं उचलायचे. बॉलिवुडमधील अत्यंत ग्लॅमरस चेहऱ्यांचे फोटो पहिल्या पानावर छापले जायचे. अमिताभ बच्चन, जितेंद्र, राजेश खन्ना, शर्मिला टागोर, हेलन, नूतन, मनोजकुमार, वहिदा रेहमान अशा कित्येक स्टार लोकांची वर्णी त्या वर्तमानपत्रात लागायची. आमच्या इमारतीभोवतीचे रस्ते प्रत्येक प्रीमियरच्या वेळी नट-नट्यांना बघण्यासाठी जमलेल्या प्रेक्षकांच्या गर्दीमुळे बंद व्हायचे. ज्या लोकांना बॉलिवुडच्या या ताऱ्यांची झगमगती दुनिया पाहायची असे त्यांच्यासाठी आमचा व्हरांडा ही अगदी सोयीस्कर जागा होती. बाल्कनीच्या सीटला मागणी होती. तिथून ते आपल्या आवडत्या स्टार्सना पाहायचे. त्यांचे फोटो काढून ते अभिमानाने मिरवायचे. अशा लोकांना मी तिकिटं विकली.

याखेरीज, त्या लोकांना खाद्यपदार्थ विकून अधिक पैसे मिळवायचा मोह मला झाला होता; पण हा प्रस्ताव माझ्या आजी-आजोबांनी प्रत्यक्षात येऊ दिला नाही. माझी व्यावसायिक कारकीर्द मी दहा वर्षांचा असतानाच सुरू झाली, पण यामुळे पहिला फटकाही तेव्हाच बसला. अर्थात आजी-आजोबांनी आणि माझ्या आई-वडिलांनी माझे खूप लाड पुरवले. त्या व्हरांड्यात पंधरापेक्षा जास्त लोकांना बसू द्यायला त्यांनी बंधनं घातली होती. पण माझ्या महत्त्वाकांक्षेमुळे ते खुष होते हे नक्की. या सगळ्या अगदी छोट्या गोष्टी आहेत, पण याच घटनांनी माझ्या व्यावसायिक उत्साहाला आकार दिला. हे काही जादूचे फॉर्म्युले नाहीत

किंवा फार आगळ्यावेगळ्या कल्पनाही नाहीत, पण यात कौटुंबिक, व्यावसायिक धागे निश्चितच नव्हते. मला कौटुंबिक व्यवसायाची शून्य पार्श्वभूमी होती. ग्रँट रोडवरील माझ्या बालपणाला मर्यादा होत्या. कदाचित त्यामुळेच मोठी स्वप्नं पाहायची माझी भूक खूप वाढली. काही वेळा तर मी त्या वेळच्या माझ्या कल्पनेच्या किती तरी अधिक पटीने ती स्वप्नं साकारल्याचंही पाहत असे.

◆

मी अठरा वर्षांचा असताना, म्हणजे साधारण १९७०च्या दशकाच्या मध्यावर रॉक कॉन्सर्टचं आयोजन केलं. माझ्या व्यावसायिक आयुष्यातला तो सर्वाधिक मोठा क्षण होता. माझ्या पालकांच्या मते 'रॉक अँड रोल' हे जगाच्या अंताचं चिन्ह होतं. पण भारतीय तरुणांच्या मनातलं पाश्चात्त्य संगीताचं वेड वाढत चाललं होतं. त्या वेळी कोलकाता (तेव्हाचं कलकत्ता) ही देशाची सांगीतिक राजधानी बनली होती. तरीही खूप मोठ्या प्रमाणात कार्यक्रमांची निर्मिती होत नव्हती. मला आणि माझ्या मित्रांना मुंबईकडे रसिकांचं लक्ष वेधून घ्यायचं होतं.

भारतातल्या चार ग्रुप्सना आम्ही मुंबईत बोलावलं. हा आमच्यासाठी एक आव्हानात्मक प्रयोग होता. देशांत प्रथमच एवढ्या मोठ्या प्रमाणावर आयोजित केलेला हा संगीत फ्युजनचा शो होता. त्यासाठी आम्ही तीन हजार श्रोते बसू शकतील अशा षण्मुखानंद हॉलची निवड केली. त्या वेळी तो हॉल खूप मोठा होता, त्यामुळेच तो हॉल आम्हाला कालांतराने महागात पडला. या हॉलमुळेच एक घोडचूक झाली. आम्ही प्रत्येकी १००रुपयांची १५०० तिकिटं विकली. हॉल जेमतेम अर्धाच भरला होता. गर्दी तशी कमी नव्हती प्रायोजकांनी खर्चातला वाटाही उचलला होता. मात्र, त्याआधी आमच्यापैकी कुणीच अशा कार्यक्रमाचं आयोजन केलं नव्हतं. भारतात आजपर्यंत झाला नसेल असा शो आम्हाला करायचा होता. त्या उत्साहात आम्ही स्पेशल इफेक्ट्ससाठी प्रयत्न केले. कार्यक्रम जसजसा जवळ येऊ लागला तसतसा कार्यक्रमाचा खर्च उग्र स्वरूप धारण करू लागला; परंतु आम्ही सगळे खूपच उत्साहात होतो.

कार्यक्रम सुंदर झाला आणि अगदीच उत्साहात पार पडला. लोकांनी तो खूपच उचलून धरला. लोकांच्या मनातलं सगळं आम्ही त्यांना देऊ केलं होतं. या सगळ्यात आम्ही यशस्वी झालो होतो हे निश्चित; पण भानावर आलो तेव्हा

लक्षात आलं, की आम्हाला ५०,००० रुपयांचा फटका बसला होता. आम्ही तिघं असल्याने ही रक्कम तिघांत वाटली गेली; पण तेवढी रक्कम माझ्यासाठी भली मोठी होती. माझं दिवाळं वाजलं. हा तोटा भरून काढायला त्या वर्षी मला बऱ्याच खटपटी करायला लागल्या. कर्जबाजारीपणाची वेदना मला पहिल्यांदाच जाणवली. 'लोकांकडे पैसे मागणं' ही भीक नसते, हा धडाही त्या वेळी मिळाला. माझे आई-वडील, आत्या, आजी-आजोबा यांच्याकडे जाऊन मी माझ्या वाटणीच्या तोट्याचा एक तृतीयांश पैसा गोळा केला. माझ्या दोन मैत्रिणींकडून एक तृतीयांश पैसा गोळा केला. उर्वरित पैसे गोळा करताना मी स्वत:ला सांगत होतो, मी यशस्वी होईन. यापुढची माझी व्यवसायाची कल्पना खूप मोठी आणि चांगली असेल. ही सगळी माझ्यातल्या व्यावसायिक सुप्त इच्छेची आणि मनाच्या लवचिकतेची कसोटीच होती. व्यासपीठावर निवेदनाची आणि संयोजनाची कामं करताना आपण जाहिरातींसाठी मॉडेलिंग करू शकू असं मला वाटलं. मी असं ऐकून होतो की दोन दिवसांच्या कामासाठी मॉडेल्सना चांगले पैसे मिळतात. त्यामुळे एका झटक्यात आपला सगळा तोटा भरून निघेल अशी कल्पना मनात तरळली. शहरातील कित्येक ॲड एजन्सीजना मी फोन केले; परंतु तीन आठवड्यांनी साधारण दहा वगैरे मीटिंग्ज झाल्यावर मला थोडंसं काही तरी यश मिळालं. अनेकदा नकार पदरात पडल्यावरही ती गोष्ट सोडून देणं हा पर्याय नसतो. आठवड्याने मी लिंटासच्या (आवाची लौव लिंटास) ऑफिसमध्ये गेलो. त्या वेळी व्हॉइस ओव्हर (आवाज देण्यासाठी) आलेल्या लोकांची रांग छोटी होती. त्यामुळे मी त्या स्टुडिओमध्ये टेस्टसाठी शिरलो. ती एका चॉकलेट ब्रँडची जाहिरात होती. पण तिथे गेल्यावर काय करायचं ते मला माहीतच नव्हतं. सगळं मिळून जेमतेम पाच मिनिटांची टेस्ट होती. मात्र, थांबून निर्णयाची वाट पाहायला लावणारा काळ मला युगासारखा वाटला. शेवटी एक बाई माझ्याकडे आल्या. त्या बाई म्हणजे त्या एजन्सीच्या क्रिएटिव्ह हेड उषा भांडारकर होत्या हे मला नंतर समजलं. त्या मला काही तरी वाईट बातमी सांगतील अशी मी माझ्या मनाची तयारी करून ठेवली होती. पण त्यांनी चक्क मला तो प्रोजेक्ट मिळाल्याचं सांगितलं. काही दिवसांनी फायनल रेकॉर्डिंग होणार होतं. आठवड्याभराने मला चेक मिळाला. एका पंचलाइनसाठी मला मिळालेल्या त्या चेककडे मी रोखून पाहात होतो. माझ्या अठराव्या वर्षी मी एका चांगल्या गोष्टीची सुरूवात केली होती. त्या माझ्या सुरूवातीच्या काळात

'मी हे करू शकतो' असं मला वाटायला लावणारे असे अनेक क्षण झाले, त्यांपैकीच हा एक.

त्या संगीत कार्यक्रमातून मिळालेले धडे फारच दु:खद होते. त्या तुलनेत जाहिरातींना आवाज देण्याचं काम मला फारच मजेचं वाटलं. हे धडे माझ्या व्यावसायिक डीएनएचा अविभाज्य भाग झाले. हा डीएनए मला नेहमी सांगत राहतो, 'दृढनिश्चय कर, आत्मविश्वास बाळग आणि ही गोष्ट करून टाक. त्यासाठी पैसे कुठून येतील ते मी पाहतो.' आर्थिक दृष्टिकोनातून पाहिलं तर हे म्हणजे पॅराशूट न घेता स्काय डायव्हिंग करण्यासारखंच आहे.

जे काही घडलं होतं त्याने माझे पाय जमिनीला खरं तर टेकले होते, पण तरीही मला बरं वाटत नव्हतं. पैसा आपोआप कुठून तरी येईल याची खात्री वाटायला लागली होती, पण पुढच्या कित्येक रात्री मी झोपेशिवाय तळमळत काढल्या. या सगळ्या काळात मी मुंबईच्या रस्त्यांवरून भटकत होतो. याहून मोठं आणि अधिक चांगलं काही तरी करून दाखवण्याच्या विचाराने मी झपाटलो होतो, आणि आता या वेळेस ते मला माझ्या जिवावरच उभं करायचं होतं. मी स्वत:च स्वत:चा बॉस होणार होतो. स्वत:चं आव्हान मी स्वत:च्या पुढ्यात आणून टाकणार होतो. नव्हे, ते पूर्णही करणार होतो. पृथ्वीच्या या टोकापासून त्या टोकापर्यंत, पूर्व-पश्चिम दिशांना मी माझी अथांग कल्पनाशक्ती ताणणार होतो आणि ती प्रत्यक्षात आणणार होतो.

जिथे पदरात काय फळ पडणार याचा अंदाज बांधता येत नाही अशा अनिश्चित परिस्थितीत थेट जाऊन धडकणं म्हणजे जोखीम पत्करणं नव्हे. तो केवळ एक मूर्खपणा असतो. ज्या वेळी सगळेजण सुरक्षित मार्ग निवडतात, त्या वेळी आपण सुरक्षित मार्ग सोडून संभाव्य धोक्यांच्या तुलनेत अधिक फायदा कसा मिळवता येईल याचा विचार करणं म्हणजे जोखीम पत्करणं. गर्दीपासून स्वत:ला वेगळं काढणं आणि आपण सर्वाधिक वाईट परिस्थितीत सापडलो तर फारफार तर काय होईल याची एक शक्यता म्हणून विचार करणं म्हणजे जोखीम पत्करणं. आणि कर्मधर्मसंयोगाने अशी सर्वाधिक वाईट परिस्थिती उद्भवलीच तर अधिक मोठ्या आणि अधिक चांगल्या गोष्टीकडे वळण्याची इच्छा ठेवायला हवी.

नंतरच्या काळात मी केबल टीव्ही, प्रसारमाध्यमं, टूथब्रश आणि इतर अनेक व्यवसाय केले. मी माझ्यातलं बालमन ओळखलं होतं. अंगात सळसळती ऊर्जा असलेलं, कसलीच भीती वाटत नसलेलं आणि 'पहिल्यांदा झेप घेऊ आणि मग पुढचं पुढे काय होईल ते नंतर पाहू' अशा विचारांचं माझ्यातलं लहान मूल मला दिसत होतं. ते मूल मी छानच जपलं.

'मी कधी झेप घ्यावी?' हा प्रश्न मला कायम संभाव्य उद्योजकांकडून विचारला जातो. यावर माझ्याकडे एकच उत्तर आहे: ''या प्रश्नाचं उत्तर तुमच्याशिवाय कुणालाच देता येणार नाही. फक्त तुम्हीच ते ठरवू शकता. तुमचा स्वत:चा अंदाज, अंत:प्रेरणा, अभ्यास आणि अर्थात विश्वासू लोकांचं पाठबळ यांच्या आधारावर तुम्हीच तुमची योग्य वेळ निवडू शकता.'' यापेक्षा अधिक चांगलं उत्तर मला सापडलेलं नाही.

स्वत:च्या भरारीची तुम्ही काय कल्पना केली आहे? ती कशी असेल याचं चित्र तुमच्या डोळ्यांसमोर आहे का?

स्वत:ला असा प्रश्न केला की आपण भानावर येतो, आपल्याला अनंत कामं करायची आहेत याची जाणीव होते नि मग आपण जोमाने कामाला लागतो. म्हणून स्वत:ला असे प्रश्न विचारायला हवेत.

◆

त्या सुरूवातीच्या काळात माझ्या आई-वडिलांचा मला खूप पाठिंबा लाभला. त्याबद्दल मी कायम कृतज्ञ आहे. मी त्यांच्याकडून कधीच आर्थिक मदत घेतली नाही, पण नीतिमूल्यं सांभाळूनही व्यवसाय करता येतो हे त्यांच्या लक्षात आलं होतं. कारण खरं तर 'व्यवसाय' हा उत्तम पर्याय आहे, असा विचार करायला भारतातली अनेक कुटुंबं धजावत नाहीत. याचं कारण त्यांचं गाडं पैशाशी जाऊन अडतं. एखाद्या गोष्टीत मला अपयश आलं तर काय होईल, ही काळजी मी कधीच केली नाही. त्याऐवजी ती गोष्ट मी केलीच तर सर्वाधिक धोका काय असेल याचा सावधपणे विचार केला. एमबीए किंवा सीए अशा पदव्या का मिळवल्या नाहीत, असा जेव्हा प्रश्न विचारला, त्या वेळी मी उत्तर दिलं, की 'ती सगळी शिक्षणप्रक्रिया खूप प्रदीर्घ आहे आणि मला जे करायचं होतं ते हे नव्हतंच.'

मला इथे एक गोष्ट नमूद करावीशी वाटते. एखाद्या विषयातील तज्ज्ञ बनण्यासाठी प्रदीर्घ अभ्यासक्रम राबवणे आवश्यक असते. काय शिकायचं हा आपला वैयक्तिक निर्णय असतो. उदाहरणच द्यायचं झालं, तर अकौंटन्सी शिकायची असेल तर त्यासाठी काही काळ द्यावा लागतो. यातून आयुष्यासाठी महत्त्वाचा धडा हा असतो, की सातत्याने ठरवलेल्या मार्गावर चालत रहा. माझ्या भावाने एमबीए आणि ह्युमन रिसोर्समध्ये पीएच.डी. केली. त्याचे सुस्पष्ट विचार आणि उद्दिष्टपूर्तीसाठीचा निश्चय याविषयी मला नितांत आदर आहे.

माझ्या व्यावसायिक दृष्टिकोनामुळे माझ्या आई-वडिलांना माझी खूपच चिंता वाटत आलीय हे एव्हाना माझ्या लक्षात आलं. अशा प्रसंगात एरवी मोठा संघर्ष उभा राहतो. मात्र, माझ्या आई-वडिलांनी मला खूप समजून घेतलं. माझी स्वप्नं पूर्ण करण्यासाठी मी प्रामाणिक प्रयत्न करतोय याबाबत त्यांनी आस्था दाखवली. माझ्या एखाद्या कल्पनेमुळे मी सपशेल खड्ड्यात गेलो तर त्यातून मला बाहेर कसं काढायचं याची त्यांना अजिबातच कल्पना नाही, हे मला पूर्णपणे माहीत आहे.

पण त्यांनी मला काही न बोलता अविचल राहून ठाम पाठिंबा दिला हे मी माझं भाग्य समजतो. आजही भारतीय घरांमध्ये कुटुंबाचा आणि मित्रांचा पाठिंबा मिळवणं हे एक मोठं आव्हान असतं. आपल्या देशांत व्यावसायिक क्षमतांसाठी पोषक वातावरण नाही. त्यामुळे आपल्या मुलांनी आपल्या 'स्वप्नां'साठी घरातला पैसा आणि प्रतिष्ठा पणाला लावण्याऐवजी सरधोपट नोकरी करावी असंच आई-वडिलांना वाटत राहतं. तुम्हाला कदाचित माझ्या बोलण्याचं आश्चर्य वाटेल, पण समतोल विचार करताना मला हेच जाणवतं. प्रत्येकजण उद्योजक म्हणून जन्माला येत नाही किंवा त्या मुशीत वाढतही नाही. परिस्थिती चांगली असेल तरीसुद्धा ही गोष्ट प्रत्यक्षात आणणं अवघड आहे. तर भारतासारख्या भिडस्त संस्कृतीत हे सोपं नाहीच. कित्येक मुलं आई-वडिलांबद्दल इतका आदर बाळगतात की त्यांच्या इच्छेविरुद्ध काही करण्याचा ते विचारच करू शकत नाहीत. मात्र आई-वडिलांना नवीन संस्कृती समजत नाही, असा विचार या सहस्रकातील पिढी करते. आधीच्या पिढ्यांनी ज्या पद्धतीने काही गोष्टी केल्या त्याच पद्धती प्रभावी किंवा योग्य आहेत असं नसतं. इतकंच नाही, तर सध्याच्या वेगवान जगात त्या संपूर्णपणे शक्य आहेत असंही नाही. याचा अर्थ तो साचा मोडण्याची गरज आहे. 'पहिल्या पिढीतले उद्योजक

म्हणजे काय?' याचा अर्थ तुम्ही कोणालाही विचारा. बहुतांश लोक तुमच्याकडे शून्य नजरेने पाहतील किंवा चुकीचं उत्तर देतील. भारताचं सध्याचं अर्थकारण उद्योजकांना तयार बाजारपेठेची खात्री देत नाही, कारण व्यवसायाच्या दृष्टीने काही बाबतींत खरंच अवघड परिस्थिती आहे. म्हणूनच जेव्हा भारतीय उद्योजक नव्या कल्पना मांडतात तेव्हा इतर देशांत त्या रॉकेटच्या गतीने उंच भरारी घेतात, परंतु भारतात तसं होत नाही. नव्या कल्पना प्रत्यक्षात उतरवण्यासाठी आणि नफा मिळवण्यासाठी खूप परिश्रम घ्यावे लागतात. अर्थात एक गोष्ट कायम स्मरणात ठेवावी, ती म्हणजे यश मिळवणं शक्य आहे. आणि प्रत्येक यशाचं मोजमाप प्रत्येक वेळी काही दशलक्ष, अब्जावधी रुपयांत केलं जात नाही!

मी अवघ्या ३७५०० रुपयांच्या भांडवलावर यूटीव्हीची सुरूवात केली. तेवढ्या पैशात मूळ भांडवल आणि काही पगार एवढ्याच गोष्टी शक्य होत्या. तिसऱ्या महिन्यापासून मला हातात काही तरी ठोस उत्पन्न येण्याची गरज होती. रोख पैसे हाती येणं आवश्यक होतं. पहिल्या पाच वर्षांत मी बाहेरून भांडवल घेतलं नव्हतं. सगळं काही ठरल्याप्रमाणे चालणं फार आवश्यक होतं. कुठलाही अपघात न होता माझ्या व्यवसायाचं विमान सुरक्षितपणे उतरू शकेल अशी परिस्थिती अजून निर्माण झालेली नव्हती. त्या परिस्थितीत माझ्याकडे कसला आधारही नव्हता. त्या दिवसांत जोखीम भांडवल किंवा खासगी समभाग (Share) घेण्याचा पर्याय उपलब्ध नव्हता, कारण 'मनोरंजन' या क्षेत्राची ताकद कुणाच्या लक्षातच आली नव्हती. त्यामुळे आमचा खर्च आम्हालाच भागवायचा होता. आमच्यासमोर कायमच रोख पैशांच्या ओघाची चिंता असे; पण आम्ही त्याही परिस्थितीत सकारात्मक विचार करत राहिलो.

◆

अपयशाच्या भीतीने कधीही गलितगात्र होऊ नका. तुमच्या कल्पना प्रत्यक्षात उतरल्या किंवा नाही उतरल्या तरी सूर्य उगवायचा राहणार नाही. स्वतःच्या व्यवसायासाठी काम करताना उत्तम टाइम मॅनेजमेंट आवश्यक आहे. हा एक प्रवास आहे. ही काही गंमत म्हणून ठरवलेली गोष्ट नाही. 'मी दोन वर्षं करून बघतो, मग नंतर बघू काय करायचं' असा विचार करून चालत नाही. अशा प्रकारची मानसिकता म्हणजे खड्डा खणण्याची नीट तयारीच.

बहुतांश वेळेला व्यावसायिक धाडसाच्या यशापयशाच्या गणितात वय कधी आडवं येत नाही. लोक मला नेहमी प्रश्न विचारतात, उद्योजक बनण्यासाठी योग्य वय कुठलं असतं? माझं सर्वांत प्रथम उत्तर असतं, की व्यवसाय करायचा तर तो नीतिमूल्यांवर आधारितच! मी असा विचार कधी करू लागलो ते मला आठवतही नाही. मला आठवतंय तेव्हापासून मी तो करतोच आहे. जोपर्यंत तुम्ही आपले डोळे उघडे ठेवून एखाद्या व्यावहारिक योजनेवर काम करता, जेव्हा लहानसहान खड्यासारख्या मध्ये येणाऱ्या गोष्टी तुम्ही याच मूल्यांच्या आधारे बाजूला टाकू शकता, तोपर्यंत वयाची काळजी करायची गरज नाही.

असं म्हणतात, की तुमचं वय जसजसं वाढत जातं तसतशी तुमची कामातली जोखीम घेण्याची क्षमता कमी होते. खूप लोकांच्या बाबतीत त्यांच्यावर त्यांचे कुटुंबीय, जोडीदार, मुलं यांची जबाबदारी असते. या दृष्टिकोनातून हे म्हणणं खरंही आहे. हे निश्चितच आहे, की तुम्ही एकटे असताना निर्णय थोडे सोपे असतात. त्या तुलनेत कौटुंबिक जबाबदारी अंगावर असताना निर्णय घेणं थोडसं अवघड असतं. परंतु ही वाटते तेवढीही अवघड गोष्ट नाही. कारण तुम्ही तुमचं आयुष्य जगताना, तुम्हाला आलेल्या अनुभवावरून अशा प्रकारच्या चिंता किंवा समोर आलेल्या नकारात्मक गोष्टी (तुम्ही ठरवलं तर) दूर करू शकता.

शेवटची गोष्ट- तुम्ही ज्या काळात स्वत:वर विश्वास ठेवून दृढनिश्चयाने झेप घ्यायला सर्वार्थाने तयार असता, ती परिस्थिती आणि तुमचं त्या वेळचं वय, हेच तेवढं महत्त्वाचं आहे. ज्यांना स्वप्नं पाहायची कल्पनाही करता येत नाही तेच लोक उद्योजकतेमध्ये खो घालतात. आपण यशस्वी होणारच, या विश्वासाने हातात तलवार घ्या आणि लढाईत उतरा. जनरल जॉर्ज पॅटनचं एक वाक्य आहे, 'आपल्या देशासाठी मृत्यू पत्करून कोणीही शहाणा माणूस युद्ध जिंकू शकत नाही. याउलट, आपल्या प्रतिपक्षातील कमकुवत माणसाला त्याच्या देशासाठी मरायला लावतो तोच लढाई जिंकतो' यातली वस्तुस्थिती अशी आहे, की काही काळातच आपली मानसिक ठेवण उद्योजकाची आहे की नाही हे तुमच्या लक्षात येतं. तुम्ही जर सकारात्मकतेने, मालवाहतुकीच्या रेल्वेप्रमाणे धडधडत पुढे निघालात, तर तुमच्या कुटुंबाची त्याला मान्यता नाही किंवा तुम्ही वयाने मोठे आहात म्हणून तुम्हाला कोणीही थांबायला सांगणार नाही. या परिस्थितीत,

आपलं ध्येय गाठण्यासाठी काम करत राहणं याला पर्याय नाही.

♦

उडी मारा किंवा धक्का मारून घ्या.

माझं पाण्यात पोहण्याचं शिक्षण हा एक संघर्षच होता. मी वयाच्या आठव्या वर्षी क्रिकेट क्लब ऑफ इंडियाच्या पोहण्याच्या तलावात शिकायला जात असे. एके दिवशी माझी ही कटकट पाहून डॅडींनी मला सरळ उचललं आणि खोल पाण्यात ढकलून दिलं. तिथे फ्लोट वगैरे काहीच नव्हतं. मी खाली गेलो आणि वर आलो. मग बराच वेळ गटांगळ्या खात राहिलो. पुन:पुन्हा वर खाली जात राहिलो. बराच वेळ पाण्यावर हात पाय मारल्यावर काही सेकंदांनंतर मी पाण्यावर तरंगू लागलो. माझे वडील आनंदून गेले.

पोहण्याचा प्रश्न सुटला. त्यानंतर मी नीट पोहू लागलो. तीन दिवस मी पोहण्याच्या तलावाच्या बाहेरच घुटमळायचो. जे तीन दिवसांत घडलं नाही ते अर्ध्या मिनिटात घडलं. त्या अर्ध्या मिनिटात मी अतिशय तीव्रतेने पोहण्यावर लक्ष केंद्रित केलं होतं. कदाचित माझ्या मनात थोडीफार भीती पण होती. शिवाय पाण्यात पडल्याने काही फारसं टोकाचं गंभीर घडत नाही हेही मला समजलं. आज तो प्रसंग आठवला की दोन गोष्टींची जाणीव होते: १) जर तुम्ही थोडेसे चतुर असाल तर तुम्ही तरून जाता. त्यासाठी शक्कल लढवता. २) माझे डॅड वाईट नव्हते. त्यांनी जेव्हा मला पाण्यात फेकलं तेव्हा त्यांचा माझ्या क्षमतेवर संपूर्ण विश्वास होता. त्यांच्या अंगावर पूर्ण कपडे होते. मी थोडेफार हात-पाय मारेन, थोडंसं पाणी नाकातोंडात जाईल, पण मी सुरक्षित असेनच याची त्यांना कोण जाणे पण नक्की कल्पना होती. तृष्या या माझ्या मुलीच्या बाबतीत बऱ्याच वर्षांनी असंच काहीसं घडलं. त्या वेळी ती अवघी अडीच वर्षांची होती. तिच्या बालसुलभ मनाला 'धोका' या गोष्टीची कल्पनाच नसल्याने तलावात गेलं तर काही तरी अनिष्ट घडेल हे ध्यानीमनीच नव्हतं. ती स्वत:च पोहण्याच्या तलावापर्यंत चालत जाऊन पाण्यात उतरली. त्या वेळी मी तलावाच्या काठावर आरामखुर्चीत पुस्तक वाचत बसलो होतो. मला काही कळायच्या आत ती पाण्यात दिसेनाशी झाली. मी प्रचंड अस्वस्थ झालो. अंगावर सगळेच्या सगळे कपडे असतानाही मी पाण्यात उडी मारली. मी कसंबसं तृष्याला पाण्यात धरलं आणि तलावाच्या काठावर बसवलं. तोपर्यंत ती भिजून थरथरत होती.

तासाभरानंतर तिच्या मनातली त्या वाईट अनुभवाची तीव्रता कमी करण्यासाठी मी तिला पुन्हा तलावाजवळ घेऊन आलो. मला सारखी एकच चिंता वाटत होती, की तिच्या मनात पाण्याविषयी आयुष्यभरासाठी भीती बसायला नको; पण तसं काहीच घडलं नाही. ती छान पोहू लागली. आपल्या वर्गातील आणि शाळेतील ती एक पट्टीची जलतरणपटू बनली. मी आजवर पाहिलेल्या लोकांमध्ये ती सर्वांत उत्तम पोहते. ती त्यानंतर स्कुबा डायव्हर बनली. सुदैवाने या प्रसंगाच्या वेळी तृष्या खूपच लहान होती, त्यामुळे तिच्या मनात या प्रसंगाची भीती उरली नव्हती. नाही तर अपयशाच्या अशा भीतीमुळे अनेकदा आयुष्यातील कित्येक अनुभवांकडे पाहण्याचा दृष्टिकोन बदलतो.

आता मात्र या प्रसंगाची आठवण झाली की मी आणि तृष्या पोटभर हसतो. तिला आज असं वाटतं, की मी खूपच टोकाची प्रतिक्रिया दिली होती. मी तिला नेहमी सांगतो, आई-वडील असंच वागतात. मी टोकाची प्रतिक्रिया दिली होती का, तिला वाचवायचा प्रयत्न केला होता, का हे दोन्ही केलं होतं, हे काही मला माहीत नाही.

◆

आयुष्यात सुरूवातीलाच मला एक तडाखा बसला. आम्ही त्या वेळेस ग्रँट रोडला राहायचो. माझं शालेय शिक्षण डन्स इन्स्टिटय़ूटमध्ये झालं. तिथल्या अनेक उत्तम आठवणी माझ्या मनात ताज्या आहेत. नंतर आम्ही ब्रीच कँडीला राहायला गेलो. मग शाळा बदलून मी सातवीपासून कॅथेड्रल स्कूलमध्ये जायला लागलो.

डन्समध्ये माझ्या एकमेवाद्वितीय आडनावामुळे मुलं मला खूप चिडवत असत. ती फक्त मुलांची शाळा होती. त्यामुळे अशा चिडवण्याचा माझ्यावर फार परिणाम होत नसे. परंतु कॅथेड्रलमध्ये गेल्यावर मला माझं आडनाव बदलावसं वाटू लागलं. आता मला परत ती चिडवण्याची आणि रॅगिंगची मालिका नको होती. अगदी खरं सांगायचं तर मुलं-मुली एकत्र असल्याने मला ते नको वाटत होतं. यावर मी एक क्लृप्ती काढली. मी स्वत:च माझ्या आडनावावर जोक करायला लागलो आणि हा अडथळा पार केला (जसे पारशी लोक स्वत:वरच हलकेफुलके विनोद करतात). त्याचे दोन फायदे झाले, की एक तर मुलींना मी फार आवडायला लागलो (निदान मला तरी असं वाटतं.) आणि मुलांच्या

चिडवण्यातील हवाच मी काढून घेतली. कारण सगळे जोक्स मीच माझ्या आडनावावर करत राहिल्याने त्यात आणखीन चिडवण्यासारखं काही उरलंच नाही.

मी शाळेत एक चांगला विद्यार्थी होतो. त्या काळात शालान्त परीक्षा दहावीत नाही तर अकरावीत होत असे. अकरावीच्या वर्गाला सीनियर केंब्रिज म्हणत असत. या वर्गात चांगले मार्क्स पडले तर कॉलेजमध्ये एक वर्षाची सूट मिळवून एकदम पुढच्या वर्गात प्रवेश मिळत असे. मी तसंच केलं. अखेरच्या वर्षात उत्तम गुण मिळवून सिडेनहॅम कॉलेजमध्ये बी.कॉम. साठी एकदम दुसऱ्या वर्गात प्रवेश घेतला (भविष्यात गरज पडली तर मी बी.कॉमचा आधार घेऊ शकेन असं मला त्या वेळी वाटत होतं.) आता मागे वळून बघताना असं वाटतं, की बी.कॉम. हा माझ्यासाठी माघारीचा प्रयत्न होता. ते आयुष्यातलं सुंदर वर्ष होतं. मी देशांतील एका अव्वल दर्जाच्या शाळेतून उत्तम गुण मिळवून बाहेर पडून कॉलेजला गेलो. एवढंच नाही, तर तिथल्या खूप साऱ्या उच्चस्तरीय कार्यक्रमांत सहभागी झालो. परंतु त्या वेळी मला जरा 'ग' ची बाधा झाली. मला सगळं कळत होतं. मी बराचसा वेळ सेंट झेवियर्स कॉलेजच्या बाहेर घुटमळण्यात घालवायला लागलो. कारण तिथे स्मार्ट मुली शिकायच्या. अर्थात त्यानंतर माझ्यासाठी वेकअप कॉल आला.

वर्ष संपलं. परीक्षा झाल्या. मी सुट्टीत मजा केली. त्यानंतर सिडेनहॅम कॉलेजमध्ये निकाल पाहायला रमतगमत गेलो. नोटिस बोर्डवरची फर्स्ट क्लासची यादीच पाहिली. कारण आपण सर्वाधिक गुणच मिळवले असतील अशी मला खात्रीच वाटत होती. त्या यादीत माझं नाव नव्हतं. मी परत एकदा काळजीपूर्वक ती यादी वाचली. परत तेच...कुठेही नाव नाही.

पण कसलीच गडबड नव्हती. तासभर शोधल्यावर लक्षात आलं की माझं कुठल्याच यादीत नाव नव्हतं. मी चक्क नापास झालो होतो. माझ्या सगळ्या मित्रांची नावं फर्स्ट क्लासच्या यादीत असल्याने मनात अविश्वासाची लाट उसळली. मी पूर्णपणे बाराच्या भावात गेलो होतो.

त्यानंतर खरी परिस्थिती ध्यानात आली. मी खूप निराश झालो. मला वाईट विचारांनी घेरलं. मला कॉलेजमध्ये पाठवण्यासाठी माझ्या आई-वडिलांनी बरीच झळ सोसली होती आणि मी मात्र त्यांना मान खाली घालायला लावली

होती. माझं जग संपलं होतं. काहीच शिल्लक राहिलं नव्हतं. सगळे मित्र पुढे गेले. माझं वर्ष वाया गेलं. कदाचित माझ्यावर कॉलेज सोडण्याची वेळ येणार होती. हे अपयश माझ्या बायोडाटावर घेऊन माझं आयुष्यच बदलून जाणार होतं.

दुसऱ्या दिवशी आई-वडिलांना हे समजल्यावर ते खूप अस्वस्थ झाले. मी मात्र शांत होतो. माझा अहंभाव आणि आत्मविश्वास यांना चांगलाच फटका बसला होता हे नक्की. पण मी हे अपयश पचवून त्यावर मात करायचा निश्चय केला आणि त्यापासून काही तरी शिकायचं ठरवलं. मी माझ्या मित्रांपासून तुटलो होतो. परत त्या वर्गात बसता यावं यासाठी मी पराकाष्टा केली. स्वतःच्या नजरेतून उतरलेल्याल्या स्वतःला परत मानाचं स्थान मिळवून देण्यासाठी कसून अभ्यास सुरू केला. ज्या विषयांची पुनर्परीक्षा देण्याची गरज होती त्या सगळ्या विषयांची परीक्षा देऊन मी पास तर झालो. त्यामुळे मला स्वतःचा अभिमान वाटला. त्यानंतरच्या सहा महिन्यांत आपल्याला कोणता मार्ग निवडायचा आहे याचा मी पुनर्विचार करू लागलो.

कुणालाही वाटेल, की माझा आत्मविश्वास आणि ठाम विचार यांना या घटनेमुळे खीळ बसेल; पण तसं झालं नाही. उलट, मी आत्मविश्वासाने जास्तच भारलो. स्वतःच्या हिमतीवर काही तरी करायचं आणि कुठलीच गोष्ट गृहीत धरायची नाही हा धडा मी शिकलो. आत्मपरीक्षण करायला शिकलो. तेव्हाचं माझं लाडकं वाक्य नजरेसमोर तरळून गेलं, 'कीर्ती, वैभव आणि प्रतिष्ठा या गोष्टी क्षणभंगुर असतात.'

या घटनेची पुनरावृत्ती होऊ न देण्याचं असं ठरवून मी नियमितपणे कॉलेजला जाऊ लागलो. माझे मित्र आणि मी या घटनेवर खूप हसलो. खरं तर या सगळ्यातून व्यावसायिकच नव्हे, तर संपूर्ण आयुष्यभरासाठी मी धडा शिकलो होतो. मला 'हसण्या'ची खरी किंमत समजली होती.

तेव्हा आम्ही एक गंमत करायचो. आमची अगदी वाताहत हाऊ शकेल अशी एखादी गोष्ट हाती घ्यायचो. ती खरं तर अतिशय भीतिदायक गोष्ट असे, पण, आम्ही त्याकडे वेगळ्याच दृष्टीने बघत असू. कधी मजा, कधी अभिमान वाटण्याच्या दृष्टीने, तर कधी चक्क विनोद करत असू. त्यामुळे त्यातील विखार निघून जात असे. योग्य दृष्टिकोनातून आम्हाला त्या गोष्टीकडे पाहता येत असे.

गेल्या पंचवीस वर्षांत आमच्या या 'भयकारी गोष्टी'ची मला कित्येकदा आठवण झाली. त्या सगळ्या गोष्टी माझ्या टीम मेंबर्सना खूपदा सांगितल्या आहेत, दरवेळी आम्ही भरपूर हसलोय... त्या वेळी काय घडलं होतं ते आठवतं. अरे देवा, सगळं संपलंच, असंच वाटत होतं. कित्येक क्षणी असं वाटायचं, की आता परत पहिल्यासारखं काही होणार नाही. पण काळ सर्व काही ठीक करतो. त्यातूनच अशा संकटांच्या सुऱ्यांची धार बोथट झाली. मी यातून शिकलो, की आपल्या मनातल्या भीतीवर एका विचाराने मात करता येते. तो विचार म्हणजे 'आजपासून सहा महिन्यांनी आपण सगळेच यावर हसत असू.'

◆

- तुम्ही कोणत्या सामाजिक-आर्थिक पार्श्वभूमीतून आलेले आहात याला काहीच महत्त्व नाही. तुम्ही मोठ्या शहरातून आलात की लहान गावातून, यामुळे काहीच फरक पडत नाही. तुमच्या कुटुंबाचे लागेबांधे कुठे आहेत हीसुद्धा गौण बाब आहे. जोपर्यंत तुम्हाला यशाची भूक आहे आणि स्वत:च्या मनगटातील क्षमतांवर तुमचा अढळ विश्वास आहे, योग्य ती जोखीम पत्करण्यासाठी तुमच्यातली धाडसी वृत्ती बळकट आहे, आपण हे करू शकतो याची मनाशी खूणगाठ पक्की आहे, तर तुम्ही यशस्वी होणारच!
- उद्योजक बनण्यासाठी कोणतंही वय असं ठरलेलं नाही, फक्त तुम्ही आणि तुम्हीच ती वेळ ठरवू शकता.
- उद्योजकता ही कोणीही करण्याची गोष्ट नाही. तुम्ही एखाद्या कंपनीत लीडर असाल आणि तिथून बाहेर पडून तुम्हाला उद्योजक व्हायचं असेल, तर त्यासाठी स्वत:च्या क्षमतांचं आणि यशस्वी व्हायच्या दुर्दम्य इच्छेचं खुल्या मनाने आधी मूल्यमापन करा.
- अठराव्या वर्षी मी दिवाळखोर बनलो. त्याच वर्षी कॉलेजमध्ये नापास झालो. त्या वेळीच माझ्या स्वप्नांचा शेवट होऊ शकला असता; परंतु मी तसं घडू दिलं नाही. मी पडलो तर काय होईल, असा विचार करू नका. तुम्ही थोडेसे चतुर असाल तर तरून जाल. त्यासाठी तुम्ही क्लृप्त्या लढवाल.
- विनोदाच्या सामर्थ्याला कमी लेखू नका. आयुष्यातले सर्वाधिक वाईट प्रसंगही आपण हास्याच्या जिवावर जिंकू शकतो, त्यांवर मात करु शकतो.

- थोडक्यात, क्रिया आणि प्रतिक्रिया, भीतीला समजून घेऊन त्यावर डोळसपणे मात करणं, चाकोरीबाह्य काम करून त्यात यश मिळवणं, सातत्याने परिश्रम करणं, अपयश मिळालं तर आयुष्यात शिकलेल्या धड्यांची हसत हसत उजळणी करणं म्हणजे उद्योजकता आहे.

◆◆◆

२
संधी आली! चला, पुढे व्हा!

तुम्ही व्यवसायात जेव्हा नवखे असता तेव्हा अनेक आव्हानं असतात; पण तुम्ही आधी प्रश्न सोडवण्याला प्राधान्य द्या. यासाठी कधी कधी लोकांची पर्वा न करता तुम्हाला निर्णय घ्यावे लागतील. यातून जास्तीत जास्त वाईट काय होईल, तर लोक तुम्हाला 'नाही' म्हणतील. तुम्ही जेव्हा शून्यातून सुरूवात करता तेव्हा तुमच्याकडे गमावण्यासारखं काही नसतं. जेव्हा तुमची अढळ इच्छाशक्ती तुम्ही ध्येयावर केंद्रित करता, त्या वेळी मनात निर्माण झालेली भीती, असुरक्षितता, खोट्यानाट्या शंका तुमच्या स्वप्नांच्या आड येत नाहीत.

तुम्ही तसं घडू देत नाही!

व्यवसायातला माझा पहिलावहिला प्रयत्न म्हणजे एक अदभुत कहाणीच वाटेल तुम्हाला. नंतरच्या काळात प्रसारमाध्यमांमध्ये मी केलेल्या मुशाफिरीच्या प्रवेशावेळची रोमहर्षकता यात नव्हती. पहिले अनुभव हे काही वेगळेच असतात. १९८० च्या सुरूवातीला मी सुरू केलेलं लेझर ब्रशचं उत्पादन माझ्या कल्पनेपलीकडे यशस्वी ठरलं. माझ्याकडे फार मोठी 'बुद्धिमत्ता' असल्याने आणि 'अंतर्दृष्टीचा सुकाळ' वगैरे असल्याने लेझर ब्रशची निर्मिती झाली नव्हती, किंवा जगाला एखाद्या एकमेवाद्वितीय कल्पनेची आस होती आणि मला ती सुचली होती असंही काही नाही. ही कल्पना मला सुचली आणि

यशस्वी झाली, कारण मी भारताची बाजारपेठ बहरताना पाहत होतो. साध्या साध्या वस्तूंच्या उत्पादनाने बाजारपेठेतील जागा भरून काढता येऊ शकते, तशी आपली क्षमताही आहे हे मला कळत होतं. ही एक महत्त्वाची गोष्ट होती. दुसरी महत्त्वाची गोष्ट म्हणजे मी तरुण होतो. व्यवसायासाठी उत्सुक होतो. नवीन असल्याने एरवी आड येणारी अनुभवाची शिदोरी माझ्याकडे नव्हती. अननुभवी असल्याने एक प्रकारचं भाबडेपण माझ्यात होतं.

विशीत असताना मी टी.व्ही.वर संयोजनाचे काही प्रकल्प केले. त्यानंतर पुढच्या शिक्षणासाठी इंग्लंडला गेलो. त्या वेळी माझे वडील जे. एल. मॉरिसन नावाच्या कंपनीचे व्यवस्थापकीय संचालक होते. त्यांची कंपनी निव्हिया क्रीम, हेअरब्रशेस, टूथब्रशेस आणि काही पर्सनल केअर उत्पादनं बनवत होती. सुदैवाने मी जेव्हा लंडनला गेलो होतो तेव्हा ते सुद्धा लंडनला होते. त्यांनी मला 'ॲडीज' हेअर आणि टूथब्रश फॅक्टरीच्या टूरसाठी त्यांच्याबरोबर यायचा आग्रह केला. त्या कंपनीत आम्ही आमच्या गाइडची वाट पाहत असताना माझी नजर कॉरिडॉरमध्ये ठेवलेल्या टूथब्रश मशिनकडे गेली. मी पाहतच राहिलो. ती नक्कीच टूथब्रश बनवणारी नवीन मशिन्स असावीत असं मला वाटलं. साधारण करड्या रंगाची, धातूची, रुंद, दोन मीटर उंच आणि मीटरभर रुंद अशी वाटणारी ही मशिन्स मला टिकाऊ व मजबूत वाटली. भारतात ही मशिन्स मी कधीच पाहिली नव्हती. ही मशिन्स कधी सुरू होणार आहेत, असा एक सहज प्रश्न मी आमच्या तिथल्या होस्टला विचारला. त्याने भूत पहिल्यासारखं माझ्याकडे पाहिलं. खांदे उडवून तो म्हणाला, की ती मशिन्स भंगारात काढून टाकण्यासाठी नेली जात आहेत.

मला जी नवीन मशिन्स वाटत होती त्यांनी गेल्या दोन-तीन वर्षांत लाखो ब्रश तयार करून दिले होते. केवळ त्यांच्या दृष्टीने ती मशिन्स काढून टाकायची वेळ आली होती "भंगारात?" मी 'आ' वासून विचारलं. ती तर फक्त तीनच वर्ष जुनी होती. हे लोक जर या मशिनला भंगार म्हणत असतील तर... त्या दरम्यान भारतातील औद्योगिक जगाची त्यांना काहीच कल्पना नसावी. यू.के. मध्ये जी मशिन्स अद्याप व्यवस्थित वापरलेली पण नसतात ती जुनी ठरतात, तीच मशिन्स आपल्याकडे आधुनिक तंत्रज्ञान ठरतं. माझ्या मनात एक कल्पना चमकली आणि असं वाटलं, हीच वेळ आहे त्याला विचारायची. "अशा मशिन्स

किती काळपर्यंत टिकू शकतात?" मी उत्सुकतेने त्याला विचारलं. त्याने क्षणभर विचार केला आणि तो म्हणाला, "माझ्या अंदाजाने कमीत कमी दहा वर्षं. कदाचित वीस वर्षंसुद्धा." एव्हाना मी स्वप्नं पाहू लागलो होतो.

माझे डोळे विस्फारले, "तुम्ही ही मशिन्स माझ्यासाठी साठ दिवस ठेवू शकता का?" मी खूप शांतपणे पण हसऱ्या मुद्रेने विचारलं. आता तिथला प्रत्येकजण माझ्याकडे संशयाने पाहू लागला. काहीही झालं तरी माझं लहानगं वय लपत नव्हतं. तरीही त्यांनी मला मशिन्स हाताळू देण्याचं सौजन्य दाखवलं. कदाचित त्यांना असं वाटलं असेल की आता तरी मी माघार घेईन व माझी उत्सुकता संपेल.

♦

त्या सुरूवातीच्या दिवसांत माझं भविष्य खूप काही स्पष्ट नव्हतं. तसा मी चाचपडतच होतो, पण आपल्याला उद्योजक व्हायचं आहे हे मला पक्कं माहीत होतं.

उद्योजक आपण ठरवलेल्या ध्येयात स्वतःला झोकून देतात. यश मिळवण्याआधी त्यांना अनेक तडाखे बसू शकतातही; पण त्यातून ते उमेदीने बाहेर पडून उभे राहतात. ती शक्ती त्यांच्यात असते. दहा-वीस वर्षांपूर्वी ज्यांनी आपल्या व्यवसायाला सुरूवात केली होती त्यांच्या तुलनेत आजच्या उद्योजकांना अधिक पायाभूत माहिती असावी लागते. उद्योजकाला इतर लोकांच्या तुलनेत 'बिग पिक्चर' हवं असतं. त्यामुळे आपल्याकडील माहितीच्या आधारे तो व्यावसायिक गणितं मांडतो. माझ्या उदाहरणात, मला हिशेब, आकडे, व्यवसायातील अक्कलहुशारी किंवा पारख असण्याची शक्यता जरा कमीच होती (मी पारशी आहे, गुजराथी किंवा मारवाडी नाही). पण, माझ्यात अंगभूत चौकसपणा, जिज्ञासू वृत्ती, सभोवतालचं जग समजून घेण्याची तीव्र इच्छा होती. व्यावसायिक व्यवहार व त्याचे होणारे दीर्घकालीन परिणाम मला समजून घ्यायचे होते. या सर्व गोष्टी करायच्या तर त्यात लपलेली संधी अचूकपणे ओळखण्याची खासियत अवगत करावी लागते. तुमची दृष्टी जेवढी उंचावर असेल, तुमचं निरीक्षण जितकं टिपकागदासारखं असेल, तुम्ही जेवढे अधिक सजग असाल, तेवढी तुम्हाला 'वापरता येण्याजोगी' उपयुक्त कल्पना सुचू शकते. त्याच वेळी संधी एखाद्या विजेसारखी तळपून जाते.

लंडनच्या त्या भेटीमध्ये माझं मन कोणत्याही नव्या गोष्टीला सामोरं जाण्यासाठी खुलं होतं. माझ्यासमोर ठराविक अशी काहीच योजना नव्हती. त्या वेळी मी यापूर्वी कधीच नव्हतो एवढा मोकळा आणि जिज्ञासू वृत्तीचा होतो. या साऱ्या 'ऐवजा'वर मी ब्रश फॅक्टरीत उभा होतो. त्या दोन भल्या मोठ्या, करड्या रंगाच्या अत्याधुनिक मशिन्स मला खुणावत होत्या. माझ्या खिशात तेव्हा एक दमडीही नव्हती. 'ओरल हायजिन इंडस्ट्री' ची तर मला काडीचीही कल्पना नव्हती. भारतात एवढी प्रचंड मोठी मशिन्स आयात कशी करावीत याचं कसलंही प्राथमिक ज्ञान मला नव्हतं.

◆

त्या वेळी भारतापुढे परकीय चलनाचा गंभीर प्रश्न होता. मात्र, जुनी मशिन्स आयात करता आली असती. आम्ही काही आकडेमोड करून, घासाघीस करून व्यवहार ठरवला. परंतु तो कंपनीतला माणूस जरा निराशच वाटत होता. कारण मी त्याला ती मशिन्स दोन महिने त्याच्याकडे ठेवायला सांगितली होती. 'कोण आहे हा मुलगा? आणि सरळ चाललेल्या कामात मला उगाच कशाला छळतोय?' असा काहीसा भाव त्याच्या नजरेत दिसत होता. परंतु बहुधा माझ्या वडिलांकडे पाहून त्याने मला सहकार्य देण्याचं ठरवलं असावं. माझ्या मते ही मशिन्स आयात करून भारतात ब्रशची निर्मिती करणं हा अगदीच व्यावहारिक निर्णय होता. त्या काळात भारतात काही बहुराष्ट्रीय कंपन्या (उदा. प्रॉक्टर अॅण्ड गॅम्बल, कोलगेट) स्वत:चे कारखाने स्थापन न करता स्थानिक उद्योजकांकडून आणि लघुउद्योगांकडून ही निर्मिती करवून घेत होत्या. त्या स्वत: उत्पादन करत नव्हत्या. बाहेरच्या कुठल्या तरी स्थानिक कंपनीकडून ते करवून घेत असल्या पाहिजेत. याचा अर्थ आमच्या प्रॉडक्टला बाजारपेठ होती!

मुंबईत आल्यावर मी तडक त्यांच्या ऑफिसमध्ये धडका मारायला सुरूवात केली. त्यांनी आमच्याकडून टूथब्रश खरेदी करण्यासाठी त्यांची खात्री पटावी यासाठी मी जंग जंग पछाडलं. ते सगळं सोपं होतं. बरोबर? नाही नाही. चूक! ज्या औद्योगिक क्षेत्राची मला कसलीच माहिती नव्हती तिथे मी धडका मारत होतो. माझ्या टूथब्रश उद्योगाबद्दल असलेली सगळीच्या सगळी माहिती मी बिझनेस कार्डच्या मागच्या बाजूला खरडून काढली असती तरी बरीच जागा कोरी राहिली असती, इतकी माझ्याकडची माहिती तुटपुंजी होती. मात्र, प्रत्येक

गोष्टीचा अर्धा भाग हा तर्कशुद्ध अंत:प्रेरणेवर आधारित असतो. उरलेल्या गोष्टी या सखोल ज्ञान, संशोधन, तज्ज्ञांचं मत आणि उपलब्ध माहिती यावर आधारलेल्या असतात. मी पहिल्यांदाच माझ्या अंत:प्रेरणेवर विश्वास ठेवला. अचूक संधी साधण्याचा हा गुण प्रत्येक उद्योजकाकडे असतोच असतो.

या सगळ्याबरोबर मोठी समस्या पैशांचीही होती. सर्व महत्त्वाकांक्षी उद्योजकांना सुरूवातीला उभ्या कराव्या लागणाऱ्या भांडवलाची समस्या मोठी वाटते. परंतु खरी गोष्ट अशी असते, की सुरूवातीचे पैसे उभे राहणं ही तुलनेने सोपी गोष्ट आहे. आयुष्यात त्यानंतरही अधिक भांडवलाची गरज असलेले अनेक मोठे व्यवहार येतात. ती कसरत मोठी असते. या सगळ्यासाठी मी स्वत:साठी एक मार्ग शोधला, किंवा खरं तर तयार केला.

मी कंपन्यांसोबत बऱ्याच चर्चा केल्या. खूप संघर्ष केला. मुंबईतले माझे प्रत्येक छोटे-मोठे संबंध, सगळे संपर्क पणाला लावले. अत्याधुनिक तंत्रज्ञान असलेल्या या मशिन्समुळे त्यांना यात रुची वाटत होती हे माझं भाग्यच! सर्वाधिक आनंदाची गोष्ट! भारतात अशा प्रकारचं तंत्रज्ञान प्रथमच येत होतं. "ती मशिन्स मिळवा म्हणजे तुमचं उत्पादन सुरू होईल. याखेरीज तुम्हाला आणि कसली गरज आहे?" एका कार्यकारी अधिकाऱ्याने मला प्रोत्साहन देत विचारलं.

मशिन्स लंडनच्या फॅक्टरीमध्ये होती. मी सगळा धीर एकवटून त्याला विचारलं, "आम्हाला पर्चेस ऑर्डर मिळू शकेल का?" यावर तो सुटाबुटातला अधिकारी खेकसला, "पर्चेस ऑर्डर? तुम्ही तर अजून व्यवसाय सुरूही केला नाही. पहिल्यांदा आमच्या रजिस्टरमधील यादीत नोंदणी करण्यासाठी व्यवसाय सुरू करा. मग आम्ही विचार करू." "आणि त्यासाठी काय करावं लागेल?" मी संयमाने त्याला विचारलं. "पहिल्यांदा तुमची कंपनी रजिस्टर करा आणि मग संपूर्ण आराखडा आम्हाला द्या."

माझ्या अनभिज्ञ परंतु सळसळत्या तारुण्याच्या भरात मी त्याला वाटेल ते प्रश्न विचारत सुटलो होतो. एखादा कसलेला उद्योजक कधीच विचारणार नाही असे प्रश्न होते ते! त्यातून मी शिकत होतो. तुम्ही जेव्हा व्यवसायात नवीन असता तेव्हा अशा गोष्टी करू शकता. लोक काय म्हणतील, असा विचार अशा वेळी कधीही करायचा नाही. फार फार तर वाईट काय होईल? ते 'नाही' म्हणतील.

त्याची फिकीर कुणाला पडलीय? कारण तुम्ही शून्यातून सुरूवात करता. तेव्हा, तुमच्याकडे गमावण्यासारखं काहीच नसतं.

त्या ऑफिसमध्ये मला पर्चेस ऑर्डर मिळाली नाही पण १२० दिवसांचं लेटर ऑफ इंटेंट (माल खरेदी करण्याचं इच्छापत्र) मिळालं. ब्रशचं उत्पादन करायला मला तेवढ्या दिवसांची आवश्यकता होती. त्यांना जर आमचं सँपल प्रॉडक्ट आवडलं, त्यांच्या गुणवत्तेच्या तोडीचं आहे असं त्यांना वाटलं तर त्यानंतर पर्चेस ऑर्डर देण्याचं आश्वासनही त्यांनी दिलं. याचा अर्थ अजूनही उत्पादनाच्या खर्चाची तजवीज करावी लागणार होती. त्यावर मी काय केलं? त्यांच्याकडे आगाऊ पैसे देण्याची जगावेगळी मागणी केली. अर्थातच मला सरळ सरळ नकार आला. पण संघर्ष करण्याची आणि आवश्यक भांडवलासाठी अथक प्रयत्न करण्याची माझी तीव्र इच्छा त्यांच्या ध्यानात आली. मी माझं ध्येय गाठण्यावर सगळं लक्ष केंद्रित केलं होतं, परंतु हे सगळं असलं तरी भांडवल उभं करण्याची जादूची कांडी काही सापडली नव्हती.

सुदैवाने बँकांना माझ्याबरोबर काम करण्याची इच्छा मला दिसली. तारण म्हणून ती मशिन्सच होती. शिवाय मी माझं वैयक्तिक हमीपत्र दिलं (ज्याची किंमत तेव्हा शून्य होती!) त्या वेळी वेगळी परिस्थिती होती. उद्योगांमध्ये फारसे पैसे गुंतवायला कोणी तयार नसे. मात्र बँकांकडे कर्जाचे कोटे होते. त्यांना ते लघू आणि मध्यम उद्योगांमध्ये वितरित करायचे होते. एकूणच, आमच्या भावी ग्राहकांची स्थिती मजबूत होती आणि आमची उच्च तंत्रज्ञानातील गुंतवणूक असल्याने बँकेच्या दृष्टीने आम्ही 'सुरक्षित ग्राहक' होतो.

त्या १२० दिवसांत मला एक सहकारी किंवा मुख्य कार्यकारी अधिकारी हवा होता (कारण हा माझा पूर्ण वेळेचा व्यवसाय नाही ही स्पष्टता मला होती). याशिवाय मला एक तंत्रज्ञ हवा होता. एखाद्या प्रस्थापित कंपनीमधून त्याला वळवून कशाही पद्धतीने आमच्याकडे आणून मी त्याला दोन आठवड्यांसाठी लंडनला पाठवणार होतो. शिवाय मला कामगारांची भरती करायची होती. 'ओरल हायजिन' हा विषय त्यांना समजावून सांगायचा होता. प्लॅस्टिक, साचे, हँडल्स, नायलॉन, ब्रशचे धागे, वायर, पॅकेजिंग अशा बऱ्याच गोष्टींवर मेहनत करावी लागणार होती. शिवाय अनेक परवानग्या घ्यायच्या होत्या.

पूर्वतयारीच्या पहिल्या साठ दिवसांत माझ्या लक्षात आलं, की कच्च्या मालाचा पुरवठा, पक्का माल तयार करणं आणि फॅक्टरीची आघाडी सांभाळणं हे सगळं एका वेळी तोलून धरणं माझ्या रक्तात नव्हतं. त्याऐवजी प्रभावी ग्राहकांची फळी तयार करणं, व्यवसायाच्या भरभराटीला आवश्यक असलेल्या निधीविषयी बँकाशी बोलणी करणं, सर्वोत्तम अत्याधुनिक तंत्रज्ञान मिळवणं, टीमला पाठबळ देणं, या गोष्टींची उभारणी करण्याचं सामर्थ्य माझ्यात होतं. शिवाय या प्रवासात सर्व चढ-उताराच्या काळात ठाम राहणं. या गोष्टी मी करू शकत होतो.

हे सगळं जेव्हा प्रत्यक्षात मार्गी लागलं तेव्हा दिलेल्या मुदतीच्या पुढे ४० दिवस पुढे सरकले होते. 'निरनिराळ्या परवानग्या मिळण्यासाठी गेलेला वेळ' हे त्यामागचं प्रमुख कारण होतं. पण आम्ही व्यवसाय सुरू केला होता...

खूप लोक म्हणत राहतात, ''मी संशोधन करतो आहे. माझा अजून गृहपाठ व्हायचा आहे.'' आपल्या स्वप्नांकडे धाडसाने न बघण्यामागची ही एक क्लृप्ती आहे. संशोधन व गृहपाठ या दोन्ही गोष्टी महत्त्वाच्या आहेत, परंतु शेवट ज्ञान हे कृतीतूनच मिळतं. त्यासाठी प्रसंगी आपले हात खराब करून आणि प्रत्यक्ष कामातूनच खूप काही शिकायला मिळतं. जे प्रश्न विचारायला खूप भीती व संकोच वाटू शकतो असे प्रश्न इतरांना विचारून ज्ञान मिळतं. आपल्या उद्दिष्टांवर लक्ष केंद्रित करून, आपल्या स्वप्नांच्या मार्गात असुरक्षितता आणि भीती येऊ नये यासाठी 'काम'च करावं लागतं. तुम्ही 'तसं' न होण्यासाठी प्रयत्न करत राहता. मार्गात येणाऱ्या आव्हानांविषयी सावध आणि सजग राहायचंय, परंतु आव्हानांमुळे आपला मार्ग रोखला जाता कामा नये. अशा पद्धतीने काम करणं म्हणजे डोळे उघडे ठेवून स्वप्नं पाहणं होय!

◆

सगळ्याच व्यवसायांमध्ये चढ-उतार येतात. आमच्या व्यवसायातही हातात ऑर्डरच नसण्याची वेळही येऊन गेली. याशिवाय व्यवसाय सुरू होण्याअगोदरच अनेक गोष्टींमुळे व्यवसायाला धोका निर्माण होण्याची शक्यता असते. कित्येक वेळा ऑडर्स कमी असलेल्या महिन्यांमध्ये आपली क्षमता कमी होत राहते. तेव्हा, इतकी गुंतवणूक तंत्रज्ञानात करणं अयोग्य तर नाही ना, असा विचार एकसारखा मनात येत राहतो.

परंतु या साऱ्यातून आम्ही बाहेर पडलो ते उत्तम साधनसामग्रीच्या जिवावर. या सगळ्यात आम्हाला एकूण सात ग्राहक मिळाले होते. आमच्या उत्पादनाची गुणवत्ता सिद्ध झाली होती, कारण आम्ही अद्ययावत तंत्रज्ञानात गुंतवणूक केली होती.

लंडनच्या दोन मशिन्सपासून सुरूवात झाली. बेल्जियममध्ये टूथब्रशचं अव्वल दर्जाचं तंत्रज्ञान होतं. आम्ही हे तंत्रज्ञान मिळवलं. त्यामुळे आमच्याकडे त्या काळचं अद्ययावत तंत्रज्ञान आलं. पूर्णपणे स्वयंचलित आणि सक्षम असलेल्या बेल्जियमच्या मशिनमुळे भारतात उपलब्ध नसलेल्या गुणवत्तेचं उत्पादन झालं. त्यामुळे टूथब्रशच्या इतिहासात लेझरचं नाव कोरलं गेलं. पहिल्या वर्षी आम्ही ५ लाख ब्रश तयार केले. आठ वर्षांच्या काळात आम्ही महिन्याला ४० लाख ब्रश तयार करू लागलो. वर्षात सुमारे ५० दशलक्ष किंवा ५ कोटी ब्रश आम्ही तयार करत होतो.

आता व्यावसायिक वाढ व्हायची तर निधीची गरज होती; परंतु त्या वेळी आम्ही कोणाकडे हात पसरू शकत नव्हतो. बँकांकडे आपली पत निर्माण करणं हे आमच्यासाठी खूपच महत्त्वाचं लक्ष्य होतं. एका बँकेबरोबर सतत राहणं (जास्तीत जास्त दोन बँकांसोबत) ही गोष्ट शहाणपणाची ठरली असं मला वाटतं. अगदी पहिल्या दिवसापासून त्या आमच्यासोबत होत्या. दोन बँकांसोबत व्यवहार सुरळीत राहिले, परस्परपूरक राहिले. कच्च्या मालासाठीची तसंच इतर वरखर्चाची रक्कम आम्ही उत्पन्न गहाण ठेवून मिळवली. आमच्या नफ्याच्या आणि घसाऱ्याच्या बळावर चुकतं केलं जाणारं पाच ते सात वर्षांसाठींचं कर्ज आम्ही भांडवलासाठी घेतलं. व्याजावर आम्हाला बाहेरून कर्ज घेण्याची गरज वाटली नाही, हा एक दिलासाच होता. दहा वर्षांत आम्ही स्थिरस्थावर झालो. कारण तोपर्यंत भारतीय बाजारपेठेतली पोकळी आम्ही भरून काढली. त्या वेळेस एकूण लोकसंख्येच्या जेमतेम १५ टक्के लोकच टूथब्रश वापरत होते. (तरुण वाचकांना याचं आश्चर्य वाटेल.) तेव्हा बहुतांश लोक सकाळी झाडांच्या सालपटांनीच दात घासत असत. (आजही भारतातील टूथब्रशचा वापर एकूण लोकसंख्येच्या ४० टक्क्यांहून कमी आहे असं सांगितलं जातं).

मी जिथपर्यंत टूथब्रशच्या व्यवसायात होतो तोपर्यंत रोज सकाळी आणि संध्याकाळी माझं आमच्या टीमशी फोनवरून बोलणं व्हायचं. दर शनिवारी मी

फॅक्टरीतही जात असे. सुरूवातीला ट्रेनने ठाण्याला जात असे. नंतर व्यवसाय वाढल्यावर कल्याणला व संपूर्ण भारतीय बाजारपेठ काबीज करायचं ठरवल्यावर गुजरात व कर्नाटकचे दौरे करू लागलो. दर आठवड्याच्या शेवटी एका ठिकाणी मी जात असे.

उद्योग जगतातील सर्व ग्राहकांशी मला सुसंवाद करता आला, तो वाढवता आला. माझ्या टीमच्या सहकार्यामुळेच हे होऊ शकलं. मी खूपच भाग्यवान माणूस आहे. आमचा सहसंस्थापक मनोज मेहरा याच्याबरोबर मी सुरूवात केली. हा माझा शाळेतील मित्र. या व्यवसायातून बाहेर पडून पुढील दोन वर्षांत, म्हणजे तो दक्षिण अमेरिकेत जाईस्तोवर त्याने खूपच कष्ट घेतले व मोलाची भर घातली. या टप्प्यावर मॅनेजमेंट, टेक्नॉलॉजी आणि ऑपरेशन्स या विभागांचे प्रमुख म्हणून तीनजण सहभागी झाले. आमचे रोजचे फोन्स आणि आठवड्यातील साइट व्हिजिट यामुळे आम्ही उत्तम व्यवस्थापन करू शकलो. त्यातून कंपनीचा विस्तार आणि आव्हानांचा मुकाबला कसा करायचा यात आम्ही गढून गेलो होतो. हे सगळेजण शेवटपर्यंत माझ्यासोबत राहिले. जशी कंपनीची वाढ झाली तशी मी त्यांना सहसंस्थापक बनण्यासाठी आवाहन केलं. अशा तऱ्हेने आम्ही कायम प्रगतिपथावर राहिलो. यासाठी मी माझ्या टीमचा ऋणी आहे. त्यांच्यामुळेच मी प्रसारमाध्यमं आणि मनोरंजन क्षेत्रातील कंपनीची शून्यातून उभारणी करू शकलो.

टीमची बांधणी ही एक अवघडच गोष्ट आहे. जेव्हा तुम्ही स्वतः त्यात गुंतलेले नसता आणि त्याची जबाबदारी कुणावर तरी सोपवलेली असते तेव्हा तर ती अधिक क्लिष्ट असते. तुमच्या टीममध्ये किंवा बोर्डवर निवडलेला प्रत्येक माणूस अगदी पहिल्या दिवसापासून त्याच्या सर्वोच्च क्षमतेने काम करू शकत नाही. त्यासाठी त्याला थोडा वेळ द्यावा लागतो. परंतु लीडर म्हणून त्यांना स्पष्ट सूचनाही द्याव्या लागतात. काम करण्याचं आणि अगदी चुका करण्याचंही स्वातंत्र्य द्यावं लागतं, तसंच भक्कम, दिलदार पाठिंबाही द्यावा लागतो. आपल्या टीमच्या प्रत्येक सदस्याला सहकाऱ्यासारखं वागवा, एखाद्या कर्मचाऱ्यासारखं नाही. आपण त्यांची केलेली निवड खूप सार्थ होती हे तुमचं तुम्हाला जाणवेल अशी कामगिरी ते करून दाखवतील. ही काही एचआर मॅनेजमेंटमधली गोष्ट आहे म्हणून मी सांगत नाही, तर एखाद्या यशस्वी उद्योजकाला मार्गदर्शन

करण्यासाठीचा हा वस्तुपाठ आहे म्हणून हे तळमळीने सांगतो आहे.

लेझर ब्रश हा पहिला व्यवसाय तर होताच, तसंच माझ्या टीमबांधणीतल्या प्रयत्नांपैकी पहिलाच आणि खूप चांगला प्रयत्न होता. मोहन, मुर्तझा, रुसी आणि इतरांचा माझा प्रचंड पाठिंबा होता. तसंच ते सहसंस्थापक असल्याने त्यांच्यात मालकीची भावनासुद्धा तयार झाली होती. त्याचबरोबरीने त्यांना ग्राहकांचा विश्वासही मिळाला होता. ते कायमच एका जबाबदार भूमिकेत वावरत असत. माझ्यापेक्षा ते स्वत:च स्वत:ला जबाबदार वाटत असत. फार थोड्या वेळात ते विश्वासार्ह उद्योजक म्हणून सिद्ध झाले. मी त्यांना फक्त प्रोत्साहन देण्याचं काम करत होतो. एका अर्थी मी फक्त चिअरलीडर होतो. मी त्यांच्यावर विश्वासाने गोष्टी सोपवायचो. दोन दशकांपूर्वी शिकलेल्या या धड्यांमधून रोजच मी काही ना काही शिकत असतो.

♦

व्यवसायात संधी कशी शोधावी आणि तिचा वापर कसा करावा या गोष्टी प्रयत्नांतून शिकलो होतो. जिथे बाजारपेठ वाढीची शक्यता कमी आहे, तिथे बाजारपेठेतली जागा कशी मिळवावी हे बघणं, तसंच इतरांना धोकादायक वाटणाऱ्या 'अवघड जागेतल्या संधी' कशा शोधायच्या या गोष्टी हे मी बघायचो. याचबरोबरीने मी अनेकदा अगदीच प्राथमिक वाटतील असे प्रश्न विचारण्यास कचरत नसे. तुम्हाला जितकं चटकन हे आत्मसात करता येईल तेवढी लवकर तुम्ही तुमची स्वप्नं पूर्ण करू शकाल. त्या मला मिळालेल्या पहिल्या १२० दिवसांत मी व्यवसायाविषयी अनेक गोष्टी शिकत होतो. हे काही दिवस माझ्या आयुष्यातले सर्वांत तणावपूर्ण दिवस होते. त्या दरम्यान मी त्या अनुभवांपासून जे काही शिकलो त्यातून आयुष्यातील इतर चढ-उतारांसाठीही माझी तयारी होत होती. मला कित्येक वेळा असं वाटून गेलं, 'ठीक आहे, हे काही होताना दिसत नाही. आपण हे सगळं थांबवू या आणि शून्यातून नवी सुरूवात करू या.'

परंतु तसं काहीएक आम्ही केलं नाही.

आम्ही काम करत राहिलो. काही महिने आमच्याकडे एकही ऑर्डर नसायची, पण तरी आम्ही प्रयत्न सोडत नव्हतो. या व्यावसायिक दुनियेची अजब तंत्रं शिकत होतो. स्वत:च्या नावावर एकही रुपया नसताना आपण कशी कंपनी सुरू

केली, कसा काय पैशाचा ओघ सुरू केला हे मनात आणून सुखावत होतो. लेझर ब्रशच्या या प्रवासातील अनेक गोष्टी मला प्रचंड समाधान देऊन जातात.

◆

- संधी दरवाजा ठोठावते तेव्हा तिला प्रतिसाद द्या.
- पूर्वी कधी कल्पनाही न केलेल्या व्यवसायाचं झटपट आणि मोठं चित्र पाहण्याची आवश्यकता आहे. आपलं संशोधन किंवा अभ्यास पूर्ण झाला नाही या सबबीवर आपल्या विकासाच्या योजना लांबवणारे अनेक उद्योजक मी पाहिले आहेत. हे सगळं करण्यात जो वेळ जातो तेव्हाच संधीही निसटून जात असते.
- प्रत्येक गोष्टीतला अर्धा वाटा हा तर्क आणि अंत:प्रेरणेचा आहे.
- 'पैशाची कमतरता' ही गोष्ट आपला व्यवसाय सुरू करणं आणि वाढवणं यामध्ये अडथळा म्हणून कधीच येऊ शकत नाही. पैसा कुठून तरी येईल, किंवा तो मी उभा करेन, हा विचार करणं म्हणजे एखादी स्ट्रॅटेजी नाही. तो आत्मसात करायचा असलेला महत्वाचा दृष्टिकोन आहे. या गोष्टीला तुम्ही संपूर्ण ताकदीनिशी जर भिडलात तर हे होतंच!

◆◆◆

३
संपूर्ण जग ही एक रंगभूमी आहे

संस्कृती हा उद्योगांचा प्राण आहे. तुम्ही करत असलेल्या प्रत्येक गोष्टीत किंवा तुम्ही करत असलेल्या प्रत्येक प्रवासात प्रभावीपणे संवाद साधण्याच्या संधी तयार होत असतात. उत्तम कम्युनिकेशन हा कंपनीच्या संस्कृतीचा एक भाग बनत जातो. ही गोष्ट जेवढी खोलवर रुजेल तेवढी ती कंपनी अधिक मोठी होते आणि कंपनी जेवढी मोठी होते तेवढी तिची संस्कृती खोलवर रुजत जाते. हे एक सकारात्मक, स्वयंनिर्मित आणि कायम टिकून राहणारं शाश्वत असं चक्र आहे.

आम्ही ग्रँट रोडवरून ब्रीच कँडीला राहायला गेलो. भौगोलिकदृष्ट्या तरी हे आमचं स्थलांतर कायमस्वरूपी नव्हतं. इतकंच काय, पण माझ्या लग्नानंतर आई-वडिलांच्या घरातून मी बाहेर पडल्यावरसुद्धा पहिल्या घरापासून जेमतेम दोनशे मीटरच्या आसपासच राह्यलोय.

माझ्या वयाच्या सोळाव्या वर्षी आम्ही ब्रीच कँडी येथे राहायला गेलो. त्यानंतर मला नाटकाची ओढ लागली... किंवा नाटकाला मी आवडू लागलो. 'द विझार्ड ऑफ ऑझ' या नाटकातील 'टिनमॅन'ची भूमिका ही मी केलेल्या कित्येक नाटकांमधील पहिली भूमिका होती. ते नाटक कॅथेड्रलला झालं. परंतु शेक्सपियरच्या 'द टेमिंग ऑफ दि श्रू' या नाटकातली माझी भूमिका खूप

संस्मरणीय ठरली. या नाटकात मी पेट्रुचिओची भूमिका केली होती. हा माणूस महिलाप्रमुख केटच्या प्रेमात पडलेला एक बनेल माणूस असतो. तिच्या मागे फिरण्यात तो त्याचा बहुतांश वेळ वाया घालवत असतो. या प्रवासात तो अनेक धडे शिकतो, अनुभव घेतो. मला आजही व्यवहार करायला अवघड असलेल्या माणसांसोबतच्या क्षणांमध्ये 'लेट्स गो टेम धिस श्रू' या उद्गारांची आठवण येते आणि माझं मलाच हसू येतं.

मी केवळ छंद म्हणून लेझर प्रॉडक्शन ही नाट्यनिर्मिती संस्था स्थापन केली. ती माझ्या सगळ्या 'डेटस्'साठी पैसा पुरवणारी ठरली! मला आत्मविश्वास देण्याएवढा नफा मिळवून देणारी कंपनी ठरली. त्या काळात आम्ही अनेक सुंदर नाटकं केली. उदा. ॲन रॅन्डचे 'नाईट ऑफ जानेवारी १६', मार्क मेडॉफचे 'चिल्ड्रेन ऑफ अ लेसर गॉड' आणि संगीत नाटक 'द विझ'. मला किती तरी छान मित्र मिळाले. अगदी आजही या नाट्यनिर्मितीच्या वेळच्या क्षणांचं माझ्या मनात अगदी ताजं स्मरण आहे. खरं तर, 'द विझ' या शुभारंभाच्या प्रयोगाच्या रात्रीच माझ्या मुलीचा- तृष्याचा जन्म झाला. हॉस्पिटल आणि थिएटरच्या दरम्यान मी फेऱ्या मारत राहिलो. त्यामुळे तृष्याला पहिलं वर्षभर आम्ही 'द विझ बेबी' असं टोपणनाव बहाल केलं होतं.

टेलिव्हिजन आणि बिझनेसच्या सर्जनशील प्रयोगांमध्ये जी आवश्यक असतात ती कौशल्यं मला नाटकाने शिकवली. परंतु या सर्वांहून अधिक महत्त्वाची गोष्ट म्हणजे नाटकाने मला 'कम्युनिकेशन' शिकवलं, आत्मविश्वास दिला. माझ्या व्यक्तिमत्त्वाला आकार मिळाला. आत्मविश्वासाने लोकांशी कम्युनिकेशन करणं, गर्दीसमोर शांत आणि स्थिर राहणं या गोष्टी उद्योजकांसाठीही खूप महत्त्वाच्या असतात. नाट्य क्षेत्रातील या सुरूवातीच्या दिवसांत मी काही महत्त्वाचे धडे शिकलो, त्यातील काहींचे प्रतिध्वनी अजूनही मनात उमटत राहतात. शेक्सपियरच्या 'ॲज यू लाइक इट' मधल्या ओळी माझ्या मनात रुंजी घालतात-

संपूर्ण जग ही एक रंगभूमी आहे,
आणि जगातील सर्व लोक ही केवळ त्यातील पात्रं आहेत.
त्यांची एन्ट्री आणि एक्झिट ठरलेली आहे.
आणि प्रत्येक माणूस आपल्या एन्ट्रीच्या काळात किती तरी
भूमिका साकारत असतो.

या ओळी केवळ रंगभूमीसाठीच नव्हे, तर उद्योजकतेच्या दृष्टिकोनातूनही खूप समर्पक आहेत. व्यवसायात तुम्हाला किती तरी टप्प्यांमधून जाऊन विविध भूमिका साकार कराव्या लागतात. त्या दृष्टीने ही पहिली ओळ पहा. संपूर्ण जग हीच एक रंगभूमी आहे. तुम्ही काय काम करता यामुळे काही फरक पडत नाही. तुम्ही कम्युनिकेशन्सच्या संधी निर्माण केल्या पाहिजेत.

उद्योजकाच्या बाबतीत कम्युनिकेशन म्हणजे बोलण्याहून अधिक खूप काही असतं. कम्युनिकेशन ही गोष्ट चलनासारखी किंवा पैशांसारखी असते. तुम्ही एखादी कल्पना कशी समजून घेता त्याबद्दल तुमच्या विचारांची स्पष्टता आणि दुसऱ्यांना ती कशी सांगता, पटवून देता यातून बऱ्याच गोष्टी स्पष्ट होतात. तुमच्या व्यक्तिमत्त्वाची छाप कुशल वक्तृत्वातून घडत असते. हे सर्व तुमच्या व्यवसायाला एकदम उंचीवर नेतं किंवा 'कम्युनिकेशन'च्या या जगात जर या साध्या गोष्टी तुम्हाला कळल्या नाहीत तर व्यवसायाची पार राखरांगोळी होऊ शकते.

◆

चांगल्या कम्युनिकेशनमुळे कंपनीची संस्कृती एकसंध, अबाधित राहते. म्हणूनच मीटिंगमध्ये मोबाइल फोन वापरणं मला अजिबात आवडत नाही. मला या गोष्टीचा राग येतो व तिरस्कारही वाटतो. मी हे अजिबात सहज बोलत नाहीए. माझ्या टीममधल्या सदस्यांना तुम्ही विचारू शकता. माझी असिस्टंट महत्त्वाच्या मीटिंग्जमध्ये सगळ्यांचे फोन जप्त करते. त्यानंतर आम्ही मोबाइलसाठी मोफत 'वॅले' सेवा उपलब्ध करून दिल्याचं ती जाहीर करते.

ती उपद्रवी साधनं हळूच काढून घेण्याआधी, सर्वांचे मोबाइल फोन अत्यंत सुरक्षितपणे ठेवले आहेत अशी हमी देते. एका गंभीर विषयाकडे आम्ही अशा हलक्या-फुलक्या दृष्टिकोनातून बघतो.

जेव्हा कुणी तरी माणूस त्याचा वेळ खर्च करून एखाद्या मीटिंगमध्ये असतो तेव्हा त्याच्यासमोर मोबाइलवरचं चॅटिंग किंवा अन्य गोष्टी चालू ठेवणं हे उद्धटपणाचं आहे. 'तुम्ही करत असलेली चर्चा ही अत्यंत महत्त्वाची आणि अनिवार्य असून तुमच्या तिथल्या मानसिक अनुपस्थितीमुळे कंपनीचं नुकसान होणार आहे' हा मेसेज सर्वत्र जातो.

जमिनीवर या

कंपनीच्या संस्कृतीत जेव्हा उर्मटपणाचा शिरकाव होतो तेव्हा दहापैकी नऊ वेळा कंपनीच्या कर्मचाऱ्यांनी तो बॉसकडून उचललेला असतो. दिवसाच्या कोणत्याही वेळा फोन केला तरी आपल्या हाताखालच्या माणसाकडून तत्पर प्रत्युतराची अपेक्षा करणारे अनेक लोक मला माहीत आहेत. मी सौम्य आणि नम्र संस्कृती मानणाऱ्यांपैकी आहे. त्यामुळे मी जर एखाद्या सहकाऱ्याला कितीही वाजता फोन केला, तर सहसा माझा प्रश्न असतो, 'आत्ता आपण बोलू शकतो का? बरं चाललंय ना' वगैरे. माझा अनुभव असा आहे, की नम्रतेने संवाद साधला तर लोक मोकळेपणाने बोलतात.

माझा फोन झाल्यावर माझ्या हाताखालच्या लोकांनी हातची सगळी कामं टाकून तत्परतेने मला भेटायला यायचं आहे असं त्यांना वाटू नये यासाठी मी प्रयत्न करतो. त्याऐवजी मी साध्या शब्दांत त्यांना सांगतो, ''वेळ असेल तेव्हा भेटू.'' आपण परस्पर आदराचं वातावरण तयार केलं नाही तर, टीमचं सक्षमीकरण होत नाही.

आदरपूर्वक साधलेल्या सौजन्यशील संवादामुळे निरोगी व्यावसायिक वातावरण निर्माण होतं.

◆

१६००० शब्द

सर्वसामान्य व्यक्ती दिवसभरात १६००० शब्द बोलते. याचा अर्थ तुम्ही वाचत असलेल्या ह्या पुस्तकातील एकूण शब्द मोजले तर त्यापेक्षा किती तरी अधिक शब्द तुमच्या तोंडून बाहेर पडतात. मग ते मार्केटिंगसाठी असोत, तुमच्या उत्पादनसंदर्भात पाच वर्षांचा आराखडा सादर करतानाचे, संशोधनाची माहिती सांगताना, विकासातील शोध मांडताना, गुंतवणूकदारांच्या भांडवलासाठी भाषण करताना, संभाव्य उद्योगांविषयी दीर्घकालीन अभ्यासपूर्ण चर्चा करताना बोललेले शब्द असतात. प्रत्येक वेळी तुमचे शब्द ऐकले जात असतात. प्रत्येक वाक्यातून विधान तयार होत असतं. प्रत्येक शब्दाला किंमत असते.

काही मोजकेच उद्योजक उत्तम आणि प्रभावी संवाद साधतात. अशा संवादाच्या

केंद्रस्थानी प्रामाणिकपणा आणि शुद्ध भाव असतो. न्यूज कॉर्पच्या रुपर्ट मर्डोक यांचा माझ्यावर माझ्या सुरूवातीच्या दिवसांत खूप प्रभाव होता आणि तो आजतागायत टिकून आहे. १९९० च्या सुरूवातीला स्टार टी.व्ही. विकत घेतल्यावर मर्डोक यांनी भारताला भेट दिली तेव्हा ते यू.टी.व्ही.मध्येही येऊन गेले. त्यांच्या दृष्टिकोनातून स्टारसाठी भारत व चीन येथील बाजारपेठ हे हुकुमाचे एक्के होते. म्हणून मुंबईला आल्यावर मर्डोक यांनी मुंबई व यूटीव्हीच्या भेटींमधून भारताला समजून घेण्याचा विचार केला. त्या वेळी माझं ऑफिस जेमतेम ८० चौरस फूट होतं. गरजेप्रमाणे त्याचाच उपयोग आम्ही मीटिंगरूम म्हणून करत होतो. आमची अगदी नीटनेटकी आणि व्यवस्थित टीम होती. आम्ही अगदी मोजक्याच वस्तू अत्यंत सोयीस्करपणे वापरत होतो. लोकांना काम करायला भरपूर जागा ठेवली होती. कुठेही डामडौल, दिमाख यांचं प्रदर्शन नाही. तुम्ही तुमच्या स्वतःच्या वागण्याने आपोआपच आदर्श निर्माण करत असता. त्यानेच तुमची कार्यालयीन संस्कृती घडते. खेळकर आणि मनमोकळी कार्यालयीन संस्कृती काही मोठ्या जागांमध्येच असते असं नाही. खरी गोष्ट याच्या उलट असते. छोट्या आणि पुरेशा आकाराची ऑफिसेस उत्तम कम्युनिकेशन निर्माण करतात. वरच्या मजल्यावर कोपऱ्यात मॅनेजमेंट टीम बसते, ही संस्कृती आता कालबाह्य झाली आहे. अशा ऑफिसेसमध्ये एक दरी पडल्याचं जाणवतं... मॅनेजमेंट टीमचा दर्प जाणवत राहतो. मी माझ्या ऑफिसमधल्या प्रत्येक व्यक्तीशी रोज बोलत असे. हॉलमध्ये जाताना, वॉशरूममध्ये जाताना किंवा पँट्रीमध्ये जातान माझा लोकांशी काही तरी संवाद होत असे. या अनौपचारिक संवादामुळे परस्परांशी बोलताना दडपण वाटत नसे. त्याऐवजी उत्स्फूर्तपणे कल्पनांची देवाणघेवाण होण्याची व उत्तम संवाद साधण्याची संधी उपलब्ध होत असे. त्या दिवशी ऑफिसमधल्या प्रत्येकालाच माहीत होतं की किती महत्त्वाची मीटिंग आहे. त्यामुळे मर्डोक जिन्यावरून उतरून तळघरात येत असताना प्रत्येकाची नजर त्यांच्यावर खिळलेली होती.

त्यांच्या देहबोलीतून किंवा हालचालीतून मला त्रस्ततेचा सूर अजिबात जाणवला नाही, हा माझ्यासाठी मोठा दिलासा होता. 'मी कधीच एवढ्या छोट्या ऑफिसमध्ये आलो नाही, तेही तळघरात. कुठे येऊन पडलोय', असल्या कुठल्याच भावना त्यांच्या चेहऱ्यावर दिसत नव्हत्या. त्याऐवजी त्यांचं बोलणं खूपच नॉर्मल वाटत होतं. बहुधा तेही पहिल्या पिढीचे उद्योजक असावेत. ते

ऑस्ट्रेलियातही नक्कीच एखाद्या तळघरातील ऑफिसमध्ये जाऊन आले असावेत. याचा अर्थ उद्योजकतेची 'हे करणं शक्य आहे' ही संस्कृती ते विसरले नव्हते.

इथे ते बिझनेस करायला आले होते, आणि आम्ही नेमकं तेच केलं. ही मीटिंग दोन तास चालली. त्यात 'द होल इज बिगर दॅन द सम ऑफ इट्स पार्ट्स' ही यूटीव्हीवर तयार केलेली व्हिडिओ फिल्म आम्ही बघितली. कॉफी-चहा असली कुठलीच औपचारिकता न ठेवता आमचं थेट बोलणं झालं.

मर्डोक हे मला थेट, संवाद साधणारे आणि मर्मदृष्टी असलेले वाटले. आपल्या मनातील गोष्टी अत्यंत प्रामाणिकपणे ते मांडत होते आणि आपला मुद्दा मांडताना टेबलवर हात आपटत होते.

''तुम्हाला माहीत आहे का, की मी इथे एक मोठा डाव खेळायला आलोय.'' ...ठक्

''तर आपण स्टार टीव्ही भारतात करू शकेल अशा गोष्टींवर बोलू या.'' ...ठक्

असा थेट संवाद ते साधत होते. आपलं बोलणं पूर्ण झालं आणि दुसरा कोणी बोलू लागला की ते त्याचं म्हणणं ऐकून घेत असत. त्यांच्या उत्स्फूर्त बोलण्यामुळे आणि सहजभावाने ऐकून घेतल्यामुळे आमच्यात एक प्रकारचा बंध निर्माण झाला. जेव्हा पाश्चिमात्त्य लोक भारतात येतात तेव्हा स्वत:च्या देशाची संस्कृती, मनोवृत्ती व दृष्टिकोन हे जागतिक स्तरावरचे आहेत हा आविर्भाव असतो. अशा संभाषणानंतर जेव्हा टोकाचा सांस्कृतिक फरक ध्यानी येतो, तेव्हा ते जरा भांबावतात. भारतीय मानसिकता समजून घेण्याच्या फंदात ते पडत नाहीत. त्यामुळे त्यांच्या पदरी अपरिहार्य अपयश पडतं.

मर्डोक यांना शब्दाची किंमत कळत होती. केव्हा बोलायचं आणि केव्हा ऐकायचं हे त्यांना नेमकं समजायचं. त्यामुळे त्यांची भेट बहुतांशी उपयुक्त ठरली व यशाच्या संधी वाढल्या. त्यांचं बाह्य व्यक्तिमत्त्व कठोर होतं, पण स्वत:ला इतरांशी जोडण्याची अंगभूत क्षमता त्यांच्यात होती. याही पलीकडे जाऊन, एवढा मोठा लौकिक असूनही वैयक्तिक पातळीवर लोकांसमोर खुलेपणाने बोलण्याची असामान्य इच्छा व क्षमता त्यांच्याकडे होती.

◆

चाकोरीबाह्य कल्पनांचा उगम बऱ्याचदा अकल्पित वाटणाऱ्या ठिकाणातून किंवा व्यक्तीमधून झालेला असतो. आपल्याला कधी एखाद्या 'कल्पक' प्रॉडक्टचा शोध लागेल हे तुम्हाला सांगता येणार नाही. अशा एखाद्या उत्पादनामुळे कोणत्याही क्षेत्रात क्रांती घडू शकते. इतिहासातील काही घटनांचा विचार करू या.

पोस्ट-इट नोट्स? एखादा नवीन चिकट पदार्थ शोधण्याच्या गचाळ प्रयोगातून त्याचा शोध लागला. जो माणूस याचं संशोधन करत होता तो लाखेला पर्याय शोधत होता. त्याने जे काही बनवलं ते काही फारसं बरं नव्हतं. त्याचा काही वापर होऊ शकेल असं कोणाला वाटत नव्हतं. मात्र, त्यानंतर कुणी तरी कल्पक माणसाने ठरवलं की या पदार्थामुळे तर चांगलाच फायदा होईल.

चांगल्या कल्पनांची जाण आणि कदर असलेल्या उद्योजकांनी या अपयशाचाही फायदा उठवला. म्हणूनच तर मी माझ्या मेल-बॉक्स मध्ये येऊन पडणाऱ्या रोजच्या मेल्सना उत्तर द्यायचा प्रयत्न करत असतो. तसं करण्यामागची तीन कारणं असतात. पहिलं म्हणजे दुसऱ्यांच्या कल्पनांकडे सौजन्यभावनेने बघण्यासाठी, दुसरं म्हणजे सद्य:स्थितीबद्दल सजग राहण्यासाठी आणि तिसरं म्हणजे स्पर्धेत आघाडीवर राहण्यासाठी. बाहेर जे काही घडत असतं त्याच्या संपर्कात राहण्यासाठी. स्वच्छ आकाशात एकाएकी वीज चमकावी त्याप्रमाणे तुम्हाला एखादी कल्पना कधी सुचेल याचा तुम्हाला अंदाज नसतो. म्हणूनच तुमच्यासमोर येणाऱ्या हजारो संधींना खुल्या मनाने सामोरं जा.

तुम्ही फोन घेता व मेल्सना उत्तरं पाठवता. एखाद्या तडाखेबाज उत्पादनासाठी यातूनच एखादी झकास कल्पना सुचू शकते. तुम्ही ती कल्पना शोधणारे लीडर असता. म्हणूनच संपर्क हा व्यवसायवाढीचा प्रभावी मार्ग आहे.

◆

एखादी मध्यम आकाराची किंवा मोठी कंपनी चालवत असताना तुम्ही सगळ्या गोष्टी सगळ्यांना सांगू शकत नाही. चांगले लीडर्स आपल्या कंपनीत किंवा ऑफिसमध्ये कधीही लोकप्रिय नसतात. परंतु तुम्हाला सर्वसमावेशक असायलाच लागेल; आणि पहिल्या दिवसापासून तुमच्या ऑफिसमध्ये मनमोकळ्या संवादाची संस्कृती तुम्ही रुजवली पाहिजे. ही संस्कृती जेवढी

जास्त रुजेल तेवढी तुमची कंपनी मोठी आणि सामर्थ्यशाली बनेल. ही सवय नंतर रुजत गेली की एक सकारात्मक स्वयंनिर्मित शाश्वत असं चक्र तयार होईल.

तुमची दैनंदिन संवादाची उद्दिष्टं काय असायला हवीत?

लोकांच्या जवळ जा. त्यांच्याबरोबर मित्रत्वाने सुरूवात करा. त्यांच्याकडून आदर मिळवा. त्यांना प्रोत्साहन द्या. परंतु संवादाचं खरं मर्म एका शब्दात असतं. हा शब्द आपण अनेकदा वापरतो, पण त्याचा अर्थ अनेकदा समजून घ्यायचा राहतो. तो शब्द आहे 'चार्म', म्हणजे आकर्षकता... भुरळ! बहुतेक लोकांना वाटतं, की 'चार्मर' म्हणजे अशी व्यक्ती की जी खुलेपणाने, भीडभाड न बाळगता प्रणयचेष्टा करणारी बेडर व्यक्ती असते. असा माणूस शाहरुख खानलाही असुरक्षित करू शकतो, किंवा तो विनोदबुद्धी असलेला एक 'कूल' माणूस असतो (बाकीचं राहू दे, पण शाहरुख हा एक चार्मर असला तरी अत्यंत 'चतुर' व्यावसायिक आहे).

माझ्यासाठी 'चार्मर'ची व्याख्या सांगतो. अशी व्यक्ती, जिला स्वत:च्या शैलीनुसार दुसऱ्याचं मन वळवता येतं. संपर्कातील प्रत्येक व्यक्तीशी सर्वसमावेशकतेच्या दृष्टीने जवळीक राखण्याची इच्छा असणारी. आपला विचार- खरं तर स्पष्ट सूचना- उत्तम रीतीने सांगण्याची हातोटी असलेली व्यक्ती. प्रत्येकाची मतं लक्षपूर्वक ऐकून घ्या. सगळ्यांची मनं जिका. कितीही गंभीर परिस्थिती असली तरी विनोदाच्या शैलीत तिच्यावर मात करा.

'पण मला तर वक्तृत्वाची देणगी नाही' असं तुम्ही कुरकुरता. मग व्यावसायिक आयुष्य माझ्या आवाक्याच्या पलीकडचं आहे का? अर्थातच नाही. कदाचित तुम्ही चांगले वक्ते नसाल, किंवा अपेक्षेएवढी तुमच्या आत्मविश्वासाची पातळी जास्त नसेल. पण त्यासाठी माझा एक सल्ला ऐका. ज्या गोष्टींवर तुम्हाला आत्मविश्वास वाटत असेल त्यावर भर द्या.

जर आपल्या ज्ञानाची तुम्हाला खात्री वाटत असेल तर तुम्ही अर्धी लढाई जिंकली म्हणून समजा. आता हे ज्ञान फक्त इतरांपर्यंत पोहोचवण्याचं काम उरलं आहे. मग त्यासाठी तुम्ही एखादी छानशी, नेमक्या शब्दांत तुमचे विचार मांडणारी ई-मेल लिहू शकता. सांगायचा मुद्दा असा आहे, की लगेच तुम्ही

कम्युनिकेशन्सच्या क्लासमध्ये जाण्याची आवश्यकता नाही. अगदी जागतिक दर्जाचा उत्तम कम्युनिकेटर बनण्याची गरज नाहीए. त्याऐवजी तुमच्याकडे जे जास्तीत जास्त उत्तम कौशल्य असेल त्याचं प्रदर्शन करण्याच्या दृष्टीने उत्तम संवाद साधायचा प्रयत्न करा.

मला वाटतं, सरळ, थेट, मुद्याला धरून पण योग्य शब्दांत बोलणं ही गोष्ट महत्वाची आहे. तुम्ही झटपट मुद्यावर आला नाहीत; तुमचा मुद्दा कितीही महत्त्वपूर्ण आणि सुसंगत असला, तरी तो ऐकण्यासाठी, समजून घेण्यासाठी तुमच्यासमोर कोणी थांबायला तर हवं ना!

◆

आजवर मी रंगभूमीवर केलेल्या सर्व भूमिकांपैकी, मार्क मेडॉफच्या 'चिल्ड्रेन ऑफ अ लेसर गॉड'मधली भूमिका मला अत्यंत आव्हानात्मक वाटली. शिवाय उत्तम संवादाचे धडेही या भूमिकेतून मी शिकलो. माझ्या रोजच्या वागण्यातही या शिक्षणाचा समावेश आहे. नाटकात अडीच तासांचं स्वगत होतं. जेम्स लीड्स या शिक्षकाचे सारा नॉर्मन नावाच्या मुलीसोबत प्रेमसंबंध असतात. संबंध नाटकभर तो तिच्याशी चिन्हांच्या भाषेत बोलत राहतो. लीड्स जेव्हा साराशी बोलतो तेव्हा तिचे प्रतिसाद तो प्रेक्षकांना तोंडाने सांगतो. मी प्रमुख भूमिकेत होतो. मला या प्रयोगामध्ये आमच्या दोघांचे संवाद माझ्या तोंडून वेगवेगळ्या टोनमध्ये म्हणावे लागत. त्यांची लय वेगळी असे. आम्ही दोघं स्टेजवर सतत असायचो आणि इतर पात्रंही येत-जात असायची. प्रेक्षकांना भावनांच्या हिंदोळ्यावर झुलवणं हे माझं काम होतं आणि फक्त शब्दांच्या माध्यमातून मला ते करायचं होतं.

माझ्या आयुष्याच्या या वळणावर या नाटकाने मला कम्युनिकेशनमधली संवदनशीलता शिकवली. लोकांशी संवाद कसा साधावा हे कळण्याच्या दृष्टीने ती आवश्यक होती. या भूमिकेमुळे मी एकाग्रता शिकलो. माझ्या या अत्यंत अवघड भूमिकेची तयारी करण्यासाठी मी स्टेजवर जाण्यापूर्वी तासभर शांतपणे स्टेजच्या मागे बसत असे. नाटकासाठी तेवढी तयारी करण्याची गरज असल्याचं मला जाणवत होतं.

या आठवणी विलक्षण सुंदर आहेत. मी केलेल्या सर्वच भूमिकांच्या आठवणी मी नेहमीच काढत राहतो. माझे आई-वडील हे नाटक पाहायला यायचे. ते मला

खूप प्रोत्साहन द्यायचे, याचं मला खूप कौतुक वाटतं. अगदी आतापर्यंत, इतक्या वर्षांनंतरही मॉम मला म्हणते, ''तू सगळं काही केलंस... आता परत नाटकाकडे का वळत नाहीस? तू नाटक सोडू नकोस रे!'' तिच्या आवाजात मला कायम कौतुक, चिंता आणि आशा अशा भावनांचं मिश्रण जाणवायचं. हे फक्त आयांच्याच आवाजात आपल्याला सापडतं. मी नाटक सोडल्याचं तिला खूप वाईट वाटतं. मी जे काही मिळवलंय त्याचा तिला अभिमान वाटतो, पण माझं नाटक हा तिच्या जिव्हाळ्याचा विषय. 'मला वेळ नाही' असं मी तिला सांगत राहतो हे जरी खरं असलं, तरी 'मी वेळ काढत नाही' हे जास्त खरं आहे. निदान सध्या तरी मी ते करू शकत नाही. एक मात्र नक्की, नाटकातून मिळालेले ते धडे अविस्मरणीय आहेत.

♦

कोणत्याही परिस्थितीत संवाद साधता आला की तो संवाद प्रभावीच होतो.

अशाच एका व्यवहाराची आठवण माझ्या नाटकातून मिळालेल्या प्रशिक्षणाशी जोडलेली आहे. मर्डोक भारतात आमच्या ऑफिसमध्ये येऊन गेले त्याला एक आठवडा उलटून गेला होता. त्यानंतर त्यांच्या टीमकडून मला फोन आला. ''आम्हाला आपल्याशी अजून चर्चा करायची आहे. तुम्हालाही तसंच वाटत असेल तर पुढच्या आठवड्यात 'बीस्कायबी'च्या ऑफिसमध्ये भेटू या.'' त्यांच्या एक ज्येष्ठ सहकाऱ्याने मला कळवलं.

मी खूपच अननुभवी, खरं तर भाबडाच होतो. मी एकटाच तिकडे गेलो. न्यूज कॉर्पच्या मनात नेमकं काय आहे, हे समजून घेण्यापलीकडे माझ्याकडून काय अपेक्षा असणार होती?

ठरल्याप्रमाणे 'बीस्कायबी'च्या ऑफिसमध्ये त्यांच्या सात जणांच्या टीमशी माझी भेट झाली. त्यात 'बीस्कायबी'चे प्रमुख धोरण ठरवणारी टीम, दोन वकील, दोन गुंतवणूक बँकर्स यांचा समावेश होता. मला वाटलं होतं की मी एका चर्चेसाठी आलोय; परंतु ते तर संपूर्ण व्यवहार पूर्ण करण्याच्या तयारीने आले होते.

''तुमची टीम कुठे आहे?'' त्यांच्यापैकी एकाने मला विचारलं. ''तुमचे वकील? बँकर?'' असं म्हणून त्यांनी त्यांच्या प्रस्तावाबद्दल सांगायला सुरूवात केली.

मर्डोक यांच्या ग्रुपने भारतातील त्यांच्या कंटेट भागीदारांच्या मोजक्या यादीत आम्हाला स्थान दिलं होतं. त्यांना आमच्या कंपनीतील छोट्या हिश्शाची पण महत्वपूर्ण भागीदारी हवी होती. त्यांच्या संभाव्य प्रतिस्पर्ध्या सोबत आम्ही करार करायला त्यांची हरकत नव्हती. एकूणच, आमच्याशी केला जाणारा हा करार त्यांच्यासाठी आगामी वर्षात भारतविषयक आपलं धोरण बळकट करण्यासाठी महत्त्वपूर्ण ठरणार होता.

''मी कोणालाही बरोबर आणलं नाही.''

''ठीक आहे, मग काय करू या?'' या चर्चेतून फारसं काही निष्पन्न होणार नाही, हे तर स्पष्टच होतं, पण चर्चेला त्यांचा विरोध नव्हता.

...तेव्हा माझ्या मनात तीन विचार आले-

१. त्या चर्चेसाठी त्यांच्या बाजूने एवढ्या मोठ्या संख्येने लोक एकत्र आले होते. मी जर खूप शंका-कुशंका काढत बसलो असतो तर पुन्हा सगळे लोक एकत्र आले असतेच असं नाही.

२. जर दिवसभराच्या चर्चेनंतर आम्ही एखाद्या निष्कर्षाप्रत आलो नसतो तर ते पुढील योग्य पर्यायांचा शोध घेऊ शकले असते.

३. त्यांच्या संवादावरून मला त्यांची स्पष्टता व गरज जाणवली. मर्डोक यांनी दिवसअखेरीपर्यंत होकार किंवा नकार कळवण्याचा आदेश दिला असावा.

मी ज्या रूपरेषेवर विचार करत होतो त्यानुसार मला गोष्टी योग्य वाटत होत्या. त्यापुढे जाऊन मलाच सर्व करावं लागणार होतं. त्यामुळे एकट्याने पुढे जाणं मी पसंत केलं.

''मला ठीक वाटतंय. आपण चर्चा करू या,'' मी म्हणालो. माझ्या या वाक्याने त्यांना काहीसं आश्चर्य वाटलेलं दिसलं. परंतु आम्ही दिवसभर वाटाघाटी केल्या. बारीकसारीक मुद्द्यांवर चर्चा करून तपशील निश्चित केले. संध्याकाळी चारच्या सुमारास त्यांच्या वकिलाने कराराचे प्रमुख मुद्दे तयार केले. त्यानंतर चार तासांनी बाहेर पडून मी माझ्या टीमला आणि वकिलाला फोन केला. त्यांना मी दिवसभर फोनपाशी राहायला सांगितलं होतं. न्यूज कॉर्पच्या टीमने मर्डोक यांना अंतिम मान्यतेसाठी प्रिंटआऊट फॅक्स केली. (त्या काळात ई-मेलचा तितकासा वापर होत नव्हता.) त्या कंपनीच्या जगभर

उलाढाली सुरू असतानाही मर्डोक यांना तुलनेने लहान असलेला हा भारतासोबतचा करार महत्त्वाचा वाटत होता. त्यांना तो करार परत वाचायचा होता याचं मला आश्चर्य वाटलं. खऱ्या उद्योजकाचा हा आणखीन एक गुणधर्म!

मी कंपनीच्या अर्ध्याहून कमी भागासाठी भागीदार निवडला होता. याआधी मी कधीच असा गुंतवणूकदार व भागीदार घेतला नव्हता. तर... बारा तासांच्या वाटाघाटीनंतर मी करियर आणि आयुष्य बदलवणारा निर्णय घेतला होता.

न्यूज कॉर्पची टीम संतुलित आणि न्याय्य होतीच, परंतु काहीही तयारी नसताना प्रस्थापित अनुभवी व्यावसायिकांसोबत मी चर्चा केली याचा मला विशेष आनंद होता. त्यांच्या अटी मला जाचक वाटत नव्हत्या; त्या सोयीच्या होत्या. हीच तर खरी मेख होती. सभागृहात एकटे उभे असताना सगळ्यांच्या नजरा तुमच्यावर रोखलेल्या असतानाची माझी अवस्था अवघड झाली होती. प्रेशरकुकरमध्ये एकट्यालाच फेकून दिलं की तुम्ही अधिक आत्मविश्वासपूर्ण आणि सावध होता, हा प्रत्यय मला आला.

कॉन्फरन्स रूममधील आमचं काम संपल्यावर मी झरिनाला फोन केला. (कालांतराने मी याच झरिनाशी लग्न केलं.) आम्ही एकमेकांचं अभिनंदन केलं. हे यश साजरं करण्यासाठी तेव्हा कोणीच नव्हतं. मग मी लांब फिरायला गेलो. फिरणं हा माझ्यासाठी खूप आनंदाचा भाग आहे... खरं तर एक उपचार पद्धती! कुठलाही रस्ता न ठरवता, किंवा खरं तर काहीच न ठरवता मी जेव्हा लांब फिरायला जाता तेव्हा माझं मन खूप प्रसन्न होतं. त्या रात्री एक सुखद गारवा वातावरणात होता. मी सोहो भोवती फिरत होतो. रस्त्यांवर लाइट्सचा लख्ख प्रकाश पडला होता. दिवसभराचा ताण संपला होता आणि मला खूप छान वाटत होतं. माझ्या व्यावसायिक जीवनात मी प्रथमच भागीदार घेतला होता. आयुष्य कधीच एकसारखं राहत नाही, पण...

अचानक माझ्या समोर दोन अगडबंब व्यक्ती आल्या. मला काही समजायच्या आत त्यांनी मला लुटलं. माझ्याजवळचं सगळं काही चोरट्यांनी लांबवलं. मी घड्याळ कधीच वापरत नाही, तसंच माझ्याकडे पैशाचं पाकीटही नव्हतं. त्यामुळे खिशातली उरलीसुरली रक्कम लांबवून ते रात्रीच्या अंधारात गडप झाले.

मी त्रस्त भावनेने हॉटेलमध्ये परतलो, परंतु सुखरूप असल्याचा दिलासा होता.

मी झरिनाला फोन करून सगळी परिस्थिती सांगितली. त्यावर तिने मला दिलासा दिला आणि एक समर्पक वाक्य सांगितलं-

"तुला आज काही तरी मिळालं आणि तू आज काही तरी परतही केलंस... चांगलं कर्म!"

माझी झरिना माझं मन किती चपखलपणे ओळखते.

♦

- 'कम्युनिकेशन' हा यशाच्या अत्यंत महत्त्वाच्या घटकांपैकी एक आहे. यामुळे पारदर्शक, मनमोकळी आणि कुठल्याही प्रकारची उच्च-नीचता नसलेल्या संस्कृतीची स्थापना होते.

- मीटिंगमध्ये मोबाइल वापरण्याच्या संदर्भात आपली सावध उपस्थिती ठेवून दुसऱ्याच्या वेळेची कदर करा. एका वेळी अनेक गोष्टी करताना इतरांचं लक्ष विचलित होतंच आणि स्वत:चं लक्षही केंद्रित होत नाही.

- खुल्या मनाने इतरांना प्रतिसाद द्या. आपल्या रोजच्या कार्यक्रमांच्या बाबतीतलं अद्ययावत ज्ञान मिळवा. चांगल्या कल्पना सगळीकडेच असतात. तुम्हाला कुठली संधी कधी मिळेल हे काही सांगता येत नाही.

- तुमच्या मनात हेतू आणि ध्येय स्पष्ट असेल आणि तुमच्या मनाजोग्या गोष्टी घडत असतील तर कुठल्याही चर्चेत तुम्ही उत्तम नियंत्रण राखू शकता. पण जर तुमच्या मनासारखं फळ जर पदरात पडणार नसेल, तर तो व्यवहार करायला तुम्ही कितीही उत्सुक असलात तरी तो करू नका. त्यातून सरळ बाहेर पडा.

♦♦♦

४
परिघाबाहेरून 'आत' येताना...

निसर्गविषयक माहितीपटात असं दृश्य नेहमी दिसतं, की हरणांच्या कळपातील सर्वांत दुर्बळ हरणावर चित्ता झडप घालतो. खऱ्या जगातही असंच घडत असतं. तुमचा स्वतःचा प्राण वाचवण्यासाठी तुम्ही जंगलातील सर्वाधिक गतिमान प्राणी असण्याची आवश्यकता नसते. तुम्हाला स्वतःला सर्वाधिक मंदगतीचा प्राणी बनण्याची तर कधीच इच्छा नसते. म्हणून संधी तुमच्यासमोर उभी ठाकते त्या वेळी तिच्यावर झडप घाला.

एखाद्या व्यावसायिक वर्तुळात एखादा माणूस शिकारी असणार आहे का भक्ष्य ठरणार आहे हे त्याच्या कल्पनेच्या ताकदीवरून ठरतं.

ब्लॉकबस्टर्स सिनेमा किंवा सुपरहिट सिनेमा हे काही सहज घडून येत नाहीत, असा माझा अनुभव आहे. अर्थात तो अनुभव वेदनादायी आहे. या दृष्टिकोनातून मला असं वाटतं, की शाश्वत आणि सातत्यपूर्ण यश ही निश्चित खात्री देण्यासारखी गोष्ट नाही. जर तुम्ही त्या विशिष्ट क्षेत्राबाहेरचे किंवा त्या क्षेत्राच्या दृष्टीने अगदी परका माणूस असलात तर नाहीच नाही. अशा युद्धात मला झालेल्या कित्येक जखमा ही गोष्ट सिद्ध करण्यासाठी पुरेशा आहेत.

आम्ही जेव्हा आमच्या स्टुडिओच्या वेगवेगळ्या विभागांची निर्मिती आणि

प्रयोग करण्याच्या प्रक्रियेत गुंतलो होतो तेव्हा मला जाणवत होतं, की हा सगळा एक दीर्घ आणि खडतर प्रवास असणार आहे. या क्षेत्रातले बारीकसारीक बारकावे समजून घेण्यासाठी मी स्वतःला चित्रपटांमध्ये अक्षरशः बुडवून घेतलं होतं. २००६ मध्ये मी जेव्हा अनुराग बसूचा थरारपूर्ण 'गँगस्टर' पाहिला तेव्हा माझ्या लक्षात आलं, की हा एक वेगळा दिग्दर्शक आहे. त्याच्याकडे सिनेमातून रंजकतेने गोष्ट रंगवून सांगण्याचं जन्मजात कौशल्य आहे आणि त्याचबरोबर प्रेक्षकांची नस पकडण्याची ताकद आहे. सिनेमातून विलक्षण मूड्स तयार करण्यात आणि त्यांना प्रेक्षकांची दाद मिळवण्यात तो तरबेज आहे. तो कलाकारांचा दिग्दर्शक आहे. त्याच्याकडे कलाकारांकडून उत्तम अभिनय करून घेण्याची हातोटी तर विलक्षण आहे. या सर्वांत कळस म्हणजे हे सगळं पूर्णत्वाला नेण्याचं विशेष धाडस त्याच्यात आहे.

त्या संध्याकाळी मी गँगस्टर पाहून बाहेर पडल्या पडल्या माझी सिनेमाबद्दलची पसंती सांगायला उत्साहाने फोन केला आणि त्या फोनच्या शेवटी भविष्यात एखाद्या प्रोजेक्टवर एकत्र काम करण्याचं आश्वासन आम्ही एकमेकांना दिलं. खरं सांगायचं तर आमच्या या चर्चेतून काही निष्पन्न होईल असं मला अजिबात वाटलं नव्हतं. तो टेलिव्हिजनवर काम करायला लागला तेव्हापासून आत्तापर्यंत त्या दिवशी खऱ्या अर्थाने प्रथमच असा संवाद झाला होता. आमच्या या बोलण्याला खूप दिवस उलटून गेले. या क्षेत्रात नातीगोती आणि परस्पर संबंध (व्यावसायिकसुद्धा) एका रात्रीत बदलतात.

परंतु मी सातत्याने त्याचा या बाबतीत पाठपुरावा करत राहिलो आणि वर्षभराच्या आत एका छोट्या फोनपासून सुरू झालेल्या आमच्या संवादाच्या आधारावर कित्येक कल्पनांवर चर्चांच्या फैरी झडल्या. त्यानंतर सगळ्या गोष्टी झटपट घडत गेल्या आणि २००७ मध्ये 'लाइफ इन अ मेट्रो' हा मनाची घालमेल करणारा अद्भुत सिनेमा आकाराला आला. हा सिनेमा म्हणजे आमच्या छोट्या अननुभवी स्टुडिओतून आगामी काळात येऊ घातलेल्या सिनेमांचं एक प्रसन्न दर्शनच होतं. या सिनेमामुळे आमच्यावरचा बॉलिवुडमधील 'बाहेरून आलेले कल्पक लोक' हा शिक्का पक्का केला.

'लाइफ इन अ मेट्रो' या सिनेमामध्ये चार लघुकथांमधून मुंबईतल्या नऊ जणांचे वैयक्तिक नातेसंबंध उलगडतात. त्या नातेसंबंधांतच सिनेमाच्या या

कथांमधील जुळणी आणि त्यातून प्रेक्षकांना सिनेमाशी बांधून ठेवण्याचा अद्भुत गुण दडलेला आहे. तो सिनेमा त्या काळाच्या मानाने खरोखरच भन्नाट होता. या कथानकातील सगळे धागे आणि त्यांचे परस्परांशी असलेले संबंध पाहताना सिनेमाचा सर्जनशील प्रेक्षक अंतर्मुख होत होता. या सगळ्यावर कळस म्हणजे, सिनेमातील दृश्यांमागची संगीतकारांची गाण्यांची पेरणी दृश्यस्वरूपाने प्रत्येक दृश्यातील परिणामकारकता दाखवत होती. या सिनेमाला समीक्षकांनी नावाजलं आणि व्यावसायिक यशही मिळालं. याच बळावर अनुरागने आणि मी अजून दोन सिनेमे एकत्र करायचं ठरवलं... पण बॉलिवुडमध्येसुद्धा आयुष्यासारख्या ठरल्याप्रमाणे गोष्टी घडत नाहीत.

अनुराग हा एक अत्यंत सर्जनशील, बुद्धिमान कलाकार आहे. इतर अनेक सर्जनशील बुद्धिवंतांप्रमाणेच तो ही लहरी, एककल्ली, खचित विक्षिप्त वाटू शकतो. आपल्या कल्पनेच्या परिघापर्यंत यशस्वीपणे पोहोचण्यासाठी त्याला एकटं सोडण्याची आवश्यकता असते. कित्येकदा काही आठवडे तो तुमच्याशी दिवसातून दोन-दोनदा बोलत असे, तर कधी स्वतः पाहिलेल्या स्वप्नांच्या पूर्तीसाठी आणि त्यांना आकार देण्यासाठी तो अचानक गायब होत असे. एका अत्यंत गुणवंत अशा सर्जनशील माणसासोबत काम करण्याचा हा एक अनुभवच असतो.

तर, 'मेट्रो' संपवून सहा महिने उलटून गेले होते. अचानक सिगरेटच्या धुरासारखा विरून गेलेला अनुराग एके दिवशी किंचितशी अपराधीपणाची सल घेऊन ऑफिसमध्ये अवतरला. बॉलिवुडमधल्या एका अव्वल स्टार पिता-पुत्रांनी त्याला बोलावून एकत्र काम करायला सुचवलं होतं. ते सांगायला तो माझ्याकडे आला होता, ही खरी मेख होती, आणि यामुळेच त्याच्या वागण्यात मला अपराधीपणाची झाक जाणवत होती. त्या स्टार पिता-पुत्रांना स्वतःच्या हिमतीवर एक सिनेमा काढायचा होता. त्यामुळे एकत्र दोन सिनेमे करण्याचं आमचं स्वप्नं पुढे ढकललं गेलं होतं. आम्हाला वाट पाहावी लागणार होती.

अनुरागला या सिनेमामुळे मोठा 'ब्रेक' मिळेल असं वाटत होतं. वास्तविक पाहता आम्ही एकमेकांसोबत करार केला होता, पण तरीही त्याला त्याच्या या सिनेमासाठी माझ्याकडून शुभेच्छा हव्या होत्या. आम्हाला सगळं कळून चुकलं होतं. खरं तर दिलेला शब्द ही काळ्या दगडावरची रेघ असते... पण

व्यवसायात अनेकदा अशी अनपेक्षित वळणं येतात. खरं तर माझं तडजोड करण्याचं धोरण कधीच नसतं... पण तुम्हाला व्यवसायात वास्तववादीही असावं लागतं. ठरलेल्या कराराप्रमाणे गोष्टी पाळणं जर अवघड असेल तर किमान दीर्घकालीन व्यवसाय आणि परस्पर नातेसंबंध अबाधित राहण्यासाठी जे जे उत्तम असेल ते केलं पाहिजे. जर ती गोष्ट पुढे दीर्घकाळ चालणारच नसेल तर मग करारावर बोट ठेवणं केव्हाही चांगलं असतं. पण भारतात कायदेशीर उपाययोजनांसाठी दहा-दहा वर्षं किंवा त्याहूनही अधिक काळ वाट पाहावी लागते. कायद्याच्या तुलनेने काळच अधिक जलदगतीने जखमा भरून काढतो.

त्या दिवशी जेमतेम दोनच मिनिटं आमची चर्चा झाली. त्यानंतर कोणतीही कटू भावना मनात न बाळगता मी अनुरागला सदिच्छा दिल्या. नातेसंबंधांत तळमळ ही महत्त्वाची गोष्ट आहे, मग ते व्यावसायिक असोत की वैयक्तिक.

त्यानंतर आम्हा दोघांना एकत्र काम करण्यासाठी वाट पाहावी लागली असती हे दोघांनाही माहीत होतं. अनुरागला हृतिक रोशनबरोबरचा 'काइट्स' हा लाडका प्रोजेक्ट पूर्ण करायला तब्बल दोन वर्षं लागली. या अनुभवामुळे स्थिर झालेला अनुराग पुन्हा एकदा आमच्याबरोबर नवीन प्रोजेक्ट सुरू करण्यासाठी तयार होता. "आत्ता ठोस असं काही मनात नाही किंवा अजून गोष्टही पूर्ण नाही. ती एक अगदीच कच्ची पटकथा आहे." एके दिवशी अचानक अवतरलेला अनुराग आपल्या नवीन कल्पनेविषयी बोलत होता. त्यानंतर पुढच्या अर्ध्या तासात त्याने मी कल्पनाही करू शकणार नाही अशा एका धूसर कथेची मांडणी माझ्यासमोर केली. त्यात संवाद नव्हते, फारशी मारामारी नव्हती, तरीही अनुरागच्या कथा सादरीकरणातून त्याच्या डोक्यातल्या सिनेमातील व्यक्तिरेखा माझ्यासमोर जिवंत उभ्या राहत होत्या.

मी सिडबरोबर (सिद्धार्थ रॉय कपूर) बसलो. तो यूटीव्हीच्या आमच्या स्टुडिओचा प्रमुख होता. (मी बाहेर पडल्यावर तो डिस्नेचा इंडियाचा व्यवस्थापकीय संचालक झाला.) अत्यंत शांतपणे कथानक ऐकून तो कळीच्या मुद्द्याकडे वळला.

फारसे ठोस तपशील नसलेल्या आणि अत्यंत धूसर वाटणाऱ्या या सिनेमाच्या गोष्टीला हिरवा कंदील दाखवल्याबद्दल त्या मीटिंगला उपस्थित असलेल्या कुणीही आम्हाला मूर्खातच काढलं असतं. परंतु मी अनुरागला ओळखत होतो

आणि त्याच्या विचारप्रक्रियेचा मला अंदाज होता. त्याच्या सक्षम हातात काळजीपूर्वक विणली जाणारी ती कथा नेमकी कशी आकार घेणार होती हे मला उमगतही होतं.

"या चित्रपटात तीस ते चाळीस वाक्यांपेक्षा अधिक जास्त संवाद असतील असं मला वाटत नाही." तो खांदे उडवत म्हणाला. "ते सगळं मूड्समध्ये असेल, कथेच्या फीलमध्ये असेल. संगीताच्या सारणीतून ते पुढे सरकत जाईल आणि सर्वांत महत्त्वाचं म्हणजे तीन प्रमुख व्यक्तिरेखांमधून ते भक्कमपणे उभं राहील." यूटीव्हीच्या सिनेमा निर्मितीच्या प्रवासात यापुढे कोणती अद्भुत गोष्ट घडणार आहे, या कल्पनेने आम्ही दोघंहीजण शहारून गेलो होतो.

'अनुरागला हे जमलं नाही तर ते कोणालाच जमणार नाही, आणि सिनेमा निर्मितीतील नवीन गोष्ट यूटीव्ही नाही करणार तर कोण करणार?' असे विचार माझ्या मनात घर करत होते.

मग आम्ही मागेपुढे विचार न करता जिवापाड मेहनत घेऊन 'बर्फी' तयार केला. अनुरागच्या मनातील व्यक्तिरेखा रणबीर कपूर, प्रियांका चोप्रा आणि इलियाना डिक्रूझ यांनी हुबेहूब साकारल्या. त्यांच्या या उत्तम अभिनयानंतर प्रेक्षकांच्या त्यांच्याबद्दलच्या अपेक्षा उंचावल्या. संगीतामुळे अप्रतिम मूड तयार झाला होता. इतर अनेक सिनेमांप्रमाणेच 'बर्फी'लाही अनेक आव्हानांना तोंड द्यावं लागलं. आमच्या चित्रीकरणाच्या पहिल्याच शेड्युलला दार्जिलिंगला मुसळधार पाऊस कोसळला. आम्ही जवळजवळ दहा दिवस चित्रीकरण केलं. नंतर त्याची दृश्यं पडद्यावर बघितल्यावर ती सगळी रद्द करून टाकली. सिनेमा मानवी भावनांभोवती फिरत होता. त्यामुळे प्रत्येक दिवसाच्या चित्रीकरणासाठीचा वेळ लांबत चालला होता. अतिशय बुद्धिमान आणि व्यावसायिक कलाकार असूनही सिनेमाकडून असलेल्या अपेक्षाच एवढ्या तीव्र स्वरूपाच्या होत्या. त्यामुळे वेळ वाढत होता आणि त्याचा त्रास जवळजवळ सगळ्यांना सोसावा लागला.

परंतु 'बर्फी'! 'बर्फी'ने प्रेक्षकांची मनं तर जिंकलीच, पण त्याचबरोबर बॉक्स ऑफिसचे विक्रम मोडले आणि खरं तर पारंपरिक सिनेमांच्या वाटाही बदलून टाकल्या आणि अखेरीस प्रतीक्षेचं गोड फळ आमच्या पदरात पडलं...

◆

लोकांच्या हे लक्षात येत नाही की यूटीव्हीचे बॉलिवुडमधले सुरूवातीचे दिवस काही गोडी-गुलाबीचे नव्हते. एखाद्या उद्योजकासाठी, कटू आठवणी काढत राहणं फारसं काही चुकीचं नसतं... किमान काही वेळा तरी फक्त त्याने त्या अनुभवांतून काही तरी उत्तम शिकायला हवं. आमच्या सकारात्मक प्रयत्नांनी आणि सतत पुढे जाण्यासाठी केलेल्या धडपडीमुळे, यू.टी.व्ही.मध्ये आमच्या यशासाठीच आम्ही लोकांच्या लक्षात राहिलो.

मनोरंजनाचं क्षेत्र हे अस्थिर आणि चंचल असू शकतं. चित्रपटांमध्ये एक-दोन वर्षं मंदीची असू शकतात. लोकप्रिय माध्यमांमधून एखादा संदेश चुकीच्या पद्धतीने पसरून प्रत्येकाच्या मनात तुमच्या अस्तित्वाची आणि भवितव्याची शंका उत्पन्न होऊ शकते. बॉलिवुडमध्ये तुमच्या कल्पनेच्या ताकदीनुसार या इंडस्ट्रीत तुम्ही शिकारी असणार की भक्ष्य हे ठरतं. निसर्गविषयक माहितीपटात असं दृश्य नेहमी दिसतं, की हरणांच्या कळपातील सर्वांत दुर्बळ हरणावर चित्ता झडप घालतो. खऱ्या जगातही असंच घडत असतं. तुमचे स्वतःचे प्राण वाचवण्यासाठी तुम्ही जंगलातील सर्वाधिक गतिमान प्राणी असण्याची आवश्यकता नसते. तुम्हाला स्वतःला सर्वाधिक मंदगतीचा प्राणीही बनण्याची तर कधीच इच्छा नसते. म्हणून संधी तुमच्यासमोर उभी ठाकते त्या वेळी तिच्यावर झडप घाला.

बॉलिवुडमध्ये आपलं स्थान नेमकं कुठे आहे, असा प्रश्न पडू शकतो. एखादं स्टेटमेंट हे ठरवू शकतं. तुम्ही कसे दिसता, किती स्मार्ट आहात यावरही ठरू शकतं. एखाद्या कमकुवत मनाच्या व्यक्तीसाठी बॉलिवुड हे प्रचंड एकाकी बेटही वाटू शकतं. जर आपल्या वेगाची गती कमी झाली तर आपल्यासाठी ते वर्ष वाईट असतं. परंतु आमच्या प्रेक्षकांच्या मनात चित्रपट स्टुडिओबद्दल वेगळं चित्र आहे. बहुतांश व्यवसायांच्या बाबतीत थोड्याफार प्रमाणात असंच असतं. आपल्याला बसलेले झटके आणि त्यांना तुम्ही दिलेला प्रतिसाद यावर तुमचा प्रवास अवलंबून असतो.

या व्यवसायात तीन-चार वर्षं आम्ही सातत्याने झगडत आलो. आम्ही केलेल्या कामाचा आणि आम्ही ज्याची उभारणी करत होतो त्या कामाविषयी आम्हाला कायमच अभिमान वाटत होता. पण तरीही आमचं स्टुडिओ मॉडेल आमच्या टीमला बऱ्याच ताणात ढकलत होतं हे माझ्या लक्षात आलं होतं.

एके दिवशी आमचे तत्कालीन सीएफओ रोनॉल्ड डीमेलो माझ्याकडे आले आणि म्हणाले, ''आपल्याला या मॉडेलसाठी कुठल्या तरी जाणकार पार्टनरची गरज आहे. दीर्घकाळासाठी फक्त आपणच आपल्या जिवावर हे काम करणं मला अवघड दिसतंय.'' त्यानंतर कंपनीतील किती तरी लोकांच्या मनातला विचारही ते बोलले, ''आपण बाहेरून आलोय रॉनी. आपण जर कोणाशी चांगल्या पद्धतीने जोडून घेतलं नाही तर आपण या परिघाबाहेरच राहू.''

मला त्यांचं म्हणणं समजत होतं, खरं तर पटत होतं. रोनॉल्ड हे नेहमीच कंपनीच्या आणि टीमच्या हिताचं बोलत असत. त्यांच्या सूचनेवर विचार करण्याची ग्वाही मी त्यांना दिली. तरीही क्रिएटिव्ह गोष्टी, बुद्धिवंतांचे व्यावसायिक संबंध आणि त्याचं व्यवस्थापन यांच्या बाबतीत एखादी योजना बनवणं, त्या योजनेला हिरवा कंदील दाखवणं यात सगळ्यांच्या संमतीची आवश्यकता नसते. (खरं तर हीच गोष्ट बहुतांश व्यवसाय व क्षेत्रांना लागू पडते.) आम्ही जर भागीदार घेतला, तर आपली स्वत:ची ओळख किंवा ब्रँडची ओळख आणि उभारणी करू शकणार नाही, ही शक्यता मला वाटत होती.

दोन आठवड्यांनी रोनॉल्ड यांच्याशी परत बोलणं झालं. ते मला विचारत होते, की मी कुणाशी बोलणी सुरू केली आहेत का? खरं तर त्यांना आणि मला दोघांनाही माहीत होतं, की एकदा बोलणं झालं की मला आठवण करून देण्याची गरज नाही. पण ते त्यांच्या बाजूने मला परत सांगायला आले होते. त्यांचं म्हणणं मी मान्य न केल्याचे भाव त्यांना माझ्या चेहऱ्यावर दिसले. कंपनीची प्रगती होण्याच्या दृष्टीने सर्वांनी एकजुटीने काम केलं तर मी चर्चा सुरू करेन आणि त्या वेळी भागीदारीचा विचार करेन, असं मी सांगितलं होतं. कंपनीच्या बिझनेस डिव्हिजनचं काम आहे ते तसंच सुरू राहावं आणि निर्णय लांबवावेत असं मला वाटत नव्हतं.

म्हणूनच मी माझ्या स्ट्रॅटेजीप्रमाणे विविध प्रकारच्या काही वाटाघाटीच्या प्रयत्नांना सुरूवात केली.

प्रथम मी यश चोप्रांना यशराज स्टुडिओत फोन केला. त्यांच्या निगर्वी स्वभावाप्रमाणे त्यांनी कसलेही आढेवेढे न घेता आज किंवा उद्या त्यांच्या ऑफिसमध्ये भेटण्याचं आश्वासन दिलं. मी दुसऱ्याच दिवशी यशजींकडे गेलो. मी मनातल्या मनात भागीदारीची कल्पना कशा प्रकारे मांडता येईल याची

जुळवाजुळव करत होतो. आम्ही कायमच मळलेली वाट सोडून नवीन वाटा शोधण्याचं काम केलं होतं. चित्रपटनिर्मितीचा कौटुंबिक वारसा सांगणाऱ्या एका मुरब्बी व्यावसायिकाला मी भेटायला चाललो होतो. कित्येक दशकं त्यांच्या कंपनीने बॉलिवुडवर अधिराज्य गाजवले होतं. आपण एखादा औपचारिक प्रस्ताव त्यांच्यासमोर ठेवत आहोत असं त्यांना वाटू नये यासाठी मी सर्वतोपरी काळजी घेत होतो. यशजींचा होकार मी गृहीत धरू शकत नव्हतो. सुमारे तासभर आमचं अगदी छान बोलणं झालं.

यशजी हे खरोखरच एक अत्यंत उत्तम माणूस होते. तोपर्यंत तरी माझ्या पाहण्यात असा माणूस नव्हता. विनम्र, सहज संवाद साधता येईल असा वाटणारा, विचारांत हरवून गेलेला माणूस. परंतु त्यामुळे त्यांचे विचार भरकटलेले असतील असं कुणालाही वाटू शकत होतं.. पण खरं चित्र वेगळं होतं. तिथल्या उपस्थितांमधे सर्वांत सुंदर श्रवणकौशल्य त्यांच्याकडे होतं. बॉलिवुडपासून सामाजिक न्याय आणि काश्मीरच्या राजकारणापर्यंत कुठल्याही विषयावर ते लीलया बोलत होते.

ते उद्धटपणे अजिबातच दुर्लक्ष करणारे वाटत नसले, तरी त्यांनी माझ्या प्रश्नाचं उत्तर दिलं नव्हतं. उलट, मी जेव्हा जेव्हा भागीदारीचा विषय काढत होतो तेव्हा तो विषय बदलून ती चर्चा विविध टप्प्यांवर आणून उभी करत असत. आम्ही खूप हसलो आणि गप्पा मारल्या. परत चौथ्यांदा मी माझ्या येण्यामागचं कारण सांगून भागीदारीचा विषय काढायचा प्रयत्न केला. मी शक्य तितक्या कृष्णशिष्टाईने बोलत राहिलो. दोन स्टुडिओंच्या एकत्र येण्याने चित्रपटांसाठी खूप मोठा कॅनव्हास मिळेल, त्यामुळे आपण आपली ताकद एकवटली तर परदेशांत कसा प्रवेश करून बाजारपेठ वाढवू शकू, असं बरंच काही मी बोलत होतो. यशजी खरं तर स्पष्टपणे त्यांचा विचार मला सांगू शकले असते, पण तसं काहीही न करता ते ऑस्ट्रेलियाला महोत्सवासाठी जाऊन आले होते त्याबद्दल सांगत राहिले.

एक अविस्मरणीय अद्‌भुत भेट! एक दार बंद झालं होतं. त्यानंतर काही वर्षांनी यशजींचं निधन झालं, त्या वेळी मला त्यांच्या आणि माझ्या भेटीची, त्यांच्या सौजन्यपूर्ण स्वभावाची आणि विनम्रतेची आठवण आली. मला आठवतंय, अंत्ययात्रेआधी लोकांना त्यांचं अखेरचं दर्शन व्हावं यासाठी यशजींच्या एका

स्टुडिओत त्यांचा मृतदेह ठेवण्यात आला होता. मी कोपऱ्यात उभा होतो. तास-दोन तास तिथे होतो. नंतर जेव्हा अंत्यदर्शनासाठी जमलेल्या जनसागराला बाहेर जायला सांगितलं, तेव्हा मी शांतपणे बाहेर पडलो. ज्या व्यक्तीचं आपण मनापासून कौतुक करतो, त्या व्यक्तीच्या सान्निध्यात घालवलेले ते क्षण मला खूपच शांततापूर्ण आणि अर्थपूर्ण वाटले.

त्यानंतर मी अमिताभ बच्चन कॉर्पोरेशन लिमिटेडला फोन केला. अमिताभ बच्चन व त्यांचे कुटुंबीय आपलं स्टुडिओ मॉडेल पुनरुज्जीवित करण्याच्या प्रयत्नात आहेत असं माझ्या कानावर आलं होतं. त्यामुळे दोन्ही बाजूंनी हा प्रस्ताव महत्वाचा वाटत होता. आमच्या दोन तपशीलवार मीटिंग्ज झाल्या. दुसऱ्या बैठकीला अमितजी, जयाजी आणि अभिषेक उपस्थित होते. त्यांच्यासोबत त्यांची व्यवस्थापनाची टीमही होती. त्यांना निर्णय घेणं सोपं जावं म्हणून एक उच्च सत्ताधारी सल्लागारही उपस्थित होते. जेव्हा अशा मीटिंग्जमध्ये एखादा बाहेरील सल्लागार सहभागी होतो तेव्हा त्या व्यक्तीला आपलं महत्त्व ठसवण्याची गरज असते. सहसा त्यांची उपस्थिती नेहमीच फारशी फलदायी ठरत नाही. ती दुसरी मीटिंग फार काळ चालली नाही आणि आम्ही तो नाद सोडून दिला.

त्याच वेळी जगातील उच्च दर्जाच्या सोनी (कोलंबिया) पिक्चर्स आणि ट्वेंटिएथ सेंच्युरी फॉक्स यांना स्थानिक कंपन्यांच्या साहाय्याने, भारतात विस्तार करायचा होता. त्यांनी भारतात प्रदर्शित केलेल्या हॉलिवुड चित्रपटांना फारसा प्रतिसाद मिळाला नव्हता. खरं तर आजही हॉलिवुड चित्रपटांना भारतीय बॉक्स ऑफिसवर दहा टक्क्यांहून कमी प्रतिसाद लाभतो आहे. या दोघांनीही आमच्याकडे संयुक्त व्यवसायासाठी दीर्घकालीन आणि वेगळाच प्रस्ताव मांडला. सोनीचे लोक प्रथम आले होते, त्यामुळे आम्ही पूर्ण पारदर्शकता ठेवण्याच्या हेतूने फॉक्सच्या लोकांना ही बातमी कळवली.

सोनीसोबतच्या वाटाघाटी करणं खूप गुंतागुंतीचं होतं, पण आम्ही त्यात उत्तम प्रगती केली. साठ दिवसांत कराराचा मसुदा तयार केला. काही दीर्घ कॉल्स आणि मीटिंग्ज झाल्या. दोन्ही बाजूंच्या लोकांनी खूप आक्रमक पवित्रे घेतले. आमच्याबरोबरच्या व्यवहारात अडचणीचे दोन स्पष्ट मुद्देही होते. हा प्रस्ताव येण्यापूर्वी सोनी पिक्चर्सचे मायकल लिंटन यांच्यासोबत मी बोलणी केली

होती. त्यांचं व्यक्तिमत्त्व अत्यंत प्रभावी होतं. भोवतालच्या गोष्टींबाबतचं त्यांचं ज्ञान आणि वैचारिक स्पष्टता प्रचंड होती. आपल्याला हे का करायचं आणि कसं करायचं याची स्पष्ट जाणीव त्यांना होती. त्याच्याबद्दल माझ्या मनात त्या वेळीच नव्हे तर आजही प्रचंड आदर आहे. असं असलं, तरी चर्चेच्या त्या दोन मुद्द्यांपैकी एकावर त्यांनी लवचिक भूमिका घ्यावी असं मला वाटत होतं. कारण दुसऱ्यावर मीही लवचिक भूमिका घ्यायला तयार होतो. मला असं मनापासून वाटत होतं, खरं तर माझी तशी अपेक्षा होती.

दरवर्षी व्यवहारातून तीन चित्रपट वगळण्याचा हक्क सोनीला हवा होता. माझं म्हणणं होतं की सर्व चित्रपटांना समान न्याय मिळावा. एक तर सगळे चित्रपट स्वीकारा किंवा एकही स्वीकारू नका. दुसरा मुद्दा आमच्या निर्मितीच्या फीचा होता. आम्ही त्यासाठी किती किंमत आकारायची हा त्यांच्यासाठी चर्चेचा मुद्दा होता, पण आम्हीसुद्धा या चर्चेला तयार होतो.

भारतीय प्रमाणित वेळेनुसार रात्री ठीक साडेनऊच्या सुमारास हे चर्चेचे मुद्दे निकालात काढण्यासाठी त्यांना फोन करायला सुरूवात केली. मायकेल या कॉलसाठी उपलब्ध नव्हते. जेमतेम दोन-तीन मिनिटांच्या आसपास झालेल्या चर्चेत तिथल्या उपलब्ध ज्येष्ठ अधिकाऱ्यांशी आम्ही संवाद साधत होतो. या दोन्ही मुद्द्यांपैकी एकाही मुद्द्यावर माघार घेण्याची त्यांची तयारी नव्हती. मध्यरात्रीपर्यंत सुमारे दोन ते अडीच तास आम्ही चर्चा करण्याचा आणि व्यवहार संपवण्याचा प्रयत्न केला, पण काही वेळा आम्हाला अमेरिकन उद्धटपणाचा तसंच गर्विष्ठपणाचा अनुभव आला. त्यांना सगळं काही माहीत होतं, हे कळत होतं. आम्ही सगळे मध्यरात्रीपर्यंत त्यांचे कॉल्स घेण्यासाठी ताटकळत बसून वाट पाहू, असं त्यांनी गृहीत धरलं होतं. मला त्यांचा तो फाजील आत्मविश्वास वाटला. नेमकी त्याच्या उलट परिस्थिती असती, तर असा व्यवहार पूर्ण करायला त्यांची टीम अमेरिकेत अशी मध्यरात्री नक्कीच ताटकळली नसती. आम्ही करारावर सह्या केल्या असत्या तरी ही उद्धटगिरी लगेच नाहीशी झाली नसती, हेही आम्हाला कळत होतं. तो करार करणं हिताचं ठरलं नसतं हे आम्हाला कळत होतं.

'मध्यरात्रीपर्यंत असे कॉल्स करत बसण्याची अजून आवश्यकता नाही. आम्हाला पुढे जाण्यात स्वारस्य नाही.' मी त्यांना कळवलं. एक क्षणभराच्या

शांततेनंतर आपली मुदत एका दिवसाने वाढवण्याची त्यांनी झटकन तयारी दर्शवली. यामुळे का होईना, आम्ही पुन्हा विचार करू आणि चर्चा त्यांच्याकडे झुकेलच असं त्यांना वाटत होतं; परंतु मी त्यांना स्पष्ट नकार दिला. अशा प्रकारे त्यांची विनंती नाकारायची त्यांना सवय नसावी असं मला वाटलं. दुसऱ्या दिवशी परिस्थिती अनुकूल करण्यासाठी बचावात्मक फोन आले, पण आमच्या दृष्टीने वेळ निघून गेली होती.

मी नक्की काय नाकारलं होतं याचं गांभीर्य मला समजलं होतं का? हॉलिवुडचा एक प्रमुख स्टुडिओ आम्हाला त्यांच्याशी जोडून घेऊन विश्वासार्हता आणि प्रतिष्ठा प्राप्त करून देण्याचा प्रस्ताव देत होता. कराराप्रमाणे सोनी पुढील पाच वर्षांसाठी व्यवसायातले सर्व प्रकारचे खर्च आणि गुंतवणुकीतून ५० टक्के वाटा उचलणार होती. सगळं काही नव्याने सुरू करता आलं असतं. त्या वेळी त्यांचा सहभाग ५ अब्ज रुपयांच्या पुढे गेला असता. (म्हणजे त्या काळातील १० कोटी अमेरिकन डॉलरहून अधिक) आणि जागतिक वितरणात त्यांनी मदत केली असती.

पण करार झालेला नसूनही आमच्यामध्ये अस्वस्थ संबंध प्रस्थापित होऊ पाहात होते. मग हे सगळं झालं असतं तरी असं काय चांगलं होणार होतं? याउलट, जे झालं ते चांगलंच नाही का?

परस्पर विश्वास आणि आदर नसेल तर करार करण्यात अर्थ नाही. या सर्व परिस्थितीत सगळी जबाबदारी आमच्या गळ्यात पडली असती. शिवाय काही अवघड परिस्थिती उद्भवली असती तर दोषारोप आमच्यावरच झाले असते. खरं तर एखाद्या करारावर सह्या करण्यात एक वेगळीच रोमहर्षकता असते, पण तो व्यवहार दोन्ही बाजूंनी योग्य असेल तरच त्यावर अंतिम यश अवलंबून असतं.

त्यामुळे आम्ही फॉक्सचा विचार करू लागलो. न्यूज कॉर्पने याआधी यूटीव्हीत गुंतवणूक केलेली असल्याने अशा प्रकारच्या गुंतवणुकीचा आम्हाला थोडाफार अनुभव होता. परत एकदा आम्ही वेगाने हालचाली केल्या. परस्परांच्या मुद्द्यांवर सहमती झाली, पण यातही एक 'छोटीशी' अडचण होतीच. ज्या कार्यकारी टीमने यामध्ये तत्परता आणि उत्साह दाखवला होता, तिच्यात आणि स्टुडिओच्या प्रमुखाच्या म्हणण्यात थोडं अंतर होतं. त्यांच्या प्रमुखाचं नाव होतं

जिम गिऑनोपुलोस. जिम हा जगातील एक हुशार ग्रीक अधिकारी होता. ग्रीकांच्या व्यक्तिमत्त्वातली आकर्षकता त्याच्यात अगदी तंतोतंत होती. ग्रीक हे चलाख व निभीर्ड असतात. सडेतोड बोलणारे किंवा क्वचित काही वेळा फटकळ असतात. फॉक्सला भारतीय बाजारपेठेत येण्याची इच्छा असली, तरी यूटीव्हीने कार्यकारी टीमशी केलेल्या वाटाघाटीतील प्रत्येक मुद्द्याला पाठिंबा देण्याची तसंच ते मान्य करण्याची फॉक्सची तयारी नसल्याचं त्याने कळवलं. यामध्ये ठळक मुद्दा सहनिर्मितीचा होता. सहनिर्मिती असलेल्या चित्रपटांची निवड करण्याची त्यांची इच्छा होती. या अटीला काहीच अर्थ नव्हता. त्यामुळे शेवटी फॉक्सचं प्रकरणही आम्हाला गुंडाळावं लागलं.

परंतु त्यानंतर मीरा नायरच्या 'द नेमसेक' आणि मनोज नाइट श्यामलनच्या 'द हॅपनिंग'साठी आम्ही त्यांच्यासोबत काम केलं. पण हे सारं नंतर घडलं. सुरूवातीला आम्ही जेव्हा वाटाघाटी करत होतो तेव्हा आम्हाला भविष्यकाळाचा अंदाज यायचा होता.

या चार वैविध्यपूर्ण गुंतागुंतीच्या गोष्टींमधून आम्ही खूप काही शिकलो. आमच्यापुढील चारही दरवाजे बंद झाले होते आणि डोळ्यांसमोर काहीच येत नव्हतं.

या चारही साहसी मोहिमांनंतर मी माझ्या टीमबरोबर घडलेल्या गोष्टींचा आढावा घेत होतो. मला एक प्रकारचा वेगळा संशय आढळला... 'हे बघ रॉनी, हे तुझ्या हे मनाविरुद्धच होतं. आम्ही तुला ओळखतो. तुला जर हे करायचं असतं तर ते तू कधीच करून मोकळा झाला असतास. पण तुला हे करायचंच नव्हतं.' टीमचे विचार माझ्यापर्यंत पोहोचत होते. पण वस्तुस्थिती अशी होती, की करायचे ते सर्व प्रयत्न मी प्रत्येक वाटाघाटीच्या वेळी केले होते. या चारही वाटाघाटींमध्ये टीमने नकळतपणे 'मी एक बाहेरचा माणूस आहे' ही जाणीव करून दिली होती. दोन भारतीय भागीदारांनी आणि इतर दोघांनीसुद्धा.

हे सगळं एकीकडे घडत असताना माझ्या मनामध्ये थोडीशी सुटका झाल्याची भावना होत होती. कारण बाजारपेठेतील स्थान आणि तुमचा ब्रँड यासाठी अशा प्रकारे एकमताचं व्यवस्थापन चांगलं काम करू शकतं यावर माझा अजिबात विश्वास नव्हता. आता मागे वळून पाहताना असं वाटतं, की त्या दोघांपैकी कोणत्याही संभाव्य भागीदाराशी आमचा व्यवहार झाला असता तर

यू.टी.व्ही.मध्ये अगदी वेगळं मॉडेल तयार झालं असतं.

आमच्या या अनुभवातून तुम्ही काय शिकाल?

तुम्ही कोणताही व्यवसाय सुरू करताना प्रत्येकजण तुम्हाला सांगत राहतो, की 'तुम्ही अशा पद्धतीने गोष्टी करा!' हो, बरोबर आहे. अनुभवाचा लाभ घ्याच. परंतु अनुभव जेवढा विश्वासार्ह असतो, त्यापेक्षा तो अधिक विश्वासार्ह असल्याचे लोक नेहमीच सांगतात आणि मोफत दिलेल्या सल्ल्याची किंमत ते नेहमीच अवास्तव समजतात.

एखाद्या क्षेत्रात बाहेरून आलेले लोक त्यांच्या टीमच्या अंत:प्रेरणेचा विचार करतात व पुढे जात राहतात. अशा प्रकारे व्यवसाय केले जातात. तुम्ही एखाद्यावर विश्वास ठेवलात आणि त्याने काही निरर्थक सल्ला दिला तरी तुम्ही स्वत:च्या सदसद्विवेकबुद्धीवर विश्वास ठेवा. आम्ही बाहेरून आलेलो आहोत आणि तरीही यशस्वी आहोत, या मानसिकतेमुळे टीमला ऊर्जा मिळाली. हेच जर आम्ही दुसऱ्या मॉडेलची नक्कल करायचा प्रयत्न केला असता, किंवा उत्तम हेतू असूनही अर्ध्याकच्च्या कल्पना वापरल्या असत्या तर कधीच यशस्वी झालो नसतो. आम्ही अतिशय आत्मविश्वासपूर्ण काम करत होतो, आणि काही तरी वेगळं करून दाखवायची आमची इच्छा हेच आमचं सामर्थ्य होतं.

◆

तुमच्या नावाला मोठ्या पडद्यावरचं एखादं मोठं नाव जोडल्याशिवाय तुम्ही भारतातच काय पण जगभरातल्या प्रसारमाध्यमांच्या शिखरापर्यंत पोहोचू शकत नाही. बॉलिवुडमधल्या आमच्या प्रवेशानंतर आम्ही कुठल्याच अर्ध्याकच्च्या प्रयत्नांना वाव दिला नव्हता. अगदी पाचव्या वर्षापर्यंत आम्ही कोणत्या ना कोणत्या चित्रपटांच्या निर्मितीत गुंतलेले होतो. आम्ही एकेक पायरी वर चढत होतो. भरभराट व्हायला लागली होती. असाच वेग सरासरीने आम्ही जवळजवळ दहा वर्षं कायम ठेवला होता. आधीच्या चुकांमधून शिकणं, पुढे जाणं आणि वेगाने पुढं जाणं हा आमचा मंत्र होता. पुढे चला आणि हातातलं काम न सोडता चक्र तसंच चालू ठेवा, असा आमचा खाक्या होता.

आम्ही यशाची गोडी चाखत होतोच; पण दर वेळी काही ना काही होऊन आमच्या वाट्याला थोडंफार का होईना, अपयश येत होतं. पण या अपयशाचा

अंदाज आम्हाला बांधता येत होता आणि मिळालेलं यश डोक्यात जात नव्हतं. अगदी सुरूवातीच्या दिवसांत आम्ही हिमतीने स्वत:ला सांगत होतो, 'चिकाटीने काम चालू ठेवा, यश दूर नाही.' या काळातही आम्ही खूप चाकोरीबाह्य सिनेमे केले. त्यांचं मार्केटिंग केलं, वितरण केलं आणि व्यावहारिकदृष्ट्या यशस्वी झालो. आमचा येणारा प्रत्येक सिनेमा आधीपेक्षा वेगळा आणि स्वत:चं स्थान तयार करणारा होत,. चर्चा घडवून आणणारा होता. 'खोसला का घोसला', 'फॅशन', 'काय पो चे', 'कमीने', 'पानसिंग तोमर', 'पीपली (लाइव्ह)', 'उड़ान', 'दिल्ली बेल्ली', 'स्वदेस', 'राजनीती' आणि इतर अनेक सिनेमे अगदी वेगळे होते. हे सगळेच व्यावसायिक चित्रपट होते, तरीही प्रेक्षकांनी कधीही न पाहिलेल्या गोष्टी त्यात होत्या. भविष्याचा वेध घेत पुढे जाणाऱ्या हुशार उद्योजकांप्रमाणे आम्ही प्रेक्षकांच्या चवीचा अंदाज घेत होतो. त्यांच्या मानसिकतेकडे आमचं बारीक लक्ष होतं. शिवाय टेलिव्हिजन आणि नवीन माध्यमांशी आम्ही जोडले गेलेलो असल्याने प्रेक्षकांची नस आम्हाला सापडत होती. उदाहरणार्थ, २००८ मध्ये 'अ वेन्सडे' या सिनेमामुळे प्रेक्षक आश्यर्चचकित झाले होते. आमचा अभ्यास आणि आमचं धाडस आम्हाला सांगत होतं, की हा सिनेमा चालेल. बुधवारच्या एका दिवशी चार तासांमध्ये दशहतवाद्यांचा कट उधळून लावण्याची एक साधी-सरळ कथा होती; पण बॉंब ठेवणारा संशयित हा सर्वसामान्य माणसांचं प्रतिनिधित्व करणारा भारताचा एक नागरिक आहे हे कळल्यावर सिनेमाला कलाटणी मिळते. यात नसिरुद्दिन शाह प्रमुख भूमिकेत होता. त्याच्याकडे चाळीस वर्षांत शंभरहून अधिक सिनेमांचा प्रदीर्घ अनुभव होता. शिवाय अनुपम खेर हा बॉलिवुडमधला दिग्गज नटही होता. त्याने नंतर वूडी ॲलनच्या 'यू विल मीट अ टॉल डार्क-स्ट्रेंजर'मध्ये तसंच डेव्हिड रसेलच्या 'सिल्व्हर लायनिंग्ज प्लेबुक'मध्ये पण काम केलं होतं. त्यामुळे या सिनेमात पडद्यावर काही तरी उत्कृष्ट असं साकारलं गेलं. या दोन्ही बुद्धिमान कलाकारांची निवड त्यांच्या भूमिकांना चपखल होती. अनुपम खेरने मुंबईच्या हुशार पण त्रस्त, वैतागलेल्या आणि चाकोरीतून बाहेर पडू इच्छिणाऱ्या पोलिस आयुक्ताची भूमिका केली होती. नीरज पांडे या अत्यंत बुद्धिमान दिग्दर्शकाने हा सुंदर चित्रपट स्वत:च कथा लिहून साकार केला. तो त्याचा पहिलाच प्रयत्न होता, आणि त्याला पहिल्याच उत्तम चित्रपटासाठी दिलं जाणारं इंदिरा गांधी पारितोषिकही मिळालं.

'अ वेन्सडे' हा बॉलिवुडच्या उत्क्रांतीचा एक महत्त्वाचा टप्पा होता. मीही यातून खूप शिकलो. चित्रपटाचे कच्चे कट्स पाहिल्यावर चित्रपटामागे उभे रहायला मी बिचकत होतो. मला दोन प्रश्न छळत होते-

१) चित्रपटाचा संदेश साधा-सरळ होता. त्यातली गंमत कळली की लोक थिएटरमध्ये जाऊन सिनेमा पाहतील का? का तो टेलिव्हिजनवर यायची वाट पाहतील?

२) दुसरं म्हणजे हा चित्रपट तीन कोटी रुपयांच्या बजेटपेक्षा (५,००,००० अमेरिकन डॉलर्स) भव्य करायला हवा होता का?

या दोन्ही मुद्द्यांवर माझं म्हणणं चुकीचं ठरलं. पण यातल्या कुठल्याही भीतीचा मुद्दा मी माझं मत म्हणून कुणावर लादण्याचा प्रयत्न केला नाही, हे सांगताना मला खूप आनंद होतोय. आपल्या अंत:प्रेरणेवर विश्वास ठेवून पुढे जायला हवं या माझ्या आधीच्या विधानाशी पूर्णपणे उलट मी वागलो. निदान बाकीच्या सगळ्यांचं जेव्हा एकमत असतं तेव्हा तुम्हीही काही बाबतींत लवचिक असावं लागतं. टीमच्या मूल्यमापनावर विश्वास ठेवणंही खूप गरजेचं होतं. नियमाला अपवाद म्हणून मी वागलो, पण माझ्या टीमने योग्य निर्णय घेतला होता. उत्तम अभिनय, रहस्याचं सातत्य, वेगळंच सादरीकरण आणि अनपेक्षित कलाटणी यामुळे तो सिनेमा अत्यंत यशस्वी ठरला.

त्यानंतर वर्षभराने आम्ही एक धोका पत्करून 'देव.डी' हा सिनेमा केला. हा सिनेमा मनाची घालमेल करणारा पण विक्षिप्त आणि वेडगळ शैलीचा होता. तो सिनेमा भारतीय सिनेमांच्या प्रस्थापित मॉडेलच्या अगदी विरुद्ध होता. त्यासाठी किती तरी वेळा दोन्ही बाजूंनी विचार करायला लागला. या दोन्ही सिनेमांना प्रचंड लोकप्रियता लाभली. तरीही अनुराग कश्यपकडून मी 'देव.डी'ची रूपरेषा ऐकली तेव्हा काय प्रतिक्रिया द्यावी तेच कळत नव्हतं. 'वाइल्ड' हा एकच शब्द माझ्या ओठावर आला, परंतु त्यानंतर... काहीही नाही.

बुद्धिमान पण एककल्ली आणि जरा विक्षिप्त असलेला अनुराग कश्यप स्वत:ला भारताचा 'मार्टिन स्कोर्सेसे' आणि 'क्वेंटिन टारान्टिनो' समजतो. एका दृष्टीने विचार केला तर तो तसा आहेसुद्धा. भारतातील प्रेमकथांच्या इतिहासातील सोनेरी पान असलेली कथा म्हणजे देवदास. अनुराग कश्यपला या कथेचं

ओळखू न येण्यापलीकडे जाऊन आधुनिकीकरण करायचं होतं. मूळ कथेचा धागा तसाच ठेवून देवदास आणि पारोच्या बालपणीच्या प्रेमाचे नातेसंबंध तसेच ठेवायचे होते.

सिनेमाच्या पार्श्वभूमीवर प्रभावी, लाइव्ह म्युझिक ट्रॅक वापरले त्यामुळे अनुराग कश्यपला जे साध्य करायचं होतं ते झालं. याशिवाय आपले सिनेमे सुंदर सादर व्हावेत हा आग्रह धरणारा अनुराग तो सिनेमा बजेटमध्ये राहील याची काळजीही घेत असे. झरिना, सिड कपूर, कार्यकारी निर्माता विकास बहल, कश्यप आणि मी मिळून एडिट रूममध्ये पहिला कट पाहिला. चित्रपट, त्यातील पात्रं, जुन्या कथानकाचा नवीन ताजेपणा आणि संगीताचा साज यामुळे आम्ही या सिनेमाच्या प्रेमात पडलो. अशा प्रकारच्या अपूर्व आणि नवीन चित्रपटाला पुढे जायला प्रचंड प्रमाणात विश्वासाची जोड आवश्यक होती. चित्रपटाच्या संपूर्ण प्रवासात आम्ही त्याला पाठबळ पुरवलं.

या सिनेमाच्या प्रीमियरसाठी आम्ही सर्वाधिक जुन्या थिएटरची निवड केली. त्यामुळे सिनेमाला हवं ते वातावरण मिळालं. दुर्दैवाने मी मध्यंतरापर्यंतच थांबू शकलो, कारण त्याच दिवशी मला न्यूयॉर्क सिटीची नॉनस्टॉप फ्लाइट पकडायची होती. आमच्या बिझनेस न्यूज चॅनेलसाठी ब्लूमबर्गशी वाटाघाटी करायच्या होत्या. मी विमानतळावर पोहोचलो तेव्हा मला मित्रांचे, कुटुंबीयांचे, फोन आले. त्यांनी सिनेमाचं वारेमाप कौतुक केलं. प्रत्येकालाच हा सिनेमा हिट होईल असा विश्वास वाटत होता. फोन बंद होण्यापूर्वी आलेला शेवटचा संदेश सिडचा होता. एका अव्वल दर्जाच्या वृत्तपत्रातील समीक्षेत त्याला पाच स्टार मिळाले होते. त्या दशकात प्रथमच एखाद्या सिनेमाने असं नामांकन मिळवलं होतं.

◆

मे २००२ च्या कान्स फिल्म फेस्टिवलमध्ये घडलेल्या एका प्रसंगामुळे आम्ही बॉलिवुड परिघाच्या किती बाहेरचे आहोत हे आमच्या लक्षात आलं. यू.टी.व्ही.मध्ये मोशन पिक्चर्स सुरू करण्याचा विचार आम्ही करायला सुरूवात केली होती. त्यासाठी मी आणि झरिना फिल्म फेस्टिवलसाठी प्रथमच कान्सला गेलो. (त्याआधी कित्येक वर्षं कान्सला जात होतो, पण टी.व्ही. महोत्सवांसाठी) आम्ही फक्त तीनच दिवस तिथे असणार होतो. शेवटच्या

दिवशी आम्हाला कळलं, की संजय लीला भन्साळीच्या 'देवदास'चा प्रीमियर त्या मध्यरात्री होता. शाहरुख खान, ऐश्वर्या राय, माधुरी दीक्षित आणि संजय रेड कार्पेटवरून चालणार होते. मी आणि झरिनाने प्रवेश मिळवायला बरीच धडपड केली. खूप धडपड करून सेकंड बाल्कनीतल्या दोन सीट्स मिळाल्या. व्हीआयपी सेक्शनच्या आम्ही बरेच जवळ होतो. कार्यक्रमाला फॉर्मल ड्रेसकोड आवश्यक होता. माझ्याकडे सूट (टक्सिडो) नव्हतं. अजूनही ते माझ्याकडे नाही. मी कायमच स्लॅक्स, टी-शर्ट आणि चामडी जोडे (मोकॅशिन्स) वापरतो. त्यामुळे रात्री कपडेखरेदीला बाहेर पडलो. मी सूट घालून आणि झरिना साडीमध्ये, असे कपडे करून आम्ही बरंच अंतर पार करून Palais थिएटरला पोहोचलो. तिथे एक हजाराहून अधिक चाहत्यांची गर्दी उसळली होती. त्या फ्रेंच रिव्हिएरावर बॉलिवुडच्या तारकांसाठी उसळलेली गर्दी आम्ही पाहत होतो. चित्रपट शौकिनांच्या हृदयाची धडकन असलेल्या कलाकारांना अभिवादन करायला आम्ही पदपथावर थांबलो होतो. तिथे रुबाबदार घोड्यांचा एक रथ आला. त्यात शाहरुख, ॲश, माधुरी आणि संजय उभे होते. इंग्लंडच्या राणीसारखे ते अभिवादन करत होते. ॲश प्रचंड देखणी दिसत होती. शाहरुख नेहमीप्रमाणे रुबाबदार आणि डॅशिंग दिसत होता. (खरे तर तो कायमच असाच दिसतो.) माधुरीची अदा अप्रतिम होती. संजय एका अलौकिक दिग्दर्शकासारखा दिसत होता.

झरिना आणि मी तब्बल ४५ मिनिटं रांगेत थांबल्यावर सीटपाशी पोहोचलो. शोला उशीर झाला असला तरी प्रत्येकाचा जीव स्टार्समध्ये अडकला होता. ही सगळी जादू पहाटेच्या सुमारास संपली. आम्ही हॉटेलमध्ये परतलो. कपडे बदलले. भाड्यावर घेतलेलं सूट, कपडे परत करायच्या बॉक्समध्ये ठेवले आणि साडेचारला झोपायला गेलो. त्यानंतर अंदाजे अडीच तासांनी टॅक्सी आली आणि प्रदीर्घ प्रवास करून आम्ही मुंबईला पोहोचलो.

आम्ही कोण होतो याची संजय, शाहरुख किंवा ऐश्वर्या यांना काहीच कल्पना नव्हती आणि त्यांच्यापैकी कुणाला 'हॅलो' म्हणायची संधी पण आम्हाला मिळाली नव्हती. नंतर २००२ ला मी आणि शाहरुखने 'चलतेचलते' सिनेमाच्या करारावर सह्या केल्या. ती आमची पहिली सहनिर्मिती होती. आमच्या टेलिव्हिजनच्या दिवसांपासून मी दिग्दर्शक अझीझ मिर्झा यांना

ओळखत होतो. दोन मीटिंग्ज झाल्या आणि करार झाला. हा प्रकल्प दोघांसाठी खास होता. शाहरुखच्या रेड चिलीज प्रॉडक्शन हाऊसचा तो पहिला सिनेमा होता आणि यूटीव्हीची ती पहिलीच सहनिर्मिती होती.

कान्सच्या पदपथावर उभं राहून अभिवादन करणं माझ्या लक्षात होतं. आम्हाला आमच्या योजनांप्रमाणे पुढे जायचं होतं. शाहरुखने नेहमीच्या शैलीत मला सांगितलं, ''मी तुला हात केला होता, परंतु तुझ्या ते लक्षात आलं नाही. मी आणि संजय जेव्हा भेटतो तेव्हा त्या आठवणीने नेहमीच हसतो. तू आणि मीसुद्धा एकदा लाल कार्पेटवरून घोड्यांच्या रथातून जाऊ!'' तो हसत हसत म्हणतो. 'गुजारिश', 'रावडी राठोड'सारखे सिनेमे एकत्र करूनही तो क्षण अजून आलेला नाही. मला वाटतं, तो क्षण निघून गेलाय.

♦

इंडस्ट्रीतील त्या पहिल्या दिवसांपासून मला वाटतं, की प्रत्येकालाच आम्ही आवडलो होतो आणि आमचं उत्तम स्वागत झालं. याचं कारण आम्ही आमचं म्हणणं कुणावर लादत नव्हतो. आम्हाला आत्मविश्वास होता पण आम्ही उद्धट नव्हतो. प्रत्येक संभाषणात आपणच कुरघोडी करण्याचा आमचा आग्रह नसल्याने आम्ही इतरांचं म्हणणं ऐकून घेत होतो. हीच आमची खरी ओळख होती.

भारतात लोकांना दुसऱ्याचं वाक्य तोडण्याची सवय जडलीय. 'हं, तुमचं म्हणणं मला मान्य आहे, पण...' हे भारताचं ब्रीदवाक्य झालंय. या सर्जनशील लोकांच्या वर्तुळात तर समोरचा काय बोलतोय हे ऐकून न घेता आपलंच म्हणणं पुढे रेटायची सवय इथल्या स्वयंघोषित द्रष्ट्या माणसांना आहे. त्यामुळे आपलं कोणी तरी ऐकतंय, आपलं बोलणं संपेपर्यंत वाट पाहतंय आणि त्यानंतर आपण जे काही बोललो त्याविषयी सुसंगत शहाणपणाने आपलं मत मांडतंय ही गोष्ट फारच सुखद वाटते (जी सहसा विरळाच पाहायला मिळते). त्यामुळे आपल्याला आदरपूर्वक वागवल्यासारखं लोकांना वाटतं. हा माणूस खरंच आपलं म्हणणं ऐकायला उत्सुक आहे आणि त्याने आपल्या बोलण्यातले सगळे मुद्दे टिपून घेतलेत आणि त्यावरच तो बोलतोय असं वाटतं. ही एक छोटीशी गोष्ट आहे, पण यामुळे आम्हाला जाणून घेताना लोकांमध्ये बराच फरक पडला असावा असं मला वाटतं.

परिघाबाहेरून येणाऱ्या माणसाला कधी कमी लेखू नका. 'मी विरुद्ध सगळं जग' असं नसावं. यामुळे उद्योजकतेच्या अनुभवाची दारं खुली होतात.

आम्ही बॉलिवुडच्या बाहेरचे होतो, पण तरीही आम्ही यशस्वी होतो. कसे? सांगतो. २००६ मध्ये 'रंग दे बसंती' व पुढे दोन वर्षांनी आशुतोष गोवारीकरचा 'जोधा अकबर' हे आगळे वेगळे चित्रपट करण्याची सुसंधी मिळाली. ते एक जोखीम घेऊन केलेले उत्कृष्ट सिनेमे होते. भारतातील तरुण पिढीला हा इतिहास आणि संवाद समजणार नाहीत अशी चिंता होती, पण आम्हाला तितकीशी काळजी वाटत नव्हती. उत्तम कथानक आणि हृतिक-ऐश्वर्याच्या उत्कृष्ट अभिनयामुळे आंतराष्ट्रीय पातळीवर या सिनेमाने खळबळ माजवली. तो मोठ्या बजेटचा ब्लॉकबस्टर ठरला. २००६ मध्ये 'रंग दे बसंती' यशस्वी ठरला. २०१२ मध्ये आलेल्या 'बर्फी' हा सिनेमा करेपर्यंत यूटीव्हीने ७ परितोषिकं पटकावली होती. त्याच सात वर्षांत आमच्या तीन सिनेमांना ऑस्कर स्पर्धेत अधिकृत प्रवेश मिळाला होता. राष्ट्रपतींच्या हस्ते राष्ट्रीय पारितोषिकंही मिळाली होती. यूटीव्हीच्या ९ सिनेमांना राष्ट्रीय पातळीवरची २५ पारितोषिकं मिळाली. ही संख्या तोपर्यंत कोणाही व्यक्तीला किंवा उद्योगाला मिळालेल्या पारितोषिकांच्या मानाने दहा पटीने अधिक होती.

एवढ्या कमी वेळात मिळालेली ही विजयश्री टीमसाठी व कंपनीसाठी खूप अभिमानास्पद होती. तरीही खरं सांगायचं, तर अशा 'बाहेरच्यां'नी केलेल्या सिनेमाला हिरवा कंदील मिळवणं सोपं नव्हतं. इतर कोणत्याही स्टुडिओने आणि निर्मात्याने स्वीकारल्या नसतील एवढ्या जोखिमा यूटीव्हीने उचलल्या होत्या. त्यामुळेच इतर माध्यमांमध्येही आम्ही यश खेचून आणलं होतं.

बाजारपेठेत आपली ओळख ही ब्रँडिंग आणि निर्मितिकौशल्यावर केली जाते. ब्रँडिंगचं हे एक आदर्श उदाहरण आहे. इथे आम्ही मोहिमा आखून, प्रचार करून ब्रँडिंग केलं नाही, तर अभिमानास्पद मूलभूत काम करून यश मिळवलं. परंतु हे सगळं असलं तरी उत्तम कथा आणि उत्तम स्वप्नं पाहणारा दिग्दर्शक यांनी आमच्यासारख्या 'बाहेरून आलेल्या' लोकांवर विश्वास ठेवला नसता तर हे विक्रम, असे सिनेमे आणि त्यातूनच मांडलेला विचार पडद्यावर साकारता आलाच नसता.

◆

- तुम्ही कोणत्याही क्षेत्रातील असा, मग तुम्ही लीडर असा, उद्योजक असा किंवा कुणीही– तुम्ही तुमच्या क्षेत्रात बाहेरून आलात ही जाणीव अनेक वेळा होते. एक तर संपूर्ण नवीन अशा क्षेत्रात तुम्ही काम सुरू केलेलं असतं. अनेकदा त्यातील संपूर्ण ज्ञान तुम्हाला नसतं. पण अशा परिस्थितीचा स्वीकार करा. शिकण्याचा वेग वाढवा. त्याहूनही महत्त्वाचं म्हणजे खूप चांगले श्रोते बना. सजगपणे ऐकायला शिका.

- तुम्हाला प्रोत्साहन देणारी, तुम्हाला आव्हान देणारी, तुमच्या कौशल्यांना एक दिशा देणारी टीम तयार करा. त्या टीमला वेळीच तुमच्या महत्त्वाकांक्षेत सहभागी करून घ्या.

- मी 'बाहेरचा' असूनही यश मिळवलं याबाबत मला सतत प्रश्न विचारले जातात. यशाची गुरुकिल्ली विचारतात. त्या वेळी मी उपरोधाने त्यांना म्हणतो, की कोणत्याही उद्योजकाला आपला स्वतःचा प्रभाव निर्माण करण्यासाठी कच्चा माल हा त्याच्या अंतरंगातूनच येत असतो. प्रसारमाध्यमं आणि मनोरंजन क्षेत्र यामध्ये दोन दशकं राहिलो, त्या काळात मी शिकलेला, खरं तर पुनःपुन्हा गिरवलेला धडा आहे हा !

◆◆◆

५
उसवण्याआधीच टाका घाला!

आपण संधी शोधतो ते निर्विवाद यश मिळवण्यासाठीच. कबूल. पण याचा अर्थ एकदा विशिष्ट उंची मिळाली की तेच ते पुन्हा पुन्हा करत राहणं असा होत नाही. हळूहळू ती वाट परिचयाची होते. अशा मळलेल्या वाटेवर, आपल्या पुढील लोकांच्या पावलांवर पाऊल टाकताना पुढच्या माणसाचा फक्त पाठमोरा भाग आपल्याला दिसत असतो.

माझ्या म्हणण्याचा अर्थ आहे, की भारतात आज विविध अमाप संधी उपलब्ध आहेत, त्यांकडे दुर्लक्ष करू नका. या संधी नवीन कल्पनांना जन्म देणाऱ्या आणि स्वत:ची वाट शोधणाऱ्या माणसांना भरभरून यश देतील.

नवीन कल्पनांना जन्म द्या. स्वत:ची वेगळी वाट तयार करा.

आजच्या व्यावसायिक जगात या दोन गोष्टींखेरीज तुम्ही वर्तमानपत्र उघडू शकत नाही की वेब पेजही उघडू शकत नाही. मला असं वाटतं, की या दोन गोष्टींबद्दल खूप बोललं जातं पण तेवढं ते समजून घेतलं जात नाही.

मी माझं म्हणणं स्पष्ट करतो. जर तुम्ही तीन वर्षांहून अधिक काळ एखाद्या व्यवसायाची उभारणी करण्याचा विचार करत असाल आणि तुमच्या व्यवसायाच्या केंद्रस्थानी नवीन कल्पना आणि स्वत:ची वाट स्वत: शोधण्याचं बीज नसेल तर कदाचित तुम्ही अपयशी ठराल. एकाच मार्गावरून १५-२० वर्षं

जाणारा व्यवसाय कोणीच उभारणार नाही. कोणाची तशी फार इच्छाही असणार नाही. बहुतेक उद्योजक आहे त्या परिस्थितीत स्वत:चा ठसा उमटवण्याचा प्रयत्न करतात. त्यासाठी वेगळी वाट शोधतात. अनेकदा मार्गात येणाऱ्या संकटांशी जुळवून घेताना त्यांना कठोरही व्हावं लागतं.

व्यवसाय रोजच बदलत असतो. तुम्ही आपल्या ध्येयावर लक्ष केंद्रित करत असतानाच बदलत जाणाऱ्या परिस्थितीवरही तुम्हाला नजर ठेवावी लागते. सद्य:स्थिती किंवा पूर्वीची स्थिती विसरून जा. आता यापुढे ती कधीच असणार नाही हे आपल्याला माहीत आहे. आता आपण वेगळ्या दिशेच्या वेगळ्या वाटेचा विचार करू या. वेगळी वाट घेणं याचा अर्थ उतावीळपणे काही तरी जबरदस्तीने घडवून आणणं असा होत नाही किंवा तातडीने काही तरी करणं असाही नाही. काही तरी वेगळं करायचं म्हणून वेगळं नाही करायचं! मधाच्या लालसेने तुम्ही मधमाशीचं पोळं फोडायला निघालात, पण त्यांचा दंश प्रथम तुम्हालाच होणार आहे. शिवाय असं काही तरी वेगळं करण्यासाठी २४ x ७ असा विचार करून काम करण्याचीही आवश्यकता नाही. तुम्ही तुमचा 'आज'चा विचार बदलणं, 'उद्या' बदलणं, 'परवा' बदलणं एवढंच पुरेसं नाही. असे चाकोरीबाह्य मार्ग चोखाळायला सखोल विचार आणि परवाच्या पलीकडची असलेली दूरदृष्टी यांची गरज असते. नव्हे, यावरच ती अवलंबून असते. वेगळा मार्ग चोखाळण्यासाठी भविष्यातल्या तातडीची गरज असते.

एक गोष्ट कायम लक्षात ठेवा, जेव्हा तुम्ही एखाद्या गोष्टीकडे खेचले जाता तेव्हा तुम्ही वेगळा मार्ग चोखाळलेला नसतो. तुम्ही जे ठरवलंय तेवढंच महत्त्वाचं आहे. तुमच्या स्वत:च्या उद्दिष्टांवर लक्ष केंद्रित करा. म्हणूनच मला ती म्हण आवडते : माझ्या स्वत:च्या गवतावर काम करण्यात मी एवढा गढून गेलोय, की तुमचं गवत हिरवं आहे का हे मी पाहू शकत नाही. याचा अर्थ असा, की मी माझ्या उद्दिष्टांवर इतका एकाग्र झालो आहे की मला इतरांचं काय चाललंय ह्याचं काहीच भान नाही.

'नवकल्पना' हा अत्यंत धूसर शब्द आहे, चकवणारा शब्द आहे. प्रत्येक नावीन्यपूर्ण गोष्टी उत्तम असतेच असं नाही. या भ्रमामुळे अनेकदा कित्येक व्यवसाय मात्र एका चक्रात अडकतात. नवकल्पनेलाही एक पाया असतो आणि ती योग्य रीतीने वर्तमानाशी जोडली गेलेली असते. जर असं नाही घडलं तर ती

गैरसमजुतीच्या घोटाळ्यात अडकते, किंवा काळाच्या पुढे असण्याचा धोका तिला असतो. शिवाय कुठलीही नवकल्पना टीमच्या रक्तात भिनवण्यासाठी तिचं वारंवार शिक्षण करत राहायला लागतं.

मात्र, सर्व आर्थिक योजना या नवकल्पनेच्या किंवा वेगळ्या वाटेचं अनुकरण करतातच असं नाही. कारण जेव्हा तुम्ही उद्योगाची पायाभरणी करत असता, तेव्हा तुमचं लक्ष तुमचा गुंतवणूकदार कोठून करतो आहे यावरच ठरतं... जेव्हा अशा हटके कल्पनेसाठी तुम्ही गुंतवणूकदारांना आकर्षित करता तेव्हा व्यवसायाच्या आर्थिक स्थितीवर तुमचं लक्ष केंद्रित असतं. दरम्यानच्या काळात तुमचा व्यवसाय मागे पडतो.

अशा कित्येक मीटिंग्जमध्ये इतर वेळी चतुर भासणारे लोक मला विचारतात, की 'भांडवल उभारणीच्या प्रयत्नांमधले तीन प्रमुख मार्ग सांगा.' तुम्ही गैरसमज करून घेऊ नका, पण माझं म्हणणं वेगळं आहे. व्यवसायवाढीसाठी निधी उभारणं ही एक अनिवार्य गोष्ट आहे; परंतु ती उभारण्यासाठीच्या तीन मार्गांचा अंदाज घेऊन तुम्ही भरभक्कम किंवा प्रगती करणारा व्यवसाय कसा काय उभा करणार?

शेवटी 'व्यवसायाची उत्तम कल्पना' हीच तुमच्या व्यवसायाचं मुख्य लक्ष्य असतं. जेव्हा उत्तम वाढ होऊ शकणाऱ्या उत्तम कल्पनेवर तुम्ही एकाग्रचित्ताने लक्ष केंद्रित करता तेव्हा तुम्हाला आपोआप भांडवल मिळून जातं.

◆

आम्ही आमच्या यूटीव्हीच्या सुरूवातीच्या काळात टी.व्ही.च्या कार्यक्रमांच्या निर्मितीवर लक्ष केंद्रित केलं होतं, तेव्हा आम्ही वेगळी वाट चोखाळणारा आणि अत्यंत वेगळा प्रयत्न केला तो म्हणजे 'शांती' हा डेली सोप. प्रसारमाध्यमं आणि मनोरंजन क्षेत्र यांतील एक महत्त्वाचा आयाम म्हणजे हा भारतातील पहिला डेली सोप. निदान त्या काळात आठवड्यातून पाच दिवस एकच गोष्ट पाहिली जाण्याची कल्पना नवीन होती. त्या काळात दुपारची वेळ ही शैक्षणिक माहितीपटांसाठी राखीव करण्यात आली होती.

मग डेली सोपचा विचार आम्ही का केला? कारण आमच्या कार्यक्रमाची प्रेक्षकांना आम्हाला सवय लावायची होती. प्रत्येक भाग खूपच उत्कंठावर्धक

आणि मसालापूर्ण असे की दुसऱ्या दिवशीचा भाग चुकवणं प्रेक्षकांच्या जिवावर येई.

मग दुपारच का? आमचा प्रेक्षकवर्ग हा महिलांचा होता. दुपारी गृहिणी सहसा कशात अडकलेल्या नसतात. घरगुती कामं आणि मुलं या दुहेरी जबाबदारीतून त्या मोकळ्या झालेल्या असतात. जेव्हा आम्ही 'शांती'चं स्वप्नं पाहिलं तेव्हा कोणी १३ ते २६ भागांखेरीज जास्त मोठी मालिका करत नसत. मी सांगतोय ती गोष्ट आहे १९९४ ची. तेव्हा वर्षानुवर्षं चालणाऱ्या आणि रोजच्या लक्षवेधक कथांच्या रूपरेषा नव्हत्या. मात्र, याच परिस्थितीत आम्ही दर वर्षी २६० भागांची निर्मिती करण्याच्या प्रवासाचा विचार करत होतो. त्या काळासाठीची संपूर्ण नवीन आणि धाडसी कल्पना उराशी बाळगून आम्ही एक मोठं स्वप्नं पाहत होतो. त्यासाठी आम्हाला खूप बुद्धिमान आणि प्रतिभावान टीमची गरज होती. कमी वेळात उत्तम तेलपाणी केलेलं मशिनच शोधायचं होतं. लोकांचा शोध घेऊन त्यांना प्रशिक्षित करायचं होतं.

आजच्या परिस्थितीचा विचार करता तंत्रज्ञान, इंटरनेट, ई-कॉमर्सच्या काळात एखादी कंपनी सुरू करण्याइतकंच आव्हानात्मक काम म्हणजे 'शांती'ची शून्यातून उभारणी करणं होतं. हे होत असताना लेखन व इतर क्षेत्रांतील प्रज्ञावंतांची टीम उपलब्ध नव्हती की व्यवसायासाठी पोषक वातावरण पण नव्हतं. आम्ही पाया खणायला सुरूवात केली आणि पाहता पाहता संपूर्ण बांधणी झाली. चित्रीकरणासाठी शास्त्रशुद्ध जाळं तयार केलं. तंत्रशुद्धपणे, अचूकतेने आणि योग्य पद्धतीने त्याचं प्रसारण केलं. नवीन कल्पना लढवणं, त्यात बदल करणं, त्या स्वीकारणं- हे करण्याचा पाया म्हणजे प्रेक्षकांशी असलेला संवाद. त्यांच्या प्रतिसादाचा आम्ही सातत्याने विचार केला. आमच्या यशाचं ते गमक होतं. 'शांती'चे भाग पुन:पुन्हा पाहणाऱ्या निष्ठावान ग्राहकांमुळे आम्हाला प्रोत्साहन मिळत गेलं. प्रेक्षकही पडद्यावर न पाहिलेली कथा पाहायला रोज येत गेले.

यूटीव्हीच्या खास शैलीप्रमाणे आम्ही आमच्या मार्गातल्या येणाऱ्या एकूण एक समस्या सोडवल्या. रोज एका भागाचं चित्रीकरण अशा वेळापत्रकापर्यंत आम्ही आलो. रोज एक भाग! हे त्या वेळी खूपच नवीन होतं. या भल्या मोठ्या आव्हानासाठी आम्ही दक्षिण अमेरिकेतल्या कित्येक कादंबऱ्यावर आधारित

टी.व्ही. कार्यक्रम पाहिले. ते डेली सोपच्या क्षेत्रातले दादालोक होते. (त्या वेळी आमच्या एक गोष्ट लक्षात आली, की त्यांची इतकी प्रतिभावान लोकांची अनुभवी टीम सुद्धा आम्ही ज्या पद्धतीने नियोजन करत होतो त्या गतीने काम करत नव्हती. आता आमच्यावरचा दबाव आणखीनच वाढला.)

परंतु आमची टीम अत्यंत सक्षम होती. ती उत्तम काम करत होती. त्या काळात टेलिव्हिजनचं माध्यम हे दिग्दर्शक आणि लेखकांसाठी पोषक नव्हतं. या कार्यक्रमाचे दिग्दर्शक 'आदी पोचा' हे जाहिरातीच्या क्षेत्रातून आलेले होते. आम्ही विमानाच्या हँगरच्या आकाराचं एक वेअरहाऊस भाड्याने घेतलं. तिथे वातानुकुलित यंत्रणा बसवली. तिथेच या मालिकेसाठी आम्ही सतरा विविध प्रकारचे सेट उभारले. सुरूवातीच्या काही भागांच्या चित्रीकरणासाठी अनुकूल स्थळांना कायमस्वरूपी प्रकाशयोजना केली. तंत्रशुद्ध गोष्टी उभारल्यानंतर आम्ही कलाकारांचा विचार करत होतो. जवळजवळ रोज चित्रीकरण असल्याने आठवड्याचे सहा दिवस किमान सकाळी सात ते संध्याकाळी सात असं काम करू शकणारे आणि मुंबईच्या गर्दीतून वाट काढून घरी जाऊ शकणारे कलाकार आम्ही शोधत होतो. रोज चित्रीकरण असल्यामुळे घरी पोहोचल्यावरही उद्याच्या चित्रीकरणाचं स्क्रिप्ट वाचण्याची आवश्यकता होती आणि आपले संवाद तोंडपाठ करून सकाळी ताजातवान्या स्थितीत वेळेत पोहोचणं आवश्यक होतं.

हे कठोर आणि काटेकोर वेळापत्रक म्हणजे मॅरेथॉनची रेस आहे आणि ती छोटी रेस नाही याची कल्पना आम्ही सर्व टीमला दिली. तसंच शांतीला कुठलाही सीझन किंवा ब्रेक असणार नाही, असंही ठरवलं. जर ही क्रिएटिव्ह टीम या डेली सोपमुळे प्रेक्षकांना खिळवून ठेवू शकली नाही तर 'डेली' या शब्दाला अर्थ प्राप्त होणार नाही. भारतीय टेलिव्हिजनच्या इतिहासातील या नावीन्यपूर्ण प्रयोगावर आम्ही काम करत होतो. आम्ही घालून दिलेला पायंडा आजही चालू आहे...!

इतर दुय्यम आणि किरकोळ भूमिकांसाठी आम्हाला बरेच कलाकार मिळाले, पण प्रमुख भूमिका असलेल्या 'शांती' या व्यक्तिरेखेसाठी अभिनेत्री शोधणं हे कठीण काम होतं. जवळजवळ दोन महिने आम्ही बाराजण नवीन चेहऱ्याच्या आणि डेली सोपच्या मागण्या पूर्ण करणाऱ्या अभिनेत्रीच्या शोधात होतो. अखेरीस आम्हाला मंदिरा बेदी गवसली. शांतीच्या व्यक्तिरेखेसाठी अनेक

आवश्यक गोष्टी तिच्याकडे होत्या, परंतु आपल्या करियरच्या सुरूवातीच्या काळात ती खूप भिडस्त होती आणि तिच्या अभिनयात सहजता आलेली नव्हती. त्यामुळे प्रेक्षकांची नजर रोज रोज खिळवून ठेवण्याएवढी ती रूळली नव्हती. पहिल्या दिवसाचं चित्रीकरण झाल्यावर आमची प्रमुख नायिका आमच्या नजरेसमोर होती, पण अजून खूप काही महत्त्वाचं काम बाकी होतं. आमच्या दिग्दर्शकाला एक उत्कृष्ट कल्पना सुचली. त्याने पुढचे चार दिवस मंदिरा आणि कॅमेरा टीमला मुंबईच्या रस्त्यांवर फिरवलं– 'शांतीला' गर्दीच्या ठिकाणी, सिग्नलपाशी, दुकानांजवळ, कॉलेजेसजवळ गर्दीत मिसळू दिलं. या सर्व ठिकाणी तिने लोकांशी मनमोकळा संवाद साधावा असं त्याच्या मनात होतं. तिच्या मनातला अडसर दूर व्हावा आणि तिचा अभिनय अधिक नैसर्गिक व्हावा यासाठी ही कॅमेराची टीम दुरून हे सगळं चित्रीकरण करत असे. काही वेळाने हे फुटेज थांबून पाहत असे. मंदिरासुद्धा हे पाहत होती, अभ्यास करत होती. आपली पुढची प्रोसेस अजून नैसर्गिक व्हावी यासाठी ती अभ्यास करत होती.

–आणि त्या काही दिवसांच्या अथक प्रयत्नांनंतर एका स्टारचा जन्म झाला!

तसं पाहिलं तर सुरूवातीचे सहा महिने शांतीला संघर्ष करावा लागला. प्रेक्षकांनी सुरूवातीला सहजपणे तिचं स्वागत केलं नाही. (कारण त्यांनी असं काही कधी पाहिलंच नव्हतं.) पण आम्हाला माहीत होतं की कथेच्या रूपरेषेवर आम्हाला लक्ष केंद्रित करायला हवं आहे. त्यामुळे लेखकांच्या आणि क्रिएटिव्ह टीमच्या संख्येत तिपटीने वाढ केली. ही गोष्ट अजिबातच सोपी नव्हती. कारण एवढ्या खडतर वेळापत्रकात काम करणाऱ्या आणि कथेवर लिहिणाऱ्या लेखकांची वानवा होती. आम्ही जाहिरात आणि सिनेमा क्षेत्रातील लोकांना घेतल तसंच पुस्तकं लिहिणाऱ्यांनाही घेतलं. मात्र ही मात्रा लागू पडली नाही. निदान सुरूवातीला तरी ते उपयोगी नाही पडलं. रोज एक भाग चित्रीकरण करण्याचा परिणाम झाला. टीमचे सदस्य आजारी पडू लागले. मग अशातून त्या लेखकांना त्या दिवशीच्या लिखाणातून वगळावं लागे. ते अवघड काम होतं. त्यामुळे निर्मितीचा वेग मंदावला. या गोष्टींमुळे आमचं वेळापत्रक गुंडाळायचा धोका तयार झाला. यातून आम्हाला एक गोष्ट शिकायला मिळाली होती. ती म्हणजे साठ दिवसांच्या ट्रायल रन्ससाठी आम्ही आर्थिक नियोजन करायला हवं होतं. प्रोजक्टच्या तपशीलांवर हात फिरवायला हवा होता. सध्या कंपन्या

बिगलाँचचा विचार करतात. तेव्हा अतिशय चतुरपणे मार्केटिंग आणि त्याबरोबरीने शेल्फचं उत्पादन यांची उत्तम सांगड घालतात. परंतु तेव्हा आजच्यापेक्षा वेगळी परिस्थिती होती. एवढ्या मोठ्या प्रमाणावर आणि एवढ्या प्रचंड गतीने काम करू शकणाऱ्या परिणामांचा आम्ही विचार करायला हवा होता.

आम्ही सगळेच या परिस्थितीला नव्याने सामोरे जात होतो. अखेर सहा महिन्यांनी आमची बोट धक्क्याला लागली. प्रेक्षकांना या संकल्पनेची सवय झाली. त्यानंतर 'शांती'ने मागे वळून पाहिलं नाही. ती तब्बल ३ वर्षं चालली. आठशे भागांनंतर अखेरी ही मालिका संपली. तेवढ्या काळात आम्ही प्रेक्षकांना टेलिव्हिजनच्या कार्यक्रमासाठी छानपैकी प्रशिक्षित केलं. सुरूवातीला टीममध्ये असलेले सदस्य कालांतराने बाहेर पडले. त्यांनी स्वत:च्या यशस्वी कंपन्या काढल्या आणि ते पुढे व्यावसायिक कामं करू लागले. मला हे सगळे बदल किंवा परिणाम अभिमानास्पद वाटतात. टीम आणि त्यातील सहकारी शिकणं, त्यांच्यासोबत काम करणं, त्याचं सक्षमीकरण होणं, नंतर ते वाढत असताना आणि पुढे जाताना लीडर बनताना पाहणं ही खरोखरच अभिमानास्पद गोष्ट होती.

या कार्यक्रमाच्या अंतिम यशामुळे एक अजून मोठं आव्हान घ्यायला आम्ही उत्सुक होतो. भारतीय प्रसारमाध्यमांमध्ये ही गोष्ट प्रथमच घडणार होती. तोपर्यंत कोणीही भारतीय बाजारपेठेचा विचार करून जागतिक पातळीवर प्रसारित करण्याचा विचारही केला नव्हता. एकूण अभ्यासाचा निष्कर्ष पाहता दक्षिण आशियात 'शांती' लोकप्रिय होईल असं आम्हाला वाटलं. त्यामुळे या कार्यक्रमाचे हक्क आम्ही चाळीसहून अधिक देशांत विकले.

श्रीलंकेत 'शांती' सुरू होणार होती. आम्ही 'शांती'च्या प्रमोशनसाठी श्रीलंकेत गेलो होतो, तोपर्यंत 'शांती' प्रोजेक्टच्या जादूची कल्पना खरोखर आली नव्हती. कोलंबोत उतरल्यावर आम्ही विमानतळाबाहेर पडलो, तेव्हा हॉटेलमध्ये पोहोचेपर्यंत अभूतपूर्व दृश्य आम्हाला पाहायला मिळालं. आम्हाला भेटायला जनसागर लोटला होता. मालिकेतल्या कलाकारांना अभिवादन करायला दुतर्फा लोक उभे होते. एखादा पंतप्रधान किंवा राष्ट्रपतीच देशांत यावा असं दृश्य होतं. ते आम्ही सगळेजण मंत्रमुग्ध झालो होतो. आमचा आमच्या

डोळ्यांवर विश्वास बसत नव्हता. आमच्या अंत:प्रेरणेचं, कल्पनेचं आणि परिश्रमांचं सार्थक झालं होतं.

यूटीव्हीच्या सुरूवातीच्या दिवसांत 'शांती' प्रोजेक्टला मिळालेलं यश हा माझ्यासाठी नवकल्पना आणि वेगळी वाट शोधण्याची मोहीम हाती घेण्याचा महत्त्वपूर्ण धडा होता. व्यवसाय सुरू करायचा, त्याचा विस्तार करायचा आणि उच्च स्थानी पोहोचायचं या इच्छेने मी झपाटून जातो, त्याचं हे उत्तम उदाहरण होतं.

♦

मग आता तुमची टीम तयार झाली आहे. नवीन जन्माला आलेल्या बाजारपेठेच्या सर्वोच्च स्थानी पोहोचण्यासाठी तुमची मानसिक तयारी झाली आहे आणि तुम्ही काम सुरू करण्याच्या तयारीत आहात. हाच विचार घेऊन तुम्ही आपल्या चौकटीतून बाहेर पडा. जे लोक आपल्या कंपनीच्या कल्पनेसाठी भारतीय जनमानसाचा शास्त्रशुद्ध अभ्यास करतील तेच लोक यापुढे उद्योग जगतात अव्वलस्थानी राहतील.

भारतातील लोकसंख्येचे मी तीन विभाग करतो. एक म्हणजे नागरी लोकसंख्या, दुसरी म्हणजे ग्रामीण लोकसंख्या आणि तिसरी ग्रामीण आणि शहरी यांचा साधारण मध्य असलेली लोकसंख्या. पिरॅमिडमध्ये ही अनुक्रमे शिखर व तळ आणि मध्य यामध्ये विभागली गेली आहे. पिरॅमिडच्या शिखराला नागरी लोकसंख्या आहे. ही सुमारे २० कोटी इतकी आहे. पिरॅमिडच्या तळाशी असलेली ६२ कोटी ५० लाख लोकांनी व्यापलेली ग्रामीण लोकसंख्या उद्योजकांसाठी महत्त्वाची बाजारपेठ आहे. मधल्या भागातील अंदाजे ४० कोटी लोकांची लोकसंख्या ही उगवत्या बाजारपेठेची आहे. आजतागायत भारतातील ८० टक्के लोकसंख्या ही फक्त १० ते १५ शहरांतील ग्राहकांनी बनलेली आहे. म्हणजे पिरॅमिडच्या शिखराकडे असलेली लोकसंख्या. भारतीय बाजारपेठेच्या या लोकसंख्या वर्गीकरणाचा विचार करता मला पिरॅमिडच्या तळातील भागावर लक्ष केंद्रित करायचं आहे. १० ते १५ शहरांनी व्यापलेल्या ८० टक्के बाजारपेठेतही एफएमसीजी (जलद विक्री होणारे प्रॉडक्ट्स उदा. टूथपेस्ट, दूध, साबण) आणि एमएनसी (बहुराष्ट्रीय कंपन्या) यांचा अपवाद वगळता नवीन उद्योजकाला प्रचंड वाव आहे. पिरॅमिडच्या शिखरावरच ही परिस्थिती असेल

तर तळाच्या बाजारपेठेच्या संधींचा आजवर किती विचार केला गेला आहे याचा अंदाज येतो. बाजारेपेठेतील या संधीसाठी आपण स्वत:ला काही प्रश्न विचारण्याची आवश्यकता आहे.

- माझ्या उत्पादनांसाठीचा ग्राहक कोण? (वय, लिंग, सामाजिक-आर्थिक स्थिती, शिक्षण)
- हा ग्राहकवर्ग खर्च करणारा असेल की बचत करणारा?
- पुढच्या पाच किंवा त्याहून अधिक वर्षांत ते कशा प्रकारे खर्च करणार आहेत?
- त्यांची दळणवळणाची, संवादाची माध्यमं कोणती आहे? ते जगाच्या संपर्कात कसे राहतात?
- येत्या काळात तंत्रज्ञान, प्रसारमाध्यमं आणि सामाजिक वर्तुळांशी त्यांचा कसा संबंध असेल? किती प्रमाणात हा संबंध असेल?
- त्यांचं दैनंदिन आयुष्य कसं असेल?
- सर्वांत महत्त्वाचं म्हणजे या ग्राहकवर्गावर मला कोणता प्रभाव टाकायचा आहे? त्यात मी नेमकी काय भूमिका बजावणार?

आपली बाजारपेठ, आपला ग्राहक समजून घ्या. मग तुम्हाला नव्या कल्पना आणि वेगळ्या वाटेने जाण्याचा नेमका अर्थ समजेल.

◆

'हंगामा' ही मुलांसाठीची वाहिनी चालू करणं हे सर्वार्थाने आमच्यासाठी धाडस होतं. आमच्या कित्येक ब्रेन स्टॉर्मिंग सत्रांपैकी एक सत्र सुरू होतं. त्या वेळी भारतातील मुलांसाठी वाहिनी सुरू करायची आगळीवेगळी कल्पना घेऊन झरिना आली. भारतात त्या वेळी लहान मुलांसाठी सहा वाहिन्या होत्या. १६० देशांत अनुभवी जागतिक व्यक्तींनी याच स्वरूपाच्या गोष्टी केल्या होत्या. त्यामुळे आमचा पहिला स्वाभाविक प्रश्न होता, की या नवीन वाहिनीसाठी प्रेक्षक उरलेला आहे का? त्यानंतर आम्ही असा विचार करत होतो, की ज्यांच्या लायब्ररीमध्ये ५००० तासांचं मोफत प्रोग्रॅमिंग आहे अशा दिग्गज लोकांबरोबर जाण्याची आमची तयारी आहे का? आम्ही ज्या ज्या लोकांशी बोललो ते सगळे

जाहिरातीच्या जगातील होते. त्यांच्या म्हणण्यानुसार बाजारपेठेत नवीन वाहिनीसाठी बिलकूल जागा नाही. त्यापेक्षा महत्त्वाची गोष्ट ही होती, की कार्टून नेटवर्क ही सर्वांत लोकप्रिय वाहिनी होती आणि त्यावरील कित्येक कार्यक्रम प्रचंड लोकप्रिय होते. सुदैवाने आमच्या अंत:प्रेरणेनुसार स्थानिक वाहिनीसाठी भली मोठी जागा होती. तिथे खरोखरच भारतीय ब्रँड यशस्वी ठरला असता.

या प्रोजेक्टमध्ये भलं मोठं आव्हान होतं पण गंमतही होती. आम्ही नुकतेच 'शकालाका बूम बूम' आणि 'शरारत' हे कार्यक्रम इतर वाहिन्यांसाठी केले होते. त्यातून नुकतंच बरंच काही शिकलो होतो. ४ ते १४ वयोगटातील मुलांसाठी योग्य कार्यक्रम आम्ही देऊ शकलो असतो तर नेहमीच्या डेली सोप्सच्या आणि भयपटांच्या दुनियेतून मुलांना मोकळा श्वास घेता आला असता. आम्ही प्रमुख जागतिक कंपन्यांकडे पाहत होतो. त्यांच्याकडे मोठ्या लायब्ररीज होत्या आणि आकड्यांचे मोठे खेळ होते. दडपण असणार होतंच, पण त्यांच्या दृष्टिकोनामुळे आम्हाला नवीन आणि चाकोरीबाह्य काम करायला वाव होता. आम्ही ते केलं. जपानमधील कथा घेतल्या, त्यात डोरेमॉन आणि शिन चॅनचा समावेश केला. भारतीय टेलिव्हिजनवर आजही हे महत्त्वाचे कार्यक्रम आहेत. याशिवाय स्थानिक पातळीवर लाइव्ह ॲक्शन कार्यक्रम सरू केले, तेव्हा लक्षात आलं की आमचे प्रेक्षकही बदलाच्या शोधात होतेच.

या वाहिनीची सुरूवात ही एक दुष्कर लढाई ठरली. शिन चॅनच्या विरोधात समस्त 'आई' वर्गाकडून नकारात्मक प्रतिसाद मिळाला (अजूनही मिळतो.) पहिले सहा महिने तर माशा मारायची वेळ आली होती. 'शांती' घडली तशी कुठलीच गोष्ट झटपट घडत नाही. उंटावरचे शहाणे जमेल तशी अक्कल शिकवत होतेच. 'मी तुला आधीच सांगितलं होतं' अशा अर्थाची वाक्यं आम्ही ऐकत होतो. परंतु आठ महिन्यांनी आम्ही स्थिरस्थावर झालो. त्या लाटा परतावून लावल्या. मला वाटतं, आम्ही 'आई'वर्गाला पटवण्यात पुरेसे यशस्वी झालो होतो. कारण काही असलं तरी आमचं स्थान बळकट झालं होतं.

त्यानंतर आठ महिन्यांनी आम्ही या क्षेत्रात बाजी मारली. आम्ही पहिल्या क्रमांकावर आलो. आमच्या स्पर्धक कंपनीने ही वाहिनी विकत घेतली. त्यानंतर द वॉल्ट डिस्ने कंपनीसोबत आमची दीर्घकालीन आणि फायदेशीर भागीदारी सुरू झाली. ही भागीदारी 'निर्मिती'तही उतरली. याची परिणती अशी झाली की

काही वर्षांनी त्यांनी यूटीव्ही विकत घेतला.

◆

चित्रपट क्षेत्रातील आमची खळबळजनक कृती म्हणजे 'नो वन किल्ड जेसिका' या सिनेमाकडे पाहावं लागेल. जेसिका लाल ही दिल्ली बारमध्ये बारटेंडर म्हणून काम करणारी प्रसिद्ध व्यक्ती होती. मनू शर्मा हा आरोपी तिथे बराच काळ दारू प्यायला जायचा. त्यानंतर तिथे एक दिवस दारू नाकारल्याबद्दल तिचा खून करण्यात आला. त्या वेळी तिथे १०० तरी साक्षीदार होते, परंतु फारच थोडे तिच्या बाजूने पुढे आले. आरोपी संबंधित असल्याने आरोपीच्या दहशतीमुळे अनेकजण घाबरले होते. खटल्याच्या वेळी जेसिकाच्या चारित्र्यावर शिंतोडे उडवण्यात आले आणि शर्माची निर्दोष सुटका झाली. यातील महत्त्वाची गोष्ट म्हणजे शर्माच्या सुनावणीचा आमच्या 'रंग दे बसंती'शी संबंध होता. हा सिनेमा २६ जानेवारी २००६ ला प्रदर्शित झाला. अजय सिंग राठोडचा मृत्यू चित्रपटातील मध्यवर्ती प्रसंग होता. भारतीय हवाई दलात पायलट असलेला अजय तो चालवत असलेल्या रशियन बनावटीच्या मिग विमानात झालेल्या तांत्रिक बिघाडामुळे मृत्युमुखी पडतो. या सिनेमात अप्रत्यक्षपणे सगळ्याचा आरोप भ्रष्ट राजकारण्यांवर केला आहे. हे सत्य उघड झाल्यावर भारतातील तरुणवर्ग त्याविरोधात दिल्लीच्या इंडिया गेटपासून टूम्ब ऑफ द अननोन सोल्जर पुतळ्यापर्यंत हातात मेणबत्त्या घेऊन निषेधात्मक मोर्चा काढतो असं दृश्य होतं. अशा प्रकारची एकात्मता दाखवणारी दृश्यं तोवर भारतीय सिनेमांमध्ये दिसली नव्हती. हे पहिल्यांदाच घडलं होतं.

साधारपणे महिन्याभराने, २१ फेब्रुवारी २००६ ला मनू शर्माची सुटका झाली. न्यायाची ही भयानक पायमल्ली होती. दुसऱ्या दिवशी टाइम्स ऑफ इंडियामध्ये बातमी झळकली- 'नो वन किल्ड जेसिका लाल'. यानंतर देशांत संतापाची लाट उसळली. 'रंग दे बसंती'च्या दृश्यासारखे मोर्चे काढले गेले. फक्त ते ठिकठिकाणी काढले गेले. भारतात शहरांतच नाही तर गावागावांतून असे मोर्चे काढले गेले. जवळजवळ आठवडाभर प्रसारमाध्यमांचं लक्ष देशांतील तरुणांवर केंद्रित झालं. लाखो लोक या निकालामुळे संतप्त झाले. जनतेने जेसिकाच्या खुन्याला शिक्षा देण्यासाठी सरकारवर प्रचंड दबाव आणला. त्यानंतर खटल्याची पुनर्सुनावणी झाली. या वेळी या सगळ्याचा सकारात्मक परिणाम

झाला. जे लोक साक्ष द्यायला कचरत होते ते पुढे आले आणि अखेर मनू शर्माला जन्मठेपेची शिक्षा सुनावण्यात आली.

सुरूवातीपासून मला वाटत होतं, आपण यावर सिनेमा काढावा. 'नो वन किल्ड जेसिका'ने देशाच्या तरुणवर्गाच्या नवजाणिवांवर आपला ठसा उमटवला. तरुण पिढी ज्या मूल्यांकडे दुर्लक्ष करते, त्याबद्दल नुसती सहनशीलता बाळगली जाते, त्यावर बोट ठेवण्याचं काम या चित्रपटाने केलं.

आपल्या करियरमध्ये 'रंग दे बसंती'सारखा परिणामकारक सिनेमा बनवण्याची संधी मिळणं आणि महिन्याभरातच त्याचं प्रतिबिंब देशभरात पडत असल्याची घटना बघायला मिळण्याची संधी वरच्यावर मिळत नाही. जेसिकाची कथा चित्रपटातून मांडण्याची संधी मिळणं हा तर क्वचितच लाभणारा सन्मान होता. यामुळे आत्यंतिक समाधान मिळालं. या चित्रपटासाठी आमच्यावर बराच दबाव येऊनही आम्ही ठाम राहिलो.

ज्या वेळी तुम्ही चाकोरीबाह्य वाट निवडता तेव्हा तुम्ही अर्धवट काही करू शकत नाही. एक तर संपूर्ण मार्ग शेवटपर्यंत चालता, नाही तर सरळ तिथून बाहेर पडता.

◆

डिस्नेला 'हंगामा' विकल्यावर प्रसारणासाठी नवीन योजना शोधण्यासाठी आम्ही संशोधन सुरू केलं. त्याच वेळ झरिना मागच्या वेळसारखीच एका मीटिंगला आली आणि तिने वन-स्लाइड प्रेझेंटेशन दिलं. आपण १६-२४ या वयोगटावर लक्ष केंद्रित करायची आवश्यकता आहे असं तिने आम्हाला सांगितलं. या वयोगटासाठी फक्त एमटीव्ही आणि व्हीसारख्या ट्रेंडी संगीत वाहिन्या होत्या. संगीताखेरीज या क्षेत्रात भरपूर संधी आहे हे आमच्या लक्षात आलं. आपल्या भिन्नभिन्न प्रकारच्या वाहिन्यांचा जो गुच्छ तयार झाला आहे त्यात 'युथ चॅनेल' हा मध्यवर्ती असेल असं ती म्हणाली. तिचं म्हणणं अचूक होतं. त्या मीटिंगला जमलेल्या दहाही लोकांना त्याचं महत्त्व कळलं.

कोणतंही उत्पादन किंवा संकल्पना विकण्याचा उत्तम उपाय म्हणजे नेमकी पूर्वतयारी करून त्याचं योग्य स्थान ठरवणं. अशा भारतीय वाहिन्यांच्या अंतरंगाची चाचणी घेणं हा झरिनाचा उद्देश होता. डावीकडे देसी कूल म्हणजे

तरुणवर्गाला अभिमान वाटेल आणि आपली ओळख ज्यातून दिसते असा भाग होता. तो 'वन-स्लाइड पिच' असा होता.

देसी 'कूल'	**शिक 'कूल'**
विनोदी, ध्येयाचा ध्यास घेतलेला, बंडखोर, बेफाम	मादक आणि आकर्षक वागणारा बोलणारा-
'रंग दे बसंती' मधला आमीर खान	'दिल चाहता है' मधला आमीर खान
हिंदी बोलणं 'कूल' आहे यावर विश्वास असलेला लब्धप्रतिष्ठितांच्या विरुद्ध, उच्चभ्रू	इंग्लिश बोलणं 'कूल' वाटणारा.

याच बरोबरीने देशभरात साठ दिवसांत फोकस ग्रुप तयार केले. आमच्या क्रिएटिव्ह आणि मार्केटिंग टीमने वाहिनीचं नेमकं स्थान व स्वरूप निश्चित केलं. त्या कल्पनेतून 'बिंदास' या वाहिनीचा जन्म झाला. भारतीय टेलिव्हिजनवर तरुणवर्गासाठी सुरू झालेली पहिली वाहिनी होती ती. त्यानंतर आमचे स्पर्धकही या प्रकारच्या वाहिनीच्या तयारीकडे वळले. कारण आम्ही बाजारपेठेतील एक प्रेक्षकवर्ग ओळखला होता.

नावावरून ब्रँड तयार होतो आणि ब्रँडची ओळख तयार होत जाते. नंतर ग्राहक याचं अनुकरणही करतात, ही एक गंमतशीर गोष्ट आहे. 'जिटर' असं गंभीर नाव ठरत असताना काही 'कूल' डोक्याच्या लोकांनी दबाव मिळवून त्याचं नाव 'ट्विटर' केलं. आज गंमत वाटते, पण 'जिटर' नावामुळे आजचं 'ट्विटर' कुठे गेलं असतं? तीच गोष्ट फेसबुकची. जर उद्दिष्ट आणि ग्राहक निश्चित केला नसता तर फेसबुक आज कुठे असतं?

हेच 'हंगामा' आणि 'बिंदास'च्या बाबतीत होतं. मुलांच्या वाहिनीचं नाव ठेवताना पहिल्या यादीत 'हंगामा' हे नावच नव्हतं; परंतु हे नाव प्रेक्षकांनी निवडलं आणि आमचा ब्रँड तयार झाला. नावावरून खोडकर, उत्साही आणि भरपूर ऊर्जा असलेली गंमत, असा अर्थ स्पष्ट होत होता. खरोखरच त्यात दाखवल्या जाणाऱ्या आमच्या कथांनीही तेच रूप धारण केलं. नावातूनच हे चाकोरीबाह्य आहे हे स्पष्ट होत होतं (अर्थात सुरुवातीला ते वादग्रस्तही होतं). भारतीय

टेलिव्हिजनच्या कार्यक्रमांच्या अजेंड्यातही हे सारं उमटलं.

'इमोशनल अत्याचार' नावाचा कार्यक्रम 'बिंदास'वर सुरू झाला. 'देव.डी' या आमच्या सिनेमातील मनाची घालमेल करणाऱ्या मध्यवर्ती गाण्यापासून स्फूर्ती घेऊन हा कार्यक्रम तयार झाला. सगळे अडथळे मोडून टाकणारा असा त्याचा फॉरमॅट होता. हा एक रिॲलिटी शो होता. कोणत्या अविवाहित मुलीला किंवा मुलाला जर कोणी मित्र किंवा मैत्रीण फसवत आहे असं वाटलं तर 'इमोशनल अत्याचार'ला ते फोन करायचे. पुढचे पाच दिवस टीम त्या माणसाचा पाठलाग करत असे. कधी कधी परीक्षा पाहण्यासाठी त्याला फूस लावायचा प्रयत्न करत असे. प्रत्येक भागाच्या शेवटी तो मित्र/मैत्रीण यांचं कव्हरेज आम्ही दाखवत असू आणि तक्रार करणाऱ्याची समोरासमोर गाठ पडत असे. कार्यक्रमातील 'बोल्ड'पणामुळे लाखो प्रेक्षकांनी हा कार्यक्रम पाहिला. इतर लाखोजणांनी त्याचा तिरस्कार केला. सुरूवातीला प्रसारमाध्यमांकडून प्रचंड नकारात्मक प्रतिसाद आला, परंतु वर्षभरातच अनेक कुटुंबं व पालक या कार्यक्रमात गुंतून गेले. त्यांनी असा विचार करायला सुरूवात केली, की लग्नगाठ बांधायच्या आधी सत्य समोर येणं एक वेळ बरं आहे. मुलांचे नातेसंबंध जुळलेले असताना त्यांना सत्य कळणं यापेक्षा हे केव्हाही चांगलंच.

'इमोशनल अत्याचार'मध्ये भावनांचा महापूर झाला. चर्चा झडल्या. लोकांचं लक्ष वेधलं गेलं. भारतातील युवा पिढीच्या कार्यक्रमांची सुरूवात झाली. 'बिंदास'ची पण सुरूवात झाली. आमच्या इतर कार्यक्रमांएवढा सामुदायिक प्रभाव या कार्यक्रमाला मिळू शकला नाही, पण भारतीय टेलिव्हिजनवरच्या दीर्घकाळ सुरू असलेल्या कार्यक्रमांचा आजही तो एक महत्त्वाचा भाग आहे. प्रत्येक सीझनला नवीन शक्कल लढवणाऱ्या उत्तम टीमसोबत तो आजही चालू आहे.

◆

आज भारतात खूप क्षेत्रं उदयाला येत आहेत. त्यामुळे प्रगत देशांच्या तुलनेत आपल्याकडे उद्योजकांना नवकल्पना लढवण्याच्या आणि भन्नाट कल्पना साकारण्याच्या कित्येक संधी उपलब्ध आहेत. भारतात तुम्ही या खेळात उशिरा सहभागी झालात तरीसुद्धा संधी आहे. उदा. प्रत्येक गोष्टीचा संबंध तंत्रज्ञानाशी

जोडलेला आहे. भारत अजून पहिल्या पायरीवर आहे. आरोग्य आणि शिक्षण प्रथम पायरीवर आहे. इंटरनेट कदाचित दुसऱ्या पायरीवर असेल. ब्रँड, ब्रँडविषयीची सजगता, ब्रँडिंगच्या सर्वच बाबी दुसऱ्या पायरीवर आहेत. पर्यटन-मनोरंजन अजूनही पहिल्या पायरीवर आहे. भारताचं सामर्थ्य सेवा क्षेत्रात वाढत असलं तरी आपण अनेक क्षेत्रांत नवखे आहोत. त्यामुळे चाकोरीबाह्य, हटके कल्पनांसाठी वाव आहे. मग यात वाईट काय? याचं उत्तर शोधायला जरा अंतरंगात डोकवावं लागेल.

आपण जेव्हा संधी शोधत असतो तेव्हा आपण यशाचा वेध घेतलाच पाहिजे. याचा बहुतांश वेळा अर्थ आपण न थकता मळलेल्या वाटेवरुन चालत राहणं असा होतो. परंतु अशा मळलेल्या वाटेवर, आपल्या पुढील लोकांच्या पावलांवर पाऊल टाकताना पुढच्या माणसाचा फक्त पाठमोरा भाग आपल्याला दिसत असतो.

माझ्या म्हणण्याचा अर्थ आहे, की भारतात आज असामान्य संधी उपलब्ध आहेत त्याकडे दुर्लक्ष करू नका. या संधी नवीन कल्पनांना जन्म देणाऱ्या आणि स्वत:ची वाट शोधणाऱ्या माणसांना भरभरून यश देतील.

उगवत्या बाजारपेठांपर्यंत पोहोचायला आपल्याला उशीर झालाय असं ज्यांना वाटतं त्यांचं म्हणणं अगदीच चुकीचं नाही. या क्षेत्रात प्रवेश केल्यावर काहींना जलदगतीने अवैध मार्गाने निकाल मिळवण्याचा मोह होतो. मात्र, लक्षात घ्या. ही कृती दीर्घकाळ तुम्हाला टिकू देत नाही, आणि जे टिकत नाही ते यशापर्यंत कधीच पोहोचत नाही.

आम्ही आमच्या प्रत्येक प्रोजेक्टमध्ये बाजारपेठेतील गरजांचा अंदाज घेत होतो आणि दीर्घकालीन विचार करायची सवय लावून स्वत:ला खंबीर आणि कणखर बनवत होतो. माणसांप्रमाणेच कल्पनांना आणि व्यवसायालाही अवकाशाची, जरा परिपक्व बनण्याची गरज असते. नवकल्पना आणि हटकेपणा यांचा वापर कधी आणि कसा करून घ्यायचा ही महत्त्वाची बाब आहे.

♦

- 'जर एखादी गोष्ट सुरळीतपणे चालू असेल तर ती तशीच ठेवा, तिच्यात बदल करू नका' याबद्दल मला आक्षेप आहे. हे ज्यांनी कुणी लिहिलं असेल त्यांना

व्यवसायवाढ आणि ते करताना पारंपरिक विचारसरणीला फाटा देणं यातला आनंदच कळला नसेल.

- वेगळी वाट चोखाळणं याचा अर्थ उतावीळपणे काही तरी जबरदस्तीने घडवून आणणं, असा होत नाही किंवा तातडीने काही तरी करणं असाही नाही. वेगळं काही तरी करायचं म्हणून वेगळं नाही करायचं. आज, उद्या किंवा परवा पर्यंतच फक्त बदल घडवणंही पुरेसं नसतं. दीर्घकाळासाठी ठाम, खंबीर व्यवसायाची उभारणी करणे हा तुमचा हेतू असायला हवा. तुम्ही या मार्गावरून वाटचाल करत असाल तर भांडवल मिळेल, हुशार लोकही नक्कीच भेटतील. ग्राहक आपोआपच तुमच्या मागे येतील.

- एक गोष्ट लक्षात ठेवा तुम्ही ज्या वेळी मळलेल्या वाटेवरून चाललेले नसता त्या वेळी ती वाटचाल सोपी नसते. तुमच्याकडे सहनशीलता आणि चिकाटी असावी लागते. काही आठवडे, महिने किंवा कदाचित काही वर्षंही संघर्ष करण्याची तुमची तयारी असावी लागते. तुम्ही जे करत असता त्यावर तुमचा विश्वास असायला पाहिजे.

- माझ्या कोअर टीमच्या एका सहकाऱ्याने मला मेल पाठवली होती. उद्योजक किंवा लीडर यांच्यामध्ये असणारे आवश्यक गुण या ई-मेलमधून दिसून येतात. तुमच्या संदर्भासाठी मी ती मेल इथे देत आहे.

  'चार वर्षांनंतर नवीन कंपनीत मी नेतृत्व(पद) स्वीकारलं आहे. तुमच्या निकटच्या सान्निध्यात तुमच्याबरोबर काम करत असताना आणि तुमचं निरीक्षण करून मी जे काही धडे शिकलो आहे ते मी बरोबर नेत आहे. धीटपणे निर्णय घेण्याचं तुमचं धाडस आणि धैर्य मला चकित करतं. (कित्येक लीडर्समध्ये मला ते आजतागायत आढळलेलं नाही.) असे काही लीडर्स तुमच्यासाठी काम करण्यास योग्य ठरले नाहीत, परंतु त्यामुळे तुम्ही कधीच नाउमेद झाला नाहीत. तुमच्याकडे नवीन कल्पना, समस्या, प्रस्ताव किंवा संधी मिळवण्याची आणि सडेतोड, भेदक प्रश्न विचारण्याची क्षमता आहे. झपाट्याने आणि स्पष्टपणे निर्णय घेण्याची क्षमता तुमच्याकडे आहे. आणि अखेरीस टीमला निर्णयापर्यंत घेऊन जाण्यासाठी, निर्णयाची अंमलबजावणी करण्यासाठी तसंच प्रत्येक सदस्याला तशी संधी मिळण्यासाठी तुम्ही पराकाष्ठेचे प्रयत्न करता. प्रचंड सहनशीलता दाखवता. तुम्ही प्रवास सुरू केला होता त्या वेळी तुमच्या

मनात एवढ्या सगळ्या स्पष्ट कल्पना असतील असं मला वाटत नाही. परंतु मला असं वाटतं, की तुम्ही या घटकांवर लक्ष केंद्रित करून त्यांची बांधणी केली असावी. उद्योजक आणि लीडर म्हणून तुम्ही या घटकांना आपल्या सामर्थ्याचे स्तंभ बनवले आहेत. तुमच्यासाठी प्रत्येक दिवस हा सगळ्या गोष्टींकडे नव्याने पाहण्याचा आणि सातत्याने त्यांविषयी प्रश्न विचारण्याचा दिवस असतो.'

६
उंच उंच जाताना...

प्रत्येक बदलाचा एक टप्पा निश्चित असतो. त्या टप्प्यावर लक्ष केंद्रित करा. एकाग्र व्हा. त्या बदलाला समजून घ्या. बदलाची दिशा ओळखा. आपलं ध्येय उंचवा. संपन्न भविष्याकडे वाटचाल करणाऱ्या टीमची आणि तिच्या संस्कृतीची उभारणी करा. प्रगतीच्या संधी शोधून काढा. कठोर परिश्रम, उत्तम तयारी, नियोजन आणि दुर्दम्य इच्छा यांच्यासाठी सज्ज व्हा. यातूनच तुम्हाला अनुकूल वारे वाहू लागतील...

गोष्ट जेवढी मोठी तेवढं उत्तम! चित्रपटाचा प्रीमियर पाहण्याची इच्छा असलेल्या माझ्या मित्रांना आणि शेजाऱ्यांना ग्रँट रोडवरची माझ्या आजी-आजोबांच्या गच्चीतील जागा विकून मी पैसे मिळवले होते. त्या सुरुवातीच्या दिवसांपासूनच व्यवसायाचा आणि आयुष्याचा परीघ वाढवण्याविषयी मला कायमच आकर्षण वाटत आलं आहे.

व्यवसायाचा परीघ वाढवणं म्हणजे तुमच्या व्यवसायाच्या आलेखामध्ये तुमच्या कल्पनांच्या विस्तारासाठी आवश्यक असलेला परिवर्तनाचा बिंदू शोधून काढणं. व्यवसायामध्ये अनेक गोष्टी कराव्या लागतात ज्यामुळे तुमच्या उत्पादनांची बाजारपेठ विस्तारत जाते. खरं तर भांडवल उभारणीसाठी धोरण

आखणं, टीमची उभारणी करणं, उत्तम नियोजन करणं या दैनंदिन गोष्टींसोबत व्यवसायाचा परीघ वाढवण्यासाठी हा परिवर्तनाचा बिंदू शोधणं हीसुद्धा एक नेहमीची सहज अशी गोष्ट व्हायला हवी. जेव्हा एखाद्या चाकोरीबाह्य नवकल्पनेतून तुमचा व्यवसाय उत्तम आकाराला येत राहतो, वाढत जातो, तेव्हा हे चक्र आपोआप चालायला लागतं. उद्योजकाची ब्रेन स्टॉर्मिंगची क्षमता या सर्व प्रक्रियेसाठी खूप महत्त्वाची आहे.

व्यवसाय सुरू करणं, व्यवसायाची उभारणी करणं व व्यवसायात वाढ करणं आणि तो भरभराटीला आणण्यासाठी आवश्यक असलेल्या वरच्या पायऱ्यांपर्यंत नेणं या सगळ्यासाठी मुळातच वेगळ्या प्रकारची मूलभूत विचारसरणी असावी लागते. या तिन्ही गोष्टी एकमेकांपेक्षा भिन्न आहेत. त्यांचे स्वतःचे पूर्णपणे वेगवेगळे गुणधर्म आहेत. तुम्ही व्यवसायाची सुरुवात करणारे आहात, तो वाढवणारे आहात, तुम्हाला वरच्या पायरीवर जायचंय की तुमच्यात या तिन्हींचा मिलाफ आहे याविषयी तुम्ही स्वतःचं कठोर मूल्यमापन करणं आवश्यक असतं.

तुम्ही या तिन्हींमध्येही प्रगती करू शकता. या संपूर्ण मार्गावर वाटचाल करत असताना तुम्ही आपल्याभोवती कोणत्या गुणात्मक दर्जाची आणि क्षमतेची टीम गोळा केलेली आहे आणि तुम्ही त्यांचं सक्षमीकरण कसं करता यावर प्रगती अवलंबून असते. दहा वर्षांच्या अनुभवानंतर तुम्ही व्यावसायिक बनू शकता. व्यवसायाची वाढ करून आहात तिथून वर जाण्याचा विचार करू शकता. जर तसं असेल, तर जो कोणी उत्तम प्रकारे सुरुवात करू शकतो असा सहसंस्थापक किंवा सहकारी शोधा. कारण 'जिंकण्या'साठी ही उपयुक्त ठरणारी गोष्ट आहे. तुमच्या दूरदृष्टीचा आवाका आणि तुम्ही स्वतःचं करत असलेलं कठोर मूल्यमापन यावर तुमची कंपनी प्रगती करणार की अधोगती हे अवलंबून असतं.

परंतु या सगळ्यात बदलाचा किंवा वळणाचा रस्ता तुम्ही कसा शोधणार? परिवर्तनाचा बिंदू कसा शोधणार? आणि महत्त्वाचं म्हणजे या सगळ्याची सुरुवात कशी करणार? हे वळण आकाराला कसं आणणार?

प्रथम एक गोष्ट समजून घ्या की अशी वळणं येतात. प्रत्येक व्यवसायात 'वरची

पायरी' असतेच. कित्येक वेळा उद्योजक स्वत:च्या व्यवसायाच्या विस्तारासंदर्भात एक कम्फर्ट झोन तयार करतात. खरं तर त्यांच्या व्यवसायातली उत्तम कामगिरी म्हणजे ते बाजारपेठेतील एक छान रिकामी जागा शोधून काढतात. ज्या प्रकारच्या गोष्टी कोणीच करत नाही त्या गोष्टी हे उद्योजक करतात. पण दुर्दैवाची गोष्ट म्हणजे ते त्यात अडकून पडतात. अशी एक वेळ येते, की 'तसेही आपल्यासारखे काम करणारे लोक कमीच आहेत किंवा स्पर्धकांची संख्या मर्यादितच आहे, तर व्यवसायाच्या विस्ताराचा विचार कशाला करायचा?' अशा 'स्वान्त सुखाय' विचारसरणीत ते अडकतात. मोठा विचार करणं ते सोडून देतात. भौतिकशास्त्राच्या नियमानुसार कोणी पुढे ढकललं नाही तर स्थिर वस्तू स्थिरच राहते. पण यामुळे तो उद्योजक आहे त्याच परिस्थितीत राहतो. छोट्या बाजारपेठेत मध्यम स्वरूपाचं यश मिळालं, तरी मोठा मासा छोट्या तळ्यात अडकण्यासारखंच हे आहे. या मानसिकतेमुळे अनेकदा मोठा पल्ला गाठू शकणारे उद्योजक तेवढं यश मिळवत नाहीत, कारण त्यांच्या विस्ताराचा परीघ हा आखूड होत जातो.

त्या वेळी व्यवसायाचा विस्तार न करण्याची कित्येक कारणं अचानकच पुढे येऊ लागतात. पुढील प्रोजेक्ट्ससाठी भांडवल उभारणीतील अडचणी, अपयश, बाजारपेठेच्या संभाव्य आकाराविषयीचा चुकीचा अंदाज, योग्य टीम मिळवण्यातील अपयश आणि याशिवाय जगात अस्तित्वात असलेली नाना तऱ्हेची कारणं त्यासाठी सांगितली जाऊ लागतात. यातून फक्त उद्योजकाची अत्यल्प महत्त्वाकांक्षा, स्वत:च्या क्षमतांविषयी असलेल्या आत्मविश्वासाचा अभाव आणि उद्योजक म्हणून असलेल्या त्याच्या मर्यादा स्पष्ट होतात. आता तुमचा हेतू तेवढाच असेल तर त्यात काहीच चुकीचं नाही. तुम्ही आता जे करत आहात, नेमक्या त्याच गोष्टी आतापासून पाच वर्षांनीही तुम्हाला करत राहायच्या आहेत का? कित्येक लोक या प्रश्नाचं उत्तर जोरदारपणे 'नाही' असं देतात.

मला असं वाटतं, व्यवसायाचा परीघ वाढवणं हा पहिला टप्पा आहे. जर तुम्ही या विस्ताराचा विचार करत नसाल तर तुम्हाला धोरणांची काहीच आवश्यकता नाही. कारण तुम्ही फक्त आजपुरतं बघत असता आणि उद्याचा वेध हा तुमच्या विचारांच्या टप्प्यात नसतोच. व्यवसायाचा परीघ वाढवणं आणि त्यासाठी

धोरण ठरवणं ह्या एकमेकांत गुंतलेल्या गोष्टी आहेत.

जेव्हा मी माझ्या व्यवसायाचा परीघ वाढवण्याचा विचार करतो तेव्हा मला नेहमी प्रश्न पडतो, की मी इतरांपेक्षा वेगळा कसा आहे? सध्याच्या सुपरफास्ट जगात तुमच्याकडे भले उत्तम व्यवसायाची कल्पना आहे, ती आकारात आणण्याचा उत्तम आराखडाही आहे; पण ही कल्पना इतरांपेक्षा प्रचंड वेगळी असल्याशिवाय तुमची भरभराट होणं शक्य नाही. 'मग आम्ही तरी काय करणार? माझी कंपनी नवीन आहे, म्हणून यश कमी किंवा बाजारपेठच तेवढी मोठी नाही' असा सूर लावणारे अनेक उद्योजक मला माहीत आहेत. पण द्रष्टा उद्योजक या सगळ्यावर मात करतो. तो बाजारपेठेतील पोकळी भरून काढतो आणि त्यासाठीची उत्पादनं व सेवा सुरू करतो. या प्रवासात तो स्वतःला अपयश येऊ देत नाही.

आजपर्यंत तुम्ही स्वत:ला हे प्रश्न विचारले नसतील तर आता विचारा :

१. मला किती मोठं व्हायचं आहे?

२. त्या स्थानापर्यंत पोहोचण्यासाठी मला काय करावं लागेल?

३. व्यवसायाच्या या टप्प्यापर्यंत पोहोचण्यासाठी मी स्वत:ला कसा घडवतो आहे?

जर तुम्हाला एखादी महत्त्वाकांक्षा पूर्ण करायची असेल कसला ना कसला त्याग करावाच लागतो. महत्त्वाकांक्षा आणि त्याग हातात हात घालून येतात. त्या एकमेकांशिवाय असूच शकत नाहीत. ज्यांच्याकडे अधिक मोठी महत्त्वाकांक्षा असते त्यांच्याकडे ती पूर्ण करण्यासाठीची दुर्दम्य इच्छाशक्ती असते.

क्रिकेटच्या अंतिम टेस्ट मॅचमध्ये जिंकून देणारी शेवटची धाव काढण्याचं किंवा फुटबॉलच्या वर्ल्ड कप मॅचमध्ये अखेरचा गोल करण्याचं प्रत्येक खेळाडूचं स्वप्नं असतं. त्याचप्रमाणे उद्योजकालाही एक ना एक दिवस प्रभावी, जागतिक व्यवसायांच्या अव्वल स्थानावर पोहोचण्याची इच्छा असते.

◆

माझ्या व्यवसायात अनेक वेळा माझी 'वरची पायरी' मीच शोधून काढली. एखाद्या वेळी असं झालं, की ती शोधताना मी चाचपडलो, पण बहुतेक वेळा मी

खंबीरपणे वर चढलो. एखाद्या वेळीच प्रतिकूल परिस्थितीने माझ्यावर मात केली असेल. मोठ्या प्रमाणात व्यवसायाची उभारणी करणाऱ्या बहुतांश व्यावसायिकांच्या बाबतीत हे खरं असतं हे मला माहिती आहे.

'वरच्या पायरी'कडे नजर हवीच!

प्रत्येक बदलाचा एक टप्पा निश्चित असतो. त्या टप्प्यावर लक्ष केंद्रित करा. एकाग्र व्हा. त्या बदलाला समजून घ्या. बदलाची दिशा ओळखा. आपलं ध्येय उंचवा. संपन्न भविष्याकडे वाटचाल करणाऱ्या टीमची आणि तिच्या संस्कृतीची उभारणी करा. प्रगतीच्या संधी शोधून काढा. कठोर परिश्रम, उत्तम तयारी, नियोजन आणि दुर्दम्य इच्छा यांच्यासाठी सज्ज व्हा. यातूनच तुमच्यासाठी अनुकूल वारे वाहू लागतील...

१९८० च्या सुरुवातीच्या काळात केबल टी.व्ही.च्या व्यवसायात मी होतो, तेव्हापासूनच व्यवसायात सर्वोच्च स्थान गाठण्याचं माझं ध्येय होतं. त्या काळात अडचणी, अडथळे खूप होते. ज्या ग्राहकांनी कधीच आपल्या हातात रिमोट कंट्रोल धरला नव्हता आणि चॅनेल्स बदलली नव्हती त्यांना तुम्ही केबल टेलिव्हिजन आणि चॅनेल बदलण्याची सुविधा याविषयी कसे काय पटवून देऊ शकता? ज्या वेळी नियमच अस्तित्वात नसतील त्या वेळी तुम्ही व्यवसायात स्थैर्य आणि प्रगतीची अपेक्षा कशी काय ठेवू शकता? केबल टीव्हीची संकल्पना विकण्यासाठी आम्ही शहरांत शेकडो प्रात्यक्षिकं ठेवली. तंत्रज्ञानाची आणि आपल्याला हव्या असलेल्या कंटेंटची किंवा कार्यक्रमांची निवड करणं या गोष्टीची लज्जत आम्ही लोकांना प्रथमच चाखायला लावली. पुढच्या वर्षभरात आम्ही १,००० हून अधिक प्रात्यक्षिकं केली आणि ३,००० हून अधिक घरांना भेटी दिल्या. त्यानंतर आम्हाला आमचं पहिलं कनेक्शन मिळालं. या वेगाने व्यवसायाचा परीघ वाढवणं तर सोडाच पण लोकांपर्यंत पोहोचणंही दुष्प्राप्य वाटलं होतं.

पण आम्ही यावर उपाय म्हणून दोन प्रकारच्या गोष्टी केल्या. पहिलं म्हणजे आम्ही केबल टी.व्ही.च्या सेवेसाठी देशातील प्रत्येक हॉटेलकडे लक्ष दिलं. वेगळ्या शब्दांत सांगायचं, तर हॉटेलच्या साखळ्यांच्या निर्णयप्रक्रियेत जे असतात त्यातल्या एका किंवा दोघांना केबल टी.व्ही.ची गरज पटवून देऊन आम्ही त्यांना आमच्या संचालक मंडळावर घेतलं. त्यामुळे आम्हाला आणखी

१०,००० ग्राहक मिळाले. एकदा थोड्या हॉटेलांकडून पैसे मिळण्यास सुरुवात झाल्यावर इतरांवर त्याचा सकारात्मक परिणाम होऊ लागला. केबल टी.व्ही.रूपी 'स्टेटस सिम्बॉल' आपणही घेतला पाहिजे असं त्यांना वाटू लागलं.

अर्थातच आम्ही अंदाज बांधला होता त्याहूनही किती तरी अधिक प्रमाणात आमच्यासमोर समस्या आणि आव्हानं होती. जास्त चॅनेल्स असलेले दहा हजार टी.व्ही. संच तयार करणं ही गोष्ट तत्कालीन उत्पादकांवर ताण आणणारी होती.

त्या काळात सर्वांत मोठ्या आलिशान हॉटेल्सच्या खोल्यांमध्ये टी.व्ही. संच नव्हते. या सेवेसाठी प्रत्येक ग्राहक अधिक पैसे भरत नसल्यामुळे या सुविधेची किंमत हॉटेल्सनाच सोसावी लागली असती हे हॉटेलमालक जाणून होते. याशिवाय ब्लॅक अँड व्हाइट टी.व्ही. संच घ्यावेत की रंगीत टी.व्ही. संचांसाठी वाट पाहावी, हा साखळी हॉटेल्ससमोरचा आणखी एक प्रश्न होता. यामुळे निर्णयप्रक्रिया मंदावली आणि आमच्या व्यावसायिक महत्त्वाकांक्षेवर त्याचा परिणाम झाला. हॉटेल व्यावसायिकांबरोबर त्यांच्या शंका दूर करण्यासाठी आणि टी.व्ही. संच बनवणाऱ्यांबरोबर त्यांच्या उत्पादनात वाढ करण्यासाठी, अशा प्रकारे दोघांबरोबरही आम्हाला काम करावं लागलं.

आता तुम्ही कदाचित असं विचाराल की, 'तुम्ही आपल्या स्वतःच्या व्यवसायाची उभारणी करत असताना दोन्ही ग्राहकांच्या समस्या या तुमच्या समस्या कशा काय बनल्या?' त्यावर माझं उत्तर आहे, की जर तुमच्या मनात आपली भरभराट करून घ्यायचं ध्येय असेल आणि तुम्ही पुढाकार घेऊन आपली योजना राबवत असाल, तर तुम्हाला या चिंता आपल्या समस्यांचा भाग मानणं क्रमप्राप्त आहे.

आणि आम्हीही तेच केलं.

हॉटेल्सना जी अतिरिक्त किंमत सोसावी लागत होती ती भरून काढण्यासाठी आम्ही एक जाहिरात वाहिनी सुरू केली. त्यामुळे हॉटेल्सना त्यांच्या प्रत्येक रेस्टॉरंटची आणि इतर मालमत्तेची जाहिरात करता येऊ लागली. ही कल्पना चांगली चालली. अगदी आजही ही जाहिरात वाहिनी तुम्ही बहुतांश हॉटेल्समधील टेलिव्हिजनवर पाहू शकता. आमच्या या प्रयत्नांमुळे या कल्पनेची चमक उत्पादकांना जाणवली. हॉटेल्स मोठ्या प्रमाणात हे टीव्ही संच

खरेदी करतील हे समजल्यावर उत्पादकांनी ह्या संधीचं सोनं करायचं ठरवलं.

वर्षभर कठोर परिश्रम, अव्याहत विक्री आणि सहनशीलतेने काम केल्यावर भारतातील बहुतांश साखळी हॉटेल्समध्ये आम्ही ही संकल्पना राबवू शकलो. हॉटेल्सच्या बाबतीत पुढाकार घेण्यामागे माझा आणखी एक हेतू होता. हॉटेलमध्ये वास्तव्य असताना एकदा प्रेक्षकांनी केबल टी.व्ही.चा अनुभव घेतला की मग तिथून घरी परतल्यावरही त्यांना ती सेवा आपापल्या घरांतही असावी असं वाटेल. त्यामुळे वैयक्तिकरीत्या प्रत्येक घरात केबल देण्याची कल्पना अधिक सहजपणे आकाराला येईल. आणि हे सगळं असंच घडत गेलं...

आम्ही पहिलं कनेक्शन दिलं होतं त्यानंतर नऊ महिन्यांत आमच्या सेवेचा झपाट्याने विस्तार झाला होता. आम्हाला कित्येक ग्राहकांनी प्रतिसाद दिला. या सेवेसाठी आम्ही प्रति घर २०० रुपये आकारत होतो. त्या काळाच्या मानाने हा दर जास्तच होता, ही गोष्ट लक्षात ठेवून काम करण्यात आलं. त्यानंतर २०१४ पर्यंत म्हणजे सुमारे ३० वर्षांनंतरही हा दर सरासरी १५०-२०० इतकाच आहे. अर्थातच १९८१ मध्ये केबल टी.व्ही. ही एकमेवाद्वितीय गोष्ट होती.

लोकांचं म्हणणं ऐकून घेतल्यानंतर आणि आमच्यासमोरच्या पर्यायांचा विचार केल्यावर आपापल्या घरात २०० रुपये देऊन केबल सेवा सुरू करण्यास तयार असलेल्या आणि एवढी किंमत देण्यास तयार नसलेल्या सर्व ग्राहकांना त्यानंतरचे काही आठवडे मी स्वत: कॉल केले.

आता त्यावरची उपाययोजना स्पष्ट झाली होती. आम्ही मूलभूत सेवेचा दुसरा स्तर सुरू केला. त्या सेवेचा दर आम्ही १५० रुपये ठेवला. २०० रुपयांच्या सेवेला आम्ही प्रीमियम सेवा म्हणून श्रेणीवाढ दिली. गुणवत्ता सुधार सेवा म्हणून आम्ही ती सेवा पुरवू लागलो. या सेवेअंतर्गत आम्ही एक तास अधिक टेलिप्रसारण पुरवू लागलो आणि त्यांना आणखी काही जादा सुविधाही दिल्या. विमानप्रवासात प्रत्येकजण एकाच ठिकाणी असतो. एक तर तो फर्स्टक्लास किंवा इकॉनॉमी क्लासमधून प्रवास करत असतो, परंतु विमान तर तेच असतं. आमची ही योजना अचूक ठरली. आम्ही इकॉनॉमी आणि फर्स्टक्लासचा दर एकत्रितपणे गोळा करू लागलो. ही माहिती गोळा करण्यासाठी आम्ही जात होतो त्या वेळी काहीजणांनी आम्हाला दरवाज्यातही उभं केलं नाही, तर काहीजणांनी

प्रतिक्रिया घेण्यासाठी रात्री नऊनंतर येण्यास सांगितलं होतं. हे सगळे विक्रीचे कॉल मी स्वतः वैयक्तिकरीत्या केले नसते तर कदाचित माझ्या डोक्यात दोन भिन्न प्रकारच्या दर आकारणीची कल्पना आलीच नसती.

व्यवसायाची वाढ करून तो एका विशिष्ट स्तरापर्यंत नेण्याचा प्रयत्न जोराने चालला होता. मात्र, तोपर्यंत आमच्यासमोर उभी ठाकलेली स्पर्धाही आमच्या लक्षात आली. त्यानंतर वर्षभरात आमचा व्यवसाय तब्बल तिपटीने वाढला.

♦

काही वेळा व्यवसायाचा परीघ गरजेतून वाढत जातो.

यूटीव्हीच्या सुरुवातीच्या दिवसांत टी.व्ही.चे कार्यक्रम तयार करणं हे आमचं मूलभूत काम होतं. त्या वेळी फक्त सरकारी प्रसारण केलं जात होतं, म्हणजेच फक्त दूरदर्शनचे कार्यक्रम होते. त्यामुळे एका वेळी फक्त तेरा किंवा सव्वीस कार्यक्रमच तयार करण्याची मर्यादा आम्हाला सुरुवातीचे कित्येक महिने होती. त्यानंतर अनेक दिवस क्षमता असूनही काम करता येत नव्हतं.

१९९१ मध्ये 'सीएनएन' या उपग्रह टेलीव्हिजनवरच्या आखाती युद्धाच्या माहितीने आशियातील सर्वांचं लक्ष वेधून घेतलं. त्यानंतर वर्षभराने भारताने 'झी. टी.व्ही.' ही आपली पहिली उपग्रह वाहिनी सुरू केली. तिच्या प्रगतीचा आम्ही वेध घेतला. त्यातून आम्हाला काही गोष्टी स्पष्ट झाल्या आणि आवडल्या. मी आणि आमच्या क्रिएटिव्ह टीमने एकत्रितपणे झी टी.व्ही.वर आपले कार्यक्रम झळकवण्याचा निर्णय घेतला. त्यांच्याबरोबरच्या मीटिंगच्या दरम्यान मी एक आव्हान समोर ठेवलं. आम्हाला जर प्रत्येक कार्यक्रमाच्या वर्षभरासाठीच्या ५२ भागांना परवानगी दिली गेली तर सुरुवातीला आम्ही दहा कार्यक्रम देऊ असं मी सुचवलं. म्हणजेच एकूण ५२० भाग आम्ही देणार होतो. ही एक अत्यंत आव्हानात्मक गोष्ट होती.

आम्हाला मोठा पल्ला गाठायचा होता, मोठा विस्तार करायचा होता – आणि ही आमच्यासाठी एक उत्तम संधी होती.

अगदी स्पष्ट सांगायचं, तर माझ्या कल्पनेकडे पहिल्यांदा साशंकतेने पाहिलं गेलं होतं, परंतु पुढच्याच महिन्यात प्रत्येकजणच या कामाने भारावून गेला. आम्ही विचारविनिमय करून वीस कल्पनांचा आराखडा तयार केला.

त्यानंतरच्या महिन्याभरात आम्ही त्या सर्व कल्पना राबवल्या. आम्हाला आणि झी टी.व्ही.ला फायदेशीर ठरणाऱ्या बजेटमध्ये दहा कार्यक्रमांचे ५२० भाग तयार करण्याचा करार आम्ही केला.

या सगळ्या प्रोजेक्टमध्ये यश मिळवण्यासाठी प्रत्येक संकल्पनेसाठी स्वतंत्र टीम असावी हाच माझा दृष्टिकोन होता. म्हणजे ती टीम काम करताना प्रचंड लक्षपूर्वक काम करू शकेल अशी माझी कल्पना होती. याआधी आम्ही असं काम इतक्या व्यापक प्रमाणात केलं नव्हतं. सरसकट सगळ्या गोष्टी एकाच पद्धतीने करताही येत नाहीत. याआधी कार्यक्रमांची संख्या ठरवण्याचं कामही आम्ही केलं नव्हतं. खरं तर दहा कार्यक्रम आणि ५२० भाग ही माझ्या डोक्यातील कल्पना होती. कामाच्या या ठरवलेल्या पद्धतीमुळे प्रत्येक टीमकडे एक स्वतंत्र कार्यक्रम होता आणि त्यांची उद्दिष्टं स्वतंत्र होती. ती एकमेकांत अजिबात मिसळली गेली नव्हती. प्रत्येक टीमचं एकच उद्दिष्ट असणार होतं.

प्रत्येक टीम उत्साहपूर्ण वातावरणात आणि प्रचंड गतीने काम करू लागली. सर्वांनी या प्रकल्पांचे आपापले आराखडे दिले. आम्ही झी. टी.व्ही.कडे एकेक करून सर्व प्रस्ताव ठेवले. जसजसे आमचे कार्यक्रम मंजूर होत गेले तसतसा त्याचा एक परिणाम चांगला होत गेला. झी. टी.व्ही.ने एकाच कंपनीच्या दहा प्रकल्पांना हिरवा कंदील दाखवला होता.

नेमकं काय घडतं आहे हे त्यांच्या लक्षात येण्याअगोदरच आम्हाला त्यांना नीट फायदा मिळवून द्यायचा होता. आता आराखडा आमच्या हातात होता. व्यवसायाची व्याप्ती वाढवण्याच्या एका महत्त्वाच्या टप्प्यावर आम्ही होतो. तीन महिने आमची तयारी चालू होती. त्यांच्यासाठी हा व्यवहार वेगळा होता. त्यांना एकाच वेळी खूप कंपन्यांशी व्यवहार आणि त्यासंबंधी विविध प्रक्रिया करायला लागणार नव्हत्या. आम्ही देऊ केलेलं बजेटही फायदेशीर होतं. विविध गेम्स, क्विझ, चॅट्स व मालिका यांचा सुरेख मिलाफ होता. ज्या कार्यक्रमांसाठी त्यांना खूप साऱ्या स्टुडिओंकडून काम करवून घ्यावं लागणार होतं ते एकहाती झालं.

सर्वसाधारणपणे स्टुडिओमध्ये एका दिवशी एक भाग चित्रीकरण होण्याच्या काळात आम्ही पाच भाग रेकॉर्ड करण्याचं टार्गेट ठेवलं. लष्करी नियोजनाच्या तोडीस तोड अचूक असा आराखडा आम्ही तयार केला. आम्हाला ही कामगिरी

पार पाडण्याबद्दल पूर्ण विश्वास होता. स्टुडिओवर आधारित सहा कार्यक्रम आणि नाटकावर आधारित चार कार्यक्रम, असं आमच्या कार्यक्रमाचं स्वरूप होतं. आम्ही आमच्या दहाही कार्यक्रमांचा देऊ केलेला दर झी टी.व्ही.साठी फायदेशीर होता.

व्यवसायाचा वाढता परीघ डोळ्यांसमोर ठेवून आम्ही अतिशय कठोरपणे, जास्तीत जास्त सक्षमरीत्या काम करत असल्याने त्याच्या जोडीला मिळणारा नफाही उत्तम होता. (अर्थात हे सगळं कार्यक्रमांची रूपरेषा ठरवताना आम्ही त्यांना कळू दिलं नाही.)

त्या काळात भारतीय टेलिव्हिजनच्या दुनियेत एवढं शिवधनुष्य एकट्याने पेलणारी कुठलीही कंपनी नव्हती. मनोरंजन क्षेत्राच्या इतिहासात हा आमचा महत्त्वाकांक्षी प्रयोग होता. ती कल्पना काही वेडगळ नव्हती. आम्ही कुणालाही झटकन न मिळणारी संधी काबीज केली होती.

यात यशस्वी होणं याचा अर्थ पुन्हा कधीही 'वरच्या पायरी'वर जाण्याची वेळ आली असती तर आम्ही बिचकलो नसतो.

ते सगळे प्रकल्प वेळेवर आणि बजेटमध्ये पूर्ण करण्यासाठी आधी कधीही केले नसतील एवढे भरपूर परिश्रम त्या वर्षभरात केले. मी रात्र-रात्र जागलो. सतत काळजीत बुडालेला असायचो मी. कार्यक्रम वेळेवर आणि बजेटमध्ये पूर्ण होण्यासाठी आमच्या टीमच्या ५०० सदस्यांवर भरपूर ताण आला होता. नीट विचार केला तर ते अनेकदा नाउमेद करणारे आणि भीतिदायक क्षणही होते. हे सगळं दहा फॅक्टऱ्या किंवा वितरण केंद्रं एकाच वेळी स्थापन करण्यासारखं होतं. त्यातही ते प्रकल्प किंवा वेअरहाऊसेससारखे नव्हते. इथे आम्ही आठवड्यातले सातही दिवस २४ तास क्रिएटिव्ह लोकांबरोबर काम करत होतो. टीमची इच्छाशक्ती आणि बुद्धी अगदी त्यांच्या अंतिम मर्यादेपर्यंत ताणून शून्यातून कशाची तरी निर्मिती आणि विस्तार करत होतो. अशा प्रकरणांत 'जो गोंधळ व्हायचा असतो तो जरूर होईल' हा मर्फीचा नियम फक्त लागू पडू शकत नाही, तर तो निश्चितपणे लागू पडतोच.

तरीही सर्जनशीलता आणि गुणवत्ता यांना आम्ही पैशापेक्षाही प्राधान्य दिलं होतं. विविधांगी संबंधांचं व्यवस्थापन करण्यासही आम्ही शिकलो. आपण हा सगळा

प्रकल्प कशा प्रकारे पार पाडू शकू याची फारशी स्पष्ट कल्पना नसताना आम्ही ते आव्हान स्वीकारलं होतं. इंडस्ट्रीमध्ये प्रशिक्षित प्रज्ञावंत नव्हते. आज ई-कॉमर्स, आरोग्य, शिक्षण, शेती किंवा एखादी मोठी माहिती गोळा करणं या बाबतीत सुरू असलेला तसाच संघर्ष मी पाहतो त्या वेळी मी एकदम जिव्हाळ्याने त्याच्याशी मनाने जोडला जातो. प्रसारमाध्यमं आणि मनोरंजन क्षेत्र आकाराला येत होतं त्या काळात तशा प्रकारचं आयुष्य मी जवळजवळ दहा वर्षं जगलो आहे.

आम्ही त्याआधी ते काम केलं नव्हतं याचा अर्थ आमच्याकडे कसलीच योजना नव्हती तरीही आम्ही यशस्वी झालो, असा मात्र नाही.

आम्हाला सतत दक्ष राहावं लागत होतं. वेगवेगळ्या कामांकडे बारकाईने लक्ष द्यावं लागत होतं. आमचं काम ठरल्याबरहुकूम पुढे सरकतंय ना हे बघावं लागत होतं. तसंच कुठे अडचणी आहेत का, अनपेक्षितपणे काही चुकीचं घडतंय का हे पाहणं तर सर्वांत आवश्यक होतं. कारण ते निस्तरलंही पाहिजे आणि काम पुढे चालू राहिलं पाहिजे. एका वेळी अनेक प्रकारची आम्ही कामं करत होतो त्यामुळे हे घडत होतं. अशा प्रकारचा 'प्रेशर कुकर'चा अनुभव आम्हाला आला. त्यातल्या मिनिट न् मिनिटाचा आनंद आम्ही घेतला.

आणि अखेरीस, वचन दिल्याप्रमाणे आम्ही ५२० भाग पूर्णही केले.

त्यानंतर काही काळातच आम्ही पुन्हा अस्वस्थ बनलो. आता आम्हाला पुन्हा एकदा ॲड्रेनेलिनची आवश्यकता होती. त्यानंतर दोनच वर्षांत आम्ही भारताचा पहिला डेली सोप 'शांती' बनवला. आम्ही काही गोष्टी शिकलो, हे स्पष्टच आहे. व्यावसायिक दृष्टीने व्यवसाय करण्यामुळे तुमच्या महत्त्वाकांक्षेला, प्रगतीला मर्यादा येतात असं कोणी सांगितलं आहे? अडथळे येतच राहतात, आव्हानं असतातच; पण तुम्हाला प्रगती करायची असते. तुमची इच्छाशक्ती तुम्ही किती ताणता यावरच सारं काही अवलंबून असतं. तुमचा झगडा गुणवत्तेशी असायला हवा - तेही एक-दोनदा नाही, नेहमीच!

◆

व्यवसायात परिवर्तन करणाऱ्या दिशा अनेकदा येत असतात. योग्य दिशा घ्यावी लागते. वरची पायरी गाठावी लागते. अशा पायऱ्या गाठण्याच्या महत्त्वाच्या मोहिमा पार पाडल्यावर काही दिवसांतच मी एका व्यक्तीला भेटलो. हायम

सबान या खऱ्याखुऱ्या स्वतंत्र विचाराच्या, चाकोरीबाह्य पद्धतीने काम करणाऱ्या व्यक्तीशी माझी ओळख झाली. आम्हा दोघांच्या एका मित्राने माझी त्याच्याशी ओळख करून दिली. त्या वेळी अमेरिकेत प्रचंड यशस्वी ठरलेल्या ॲनिमेशन निर्मिती कंपनीचा हायम हा मालक होता. परंतु त्याला खरी प्रसिद्धी 'पॉवर रेंजर्स'मुळे मिळाली होती. त्या मालिकेची १९९३ मध्ये जगभर मोठीच चर्चा होती. पॉवर रेंजर्सशी संबंधित असंख्य मालिका निर्माण झाल्या होत्या. हायम ॲनिमेशनचं पॉवरहाऊस चालवत होता आणि भारतात आपल्या कामासाठी आऊटसोर्सिंग करण्याची त्याची तयारी होती. लॉस एंजेलिस येथील मात्सुहिसा या प्रसिद्ध जपानी रेस्टॉरंटमध्ये आम्ही रात्रीच्या जेवणाच्या निमित्ताने भेटलो. त्या रात्री मला जेवताना पूर्वानुभवाचा पुन:प्रत्यय येत असल्याचा तीव्र अनुभव आला. मला सतत लंडनमधील ब्रश फॅक्टरीतील माझ्या भेटीची आठवण होत होती. त्या माझ्या ट्रिपने लेझर ब्रशचा पाया घातला होता.

आता काही उद्योजक अपवादात्मक विलक्षण कसे बनतात आणि ते उंच भरारी कशी घेतात त्याचं उदाहरण माझ्यासमोरच होतं. न्यूज कॉर्पकडे ४-१४ वयोगटातील प्रेक्षकांसाठी कसलाच कार्यक्रम नसल्यामुळे हायमने रूपर्ट मर्डोकला ५०/५० भागीदारीच्या आधारावर किड्स ब्रॉडकास्ट नेटवर्क सुरू करावं, हे पुढच्या दशकात पटवून दिलं. हायम त्यापैकी बहुतांश कंटेंट तयार करणार होता. त्यानंतर कित्येक वर्षांनी विलक्षण व्यावसायिक जाण, त्यांच्या संयुक्त करारातील काही अनुकूल अटी आणि अर्थातच सुदैव यांच्या साहाय्याने हायम आणि मर्डोक यांनी आपली वाहिनी डिस्नेला कित्येक अब्ज डॉलर्सना विकली. ती अमेरिका आणि युरोपमध्ये प्रचंड वाढली होती. हायमची प्रसारमाध्यमांत ठसा उमटवण्याची महत्त्वाकांक्षा शिखरावर पोहोचली होती. आणि हे सगळं पॉवर रेंजर्सच्या प्रसिद्धीमुळे आणि त्याला मिळालेल्या प्रतिष्ठेमुळे घडून आलं होतं.

तोपर्यंत भारतात ॲनिमेशनची सुविधा नव्हती. परंतु त्या रात्री झालेल्या आमच्या उत्साहवर्धक गप्पा आणि आम्हा दोघांचा मित्र जे इत्कोवित्झच्या जोरदार शिफारसीवरुन आमच्या तयार होऊ घातलेल्या स्टुडिओतून त्यांच्या एका आगामी मालिकेचे २६ भाग तयार करून त्यांना देण्याचं मी आणि हायमनी ठरवलं.

कोणतीच तयारी आणि सुविधा नसताना एखाद्या प्रकल्पासाठी वचन देताना मी नेमका कसला विचार केला?

मी बाजारपेठेचा जवळून अभ्यास केला होता. चीन व फिलिपीन्स यांनी ॲनिमेशनसाठी मोठे आऊटसोर्सिंग स्टुडिओज उभारल्याचं मला माहिती होतं. भारतात माहिती आणि तंत्रज्ञान विभागाने जगाचं लक्ष वेधून घेण्यास सुरुवात केली होती. माझ्यातील थोड्याशा अहंमन्य स्वत्वाला टूथब्रशेसच्या वेळच्या अनुभवामुळे काय करावं लागेल ते आपल्याला माहीत आहे असं वाटत होतं. (खरं तर कित्येक वर्षांपूर्वी मी टूथब्रशच्या क्षेत्रात झेप घेतली होती, त्या वेळी टूथ ब्रशविषयी मला जेवढी माहिती होती त्या तुलनेत ॲनिमेशनविषयी मला बरीच माहिती होती.) परंतु त्याहूनही सगळ्यात महत्त्वाची गोष्ट म्हणजे आपण प्रज्ञावंतांचा पाया तयार करू शकू, टीमची बांधणी आणि सक्षमीकरण करू शकू आणि हा सर्जनात्मक व्यवसाय भरभराटीला आणू शकू, अशी मला स्पष्ट खात्री वाटत होती.

लॉस एंजेलिस इथे झालेल्या आमच्या त्या रात्रीच्या जेवणानंतर दोन दिवसांनी मी भारतात परतलो. आपण भारतातील सर्वांत मोठा ॲनिमेशन स्टुडिओ कशा प्रकारे निर्माण करू शकू याविषयी टीमशी मी चर्चा केली. या प्रक्रियेत सर्व प्रकारच्या टीमचा आणि सगळ्या बाबींचा मी जसजसा जास्तीत जास्त विचार करू लागलो, तसतसं माझ्या लक्षात आलं, की आम्हाला या सगळ्या गोष्टींचा पाया घालावा लागणार आहे. फक्त एका ॲनिमेशन कार्यक्रमापेक्षाही या स्टुडिओतून अधिक प्रमाणात काम व्हावं अशी माझी कल्पना होती.

सुरुवात म्हणून मी भारतीय ॲनिमेशन क्षेत्राचे जनक आणि अत्यंत अनुभवी असलेले राम मोहन यांना मंडळावर घेतलं. त्यानंतर आम्ही फिलिपीन्समधील एका अव्वल दर्जाच्या स्टुडिओतील नामवंत लोकांपैकी एकाची स्टुडिओ प्रमुख म्हणून आणि पाचजणांची पाच विभागप्रमुख म्हणून नेमणूक केली. त्यानंतर इंडस्ट्रीत काम करणाऱ्या ४०० जणांना ॲनिमेशनचं प्रशिक्षण देण्यास आम्ही सुरुवात केली. आमच्या कार्यालयाच्या सर्वांत वरच्या मजल्यावर कॅफेटेरिया (भोजनगृह) होतं. तिथेच काही पूल आणि टेबल टेनिसची टेबलं होती. आम्ही ते बंद करून टाकलं. त्याचंच रूपांतर ॲनिमेशन स्टुडिओत करून टाकलं. कार्यालयासाठी अधिक प्रमाणात जागा झाल्यावर मनोरंजन सुविधा पुन्हा सुरू

करता आल्या असत्या. चार महिन्यांतच आम्ही व्यवसायात उतरलो.

व्यवसायातली 'वरची पायरी' गाठायचीच, हा विचार माझ्या रक्तामधल्या उद्योजकतेने माझ्यावर लादला नसता, तर ॲनिमेशनची कोणत्याही प्रकारची सुविधा नसताना सुरुवातीचं कंत्राट करण्याचा विचारही मी केला नसता. जागतिक पातळीवरच्या प्रज्ञावंतांनाही मी इकडे आणलं नसतं आणि शेकडो ॲनिमेटर्सना तयारही केलं नसतं.

म्हणून मला पुन्हा म्हणावंसं वाटतं, की तुम्ही जर भरभराटीचा विचार करत नसाल, 'वरच्या पायरी'वर पोहोचण्याचा विचार करत नसाल तर तुम्हाला अशा धोरणांचा विचार करण्याची गरजच नाही.

◆

टी.व्ही.च्या कार्यक्रमांची फक्त निर्मितीच नव्हे, तर प्रसारण करण्यापर्यंतची आमची पहिली लक्षणीय झेप ही एक तमिळ वाहिनी खरेदी करण्यापर्यंत झाली. त्या वेळी प्रथमच मी दुसरी कंपनी खरेदी करून व्यवसायाची व्याप्ती वाढवत होतो. (तोपर्यंत मी केलेल्या प्रत्येक गोष्टीची मलाच मुळापासून सुरुवात करावी लागली होती.) यू.टी.व्ही.मध्ये गुंतवणूक केलेल्या वॉरबर्ग पिंकस येथील माझ्या सहकाऱ्याने एके दिवशी मला फोन केला आणि सांगितलं, की विजय मल्ल्या यांना आपल्या वाहिन्यांपैकी एक वाहिनी बंद करायची आहे. (त्याला 'विजय टीव्ही' असं का म्हटलं जात होतं हे वेगळं सांगण्याची गरजच नाही.) त्यामध्ये आम्हाला स्वारस्य आहे का ते विचारत होते. त्याच संध्याकाळी विजय समवेत झालेल्या बैठकीत माझ्या एका सहकाऱ्यासमवेत मी सहभागी झालो.

तोपर्यंत यूटीव्हीने वाहिन्यांच्या क्षेत्रात प्रवेश करण्यासंबंधी फारसा विचार केला नव्हता. दक्षिण भारतात तर नक्कीच नाही. परंतु मला विजय यांच्या उद्दिष्टाविषयी आणि त्या संधीविषयी अधिक जाणून घ्यायचं होतं. रात्री अकराच्या सुमारास आम्ही विजय यांच्या समुद्रकिनाऱ्यावरच्या घरी पोहोचलो. त्यांच्या कर्मचाऱ्यांकडून आम्हाला राजेशाही वागणूक दिली गेली. विजय रात्री १२.३०ला आले. मात्र, तरीही आम्ही एकत्रितपणे विचारविनिमयासाठी बसलो त्या वेळी ते ताजेतवाने, तरतरीत आणि आमच्यातील व्यवहार पूर्ण करण्याच्या तयारीत असल्यासारखे दिसले. मी केवळ कुतूहलाने तिथे गेलो होतो असं

त्यांनी गृहीत धरलं नव्हतं. ते माझ्याकडे इच्छुक खरेदीदार म्हणून पाहत होते. पुढच्या दीड तासात आम्ही त्यांची योजना, अपेक्षा आणि ती वाहिनी विकण्यामागचं त्यांचं धोरण यांविषयी ऐकलं. ती एक माहितीपर बैठक होती. पुढचे चार आठवडे मी तपशीलांविषयी संशोधन करण्यासाठी आमच्या टीमसह चेन्नईत जाऊन राहिलो होतो.

या व्यवहाराची चर्चा करण्यासाठी त्यानंतर आम्ही दोनदा विजयना भेटलो. चांगल्या किमतीत विकत घेता येण्याजोगा तो व्यवहार वाटत होता. दोन वर्षांत सगळे पैसे दिले जातील, ही मी मांडलेली तडजोडही त्यांनी मान्य केली होती. ही मागणी थोडी रेटावी लागली, परंतु त्यामुळे काम झालं होतं.

तेव्हा 'सन' टी.व्ही. आघाडीवर होता. त्यांच्याबरोबर आमची सेल्स टीम कित्येक वर्षं काम करत होती. त्यामुळे तमिळ टेलिव्हिजनच्या क्षेत्राशी आम्ही परिचित होतो. तसंच बाहेरून विजय टी.व्ही.विषयी आम्हाला माहिती होती. हा व्यवहार करण्यात आमच्यासमोर एक महत्त्वाचं आव्हान होतं. ते म्हणजे सन टी.व्ही. हा आमचा ग्राहक होता त्याच वेळी आमचा भागीदारही होता. चार दक्षिण भारतीय भाषांतील कंटेंटची निर्मिती करून आम्ही त्यांना विकत होतो. खरं तर सन टी.व्ही.कडून आम्हाला मिळणारं उत्पन्न विजय टी.व्ही. विकत घेऊन आम्हाला मिळणाऱ्या उत्पन्नापेक्षाही मोठं होतं.

'विजय'बरोबर काय ठरतंय याच्या माहितीसंदर्भात सन टी.व्ही.ला वेळच्या वेळी कळवणं हे माझ्यासाठी महत्त्वाचं होतं. सन टी.व्ही.चे संस्थापक कलानिधी मारन अतिशय मितभाषी आणि व्यवहारदक्ष होते. आमची निर्मिती व्यवस्था 'सन टी.व्ही.'शी संबंधित कार्यक्रमात चोख असेल, इतर निर्मितींशी त्यांचा मुळीच संबंध येणार नाही, तसंच या दोन्ही घटकांमध्ये 'चायनीज वॉल'सारखी भक्कम व्यवस्था असेल हे मी त्यांना पटवून दिलं. माझं यथायोग्य मूल्यमापन करून त्यांनी माझ्यावर विश्वास टाकला याचं श्रेय त्यांना द्यायला हवं. जोपर्यंत आम्ही आमचा गोपनीयतेचा करार पाळू तोपर्यंत आमची व्यावसायिक भागीदारी अबाधित राखण्याच्या बांधिलकीला ते कायम जागले.

या कायदेशीर गोष्टी मार्गी लागल्यावर आम्ही मल्ल्यांकडून विजय टी.व्ही.चा ताबा घेतला. पुढील अठरा महिने त्याची वाढ कशी होईल याचाच आम्ही ध्यास घेतला. आमच्या या उपक्रमाची व्याप्ती वाढवण्याचा माझा उद्देश होता. दक्षिण

भारतातील चारही राज्यांतील प्रसारणक्षेत्रात स्थान मिळवण्यासाठी संयुक्तपणे काम करण्याचा एक प्रस्ताव घेऊन आमचे यूटीव्हीतील एक भागीदार व गुंतवणूकदार न्यूज कॉर्प/स्टार टी.व्ही.कडे मी गेलो. दक्षिणेत त्यांचं अस्तित्व नव्हतं. विजय टी.व्ही. त्यांना तिथे जोरदार सुरुवात करून देईल असं सांगितलं. तीन महिन्यांत दक्षिण भारतीय प्रसारण क्षेत्रात ५०/५० सहभागातून मोठ्या प्रमाणावर काम करण्याचा करार झाला. विजय मल्ल्या, सन टी.व्ही. आणि स्टार टी.व्ही. यांच्याशी झालेल्या त्या अनेकविध चर्चांमधून मला बरंच काही शिकायला मिळालं. त्यातील काही ठळक गोष्टी...

१. निरुपाय म्हणून काही करून 'केलंच पाहिजे' अशा स्थितीत स्वत:ला आणू नका. त्यामुळेच रास्त आणि वाजवी किंमतच तुम्हाला मिळेल. जेव्हा एखाद्या व्यवहाराची पूर्तता करणं भागच आहे अशी तुमची स्थिती नसते, तो व्यवहार तुम्हाला फायदेशीर अशा अटींवर करण्याचा पर्याय तुम्हाला उपलब्ध असतो, तेव्हा त्यासंबंधीच्या वाटाघाटी या एकांगी नव्हे तर उभयपक्षी समाधानकारक अशा होतात. विजय टी.व्ही.च्या व्यवहारात आम्ही एक डबघाईला आलेली कंपनी घेत नव्हतो. पण या व्यवहारासाठी फारसं कोणी अन्य इच्छुक नसल्याने ठरलेली किंमत चुकती करण्याच्या कालावधीबाबत आम्हाला काही अवधी मिळून तो व्यवहार पूर्ण करता आला.

२. भक्कम, दीर्घकालीन व्यावसायिक संबंध प्रस्थापित करण्यासाठी विश्वास आणि विश्वासार्हता महत्त्वाची आहे. त्याचबरोबर परस्परांच्या हितासाठी थोडीफार झीज सोसण्याची दोन्ही बाजूंची तयारी असणं आवश्यक असतं. सर्वांच्याच दीर्घकालीन हिताचं ठरेल अशा दृष्टीने दोन्ही बाजूंनी पाहिलं पाहिजे. या व्यवहारात आम्हाला मल्ल्यांचा विश्वास मिळवणं गरजेचं होतं. याचं मुख्य कारण म्हणजे एक तर आम्ही एकरकमी किंमत न देताही त्या पहिल्या दिवसापासूनच कंपनीचा पूर्ण ताबा घेतला होता. आम्हाला सन टी.व्ही.चा विश्वास हवा होता तो गोपनीयतेच्या संदर्भातही कायम टिकूवन ठेवणं आवश्यक होतं. न्यूज कॉर्पबद्दल बोलायचं, तर तो एक बलाढ्य वीर आणि एक छोटा जवान असा विजोड स्वरूपाचा संयुक्त प्रकल्प होता, ज्यात ते सहसा सहभागी होत नाहीत. अशा स्थितीत आम्हीच एक विश्वासार्ह भागीदार म्हणून स्वत:ला सिद्ध करणं गरजेचं होतं.

३. ज्या संस्था एका व्यवसायात तुमच्या ग्राहक, तर दुसऱ्यात तुमच्या स्पर्धक असतात अशांबरोबर काम करताना महत्त्वाची माहिती त्या त्या विभागाबाहेर जाऊ नये यासाठी खरोखरच भक्कम अशा चायनीज वॉल्स निर्माण कराव्या लागतात. मुळात तशा त्या तुमच्या संस्थेच्या कार्यसंस्कृतीतही उभाराव्या लागतात.

४. आपल्या कार्यक्षेत्राचं ज्ञान असणं हे तर महत्त्वाचं आहेच, पण त्याच्याच जोडीला अनुभवी, जाणकार लोक एकत्र आणून त्यांचा एक गट त्या त्या उद्दिष्टांनुसार उपयुक्त ठरतील असं सहयोगी संघटन करणं हेही आवश्यक. खडसून आढावा घेण्याची व्यवस्था प्रत्यक्षात आणणं, अशी काही पावलं त्वरित उचलली. असं केलं तर तुम्हाला या प्रवासात पुढे जायला मदत होते. लक्षात घ्या, मला तमिळ भाषा ना समजत होती ना बोलता येत होती!

आमच्या मल्ल्यांबरोबरच्या वाटाघाटी म्हणजे परस्परसंवादातले आपले मुद्दे, ते मांडण्याचं स्वरूप, त्यातून निघणारा अर्थ हे सगळं कसं बदलत जातं याचा आणखी एक नमुना होता. आपण जर आपल्या सुरक्षित परिघातल्या गोष्टींकडेच बघत बसलो तर दूरवरच्या गोष्टी कशा दिसणार? वास्तवात राहून आपली नजर लांब पाहिजे. केवळ दोनच वर्षांत आम्ही बरंच काही पदरात पाडलं होतं. एक तर आघाडीच्या 'सन' वाहिनीला कार्यक्रमांची निर्मिती करून देत होता. अशा कार्यक्रमांचे सर्वांत मोठे पुरवठादार होतो. केवळ दोनच वर्षांच्या कालावधीत आम्ही या क्षेत्रातील आघाडीच्या स्पर्धकाचे, एवढेच नव्हे तर विजय टी.व्ही.चे ५० टक्के मालक झालो होतो. आघाडीच्या जागतिक प्रसारमाध्यम संस्थांपैकी एकाशी चार दक्षिण भारतीय राज्यांमधील प्रसारणासाठीच्या संयुक्त प्रकल्पात आम्ही सहभागी झालो होतो.

एक गमतीची गोष्ट सांगायची, तर त्या संयुक्त सहभागाच्या करारावर आमच्या सह्या झाल्या त्या माझ्या लग्नाच्या अगदी दोन दिवस आधी! आमचा स्टार टी.व्ही.बरोबरचा करार ही प्रसारमाध्यमांमधली एक मोठी बातमी होती. सकाळी लग्नसमारंभ आणि संध्याकाळी मुंबईच्या हॉटेल ताजमध्ये २५०-३०० निमंत्रितांसाठीचा स्वागत समारंभ व भोजनाचा कार्यक्रम होता. यादरम्यान ताजमधीलच एका स्वतंत्र कक्षात एक मर्यादित स्वरूपाची, क्लोज्ड डोअर पत्रकार परिषद घेऊन सदर कराराची जाहीर घोषणा करण्याचं मी मान्य

केलं. ही पत्रकार परिषद दीडेक तास चालली. मग मी तिथेच मेजवानीच्या भव्य कक्षात जाऊन तिथली तयारी कुठवर आली आहे ते पाहिलं. घरी गेलो. परत तयार होऊन आमच्या स्वागत समारंभाला गेलो. इतका वेळ मी कुठे होतो ते झरिनाला जरी माहीत होतं तरी माझे आई-वडील आणि सासू-सासरे यांना ते दुसऱ्या दिवशीच समजू शकलं. खरंच, किती मस्त मजेचे दिवस होते ते!

♦

चित्रपटनिर्मितीचा स्टुडिओ सुरू करणं हे यूटीव्हीसाठी नक्कीच नवी दिशा प्राप्त करण्यासारखं होतं. त्याने कंपनीला एका वेगळ्याच उंचीवर नेलं. एखादी संधी अचानक मिळावी किंवा अपघाताने व्हावं असं ते घडून आलेलं नव्हतं. आपल्या व्यवसायाची एकंदरीत व्याप्ती आणि त्याची एक ब्रँड म्हणून निर्मिती यांचं आमच्या लेखी सर्वोच्च महत्त्व होतं. त्यातून घेतलेला एक वेगळा, तोही मोठ्या हिमतीने, असा तो निर्णय होता.

सुरुवातीच्या काही वर्षांत चित्रपटनिर्मितीमध्ये आम्हाला काय काय करता येण्याजोगं आहे याची उभारणी करणं ही गोष्ट आम्ही झपाट्याने साध्य केली. सन २००६ मधला बॉक्स ऑफिसवरील सर्वकालीन सर्वोच्च यशस्वी अशा पाच चित्रपटांमध्ये गणला गेला तो आमचा चित्रपट 'रंग दे बसंती' हा आमच्यासाठी महत्त्वाचा, वेगळं वळण देणारा ठरला. आपण चित्रपटनिर्मितीच्या प्रवासात आता 'यशस्वी आणि प्रस्थापित' झालो असल्याची जाणीव या चित्रपटाने करून दिली. हे यश साजरं करण्यासाठी आम्ही आघाडीच्या सर्व राष्ट्रीय वृत्तपत्रांमध्ये पहिल्या पानावर एक-चतुर्थांश पानाच्या जाहिराती दिल्या. त्यात आम्ही आमचं यश अधोरेखित करताना ज्या दोन बड्या दिग्दर्शकांशी आणि तेव्हाच्या अग्रगण्य चित्रपटनिर्मिती संस्थांशी तुलना केली त्या म्हणजे यशराज स्टुडिओज आणि करण जोहरचं धर्मा प्रॉडक्शन्स. आपल्या बॉक्स ऑफिसवरील यशाची शेखी मिरवणं आणि 'रंग दे बसंती'ची अन्य चित्रपटांशी तुलना करणं ही 'अब्रह्मण्यम्', अगदीच शिष्टसंमत नसलेली बाब होती. या व्यवसायात असं प्रथमच घडल्याचं माझ्या नंतर लक्षात आलं. आता प्रत्येकजणच ते करतो, पण तेव्हा अशा गोष्टींकडे नापसंतीनं पाहिलं जायचं.

ती लेखवजा जाहिरात प्रकाशित झाल्यावर यशराज स्टुडिओजच्या आदी चोप्राचा सौम्य शब्दांत पण काळजी व्यक्त करणारा फोन आला. त्याला आणि करणला मला भेटायचं होतं. मी त्याच्या ऑफिसमध्ये उद्या भेटायला जावं असं आदीने सुचवलं. मी तयार झालो. मी आधी म्हटल्याप्रमाणे यश चोप्रा आणि त्यांचा मुलगा यांच्याबद्दल माझ्या मनात अत्यंत आदर आहे. करणसुद्धा जे करतो ते मला आवडतं. खरं सांगायचं, तर यूटीव्हीने चित्रपटनिर्मितीबाबत गांभीर्याने विचार करावा अशी कल्पना माझ्या डोक्यात आली तीच मुळात 'कुछ कुछ होता है' हा एक सुरेख चित्रपट पाहिल्यावर. चित्रपटाचा मध्यंतरानंतरचा भाग मी हुंदके देतच पाहिला. तो चित्रपट मला इतका आवडला की मी करणला एक मेल पाठवली. तेव्हा त्याची-माझी ओळख नव्हती. तो जरी तेव्हा परदेशात होता तरी त्याने लगेच त्याला उत्तराची मेल केली. या गोष्टीचं मोल माझ्यासाठी फार मोठं आहे.

हे सर्व घडलं होतं त्या जाहिरातीसंदर्भात होणाऱ्या आमच्या भेटीच्या आधी, काही वर्षांपूर्वी. या व्यवसायात असलं काही केलं जात नाही. त्या व्यवसायात स्पर्धात्मकता उकरून काढल्याबद्दल आपल्याला सभ्य शब्दांत ताकीद दिली जाईल अशा अपेक्षेने मी त्या ऑफिसात प्रवेश केला. ती भेट सलोख्याची पण औपचारिकच होती. मात्र, त्या जाहिरातीमागील आमचा हेतू शुद्ध होता हे नंतर स्पष्ट झाल्यावर आम्ही सर्वचजण मोकळेपणाने बोलू लागलो. आदी आणि करणला 'रंग दे बसंती' आवडला होता. त्याविषयी ते अगदी कौतुकाने बोलत होते. त्या दिवशी तर आदी आणि त्याचे वडील यांच्याबद्दल मला असलेला आदर दुणावला. करण आणि मी फक्त चांगले सहकारीच नव्हे तर जिवलग मित्र बनलो!

एका महिन्याने यशराज स्टुडिओजने आपल्या त्या वर्षीच्या यशस्वी चित्रपटांची यादी झळकवली. आपण आघाडीची चित्रपटनिर्मिती संस्था असल्याचं जाहीर करणारी एक पानभर जाहिरात प्रसिद्ध केली. आपल्या स्वत:च्या चित्रपटनिर्मिती संस्थेचं स्वरूप-आवाका केवढा असावा याचा खरंच विचार करण्यास मला त्या जाहिरातीने प्रेरणा दिली. तोपर्यंत या क्षेत्रातील नवख्यांच्या मानसिकतेतून आम्ही एकेक पाऊल टाकत होतो. ते ठीकच होतं. आता मात्र आम्हाला स्पर्धात्मक भूमिकेतून नव्हे, तर आपल्या मानकांपर्यंत पोचण्यासाठी

एक संस्था म्हणून केवढी मोठी झेप घेऊ शकतो हे पाहायचं होतं. यूटीव्हीच्या नेहमीच्या पद्धतीने आम्ही डोळ्यांसमोर सर्वोच्च स्थान आणलं. संपूर्ण भारतभरातील आणि जागतिक वितरण संस्था बनण्याचं स्वप्नं डोळ्यांसमोर आणलं. याचा अर्थ वर्षाला दहा ते बारा चित्रपटांची निर्मिती अथवा सहनिर्मिती करणं हा तेव्हा भारतातल्या कुठल्याही कंपनीचा सर्वांत मोठा कार्यक्रम होता. तेव्हा बहुतेक सर्वचजण बेटासारखे होते. बाह्य घडामोडींचा परिणाम न होणाऱ्या व झपाट्याने एकजिनसी बनत जाणाऱ्या भारतातल्या बाजारपेठेचा ते विचार करत होते. या व्यवसायात बाहेरून आलेले पण अव्वल बनू इच्छिणारे असा आमचा नावलौकिक होण्याच्या दृष्टीने (तशा मर्यादित प्रमाणावर पण दीर्घकालीन नजरेने पाहता) आमच्या हॉलिवुडमधील चंचुप्रवेशाने आमची एक वेगळीच प्रतिमा तयार झाली. या आघाडीवर आम्ही मिळवलेलं यश म्हणजे २००६ सालचा झुंपा लाहिरीच्या कादंबरीवर आधारित मीरा नायरचा चित्रपट 'द नेमसेक' आणि मनोज नाइट शामलन लिखित व दिग्दर्शित 'द हॅपनिंग'.

दिग्दर्शिका मीरा नायरची आणि माझी थोडी ओळख होती. आम्ही काही वर्षं एकमेकांच्या संपर्कातही होतो. एके दिवशी तिचा उत्साहाच्या भरात मला फोन आला. तिला मला भेटायचं होतं. त्यानुसार आम्ही मुंबईच्या विलिंग्डन क्लबवर ब्रेकफास्टसाठी भेटलो. मीराची सकारात्मकता भन्नाट कल्पनांनी अगदी ओसंडून वाहत असते. या वेळीही ती अशीच उत्साहात होती. तिने आपल्या विमानप्रवासात पुरस्कारप्राप्त कादंबरीकार झुंपा लाहिरीची 'द नेमसेक' ही कादंबरी नुकतीच वाचली होती. 'देशांतर करून कोलकत्याहून न्यूयॉर्कला गेलेलं एक बंगाली कुटुंब आणि तिथे गेल्यावर त्यांना सामोरं जावं लागणाऱ्या प्रसंगांशी सामना' अशी ही कहाणी होती. पुस्तकाचं शेवटचं पान उलटेपर्यंत हे पुस्तक नाही तर एक उत्तम सिनेमा आहे असं तिला वाटलं. हे पुस्तक झरिनानेही वाचलं होतं. तिलाही ते आवडलं होतं. त्यामुळे मीही उत्साहाने ऐकत होतो. मीराचं एक पाऊल भारतात असतं, तर एक अमेरिकेत असतं. 'द नेमसेक'च्या निर्मितीसंदर्भात थेट भारतातील असं काही सूत्र असणं तिला महत्त्वाचं वाटलं. उत्साहाच्या भरात 'परत भेटू' असं म्हणत आम्ही आमचा पारशी ब्रेकफास्ट संपवला.

मी ते पुस्तक हातात घेतलं आणि काही दिवसांतच त्याचा फडशा पाडला.

माझ्या लक्षात आलं, की या कांदबरीतील भावभावना आणि अनेक पदर असलेली नातीगोती मीराशिवाय कोणी जिवंत करू शकणार नाही.

मी तिला तसं सांगितलं, आणि आमचं काम सुरूही झालं. 'द नेमसेक' हा पाश्चिमात्य प्रेक्षकवर्ग डोळ्यासमोर ठेवून तयार केलेला इंग्रजी भाषेतला हॉलिवुडपट होता. काही महिन्यांतच गोष्टी झपाट्याने होत गेल्या. या पुस्तकात आणि पटकथेत आम्हाला काही तरी चांगलं दिसत होतं. मीरा आणि सूनी तारापोरवाला यांनी चित्रपटाच्या संहितेत घातलेली मोलाची भर पाहून फॉक्स सर्चलाइट हा ट्वेंटिएथ सेंच्युरी फॉक्सचा एक भाग निर्मितीत उतरला. अवघ्या दोन महिन्यांत आम्ही करारही केला. मीराने उत्साहाच्या भरात कराराची शाई वाळायच्या आत कलाकारांची यादी निश्चित केली. भारतातला इरफान खान आणि तब्बू आणि 'हॅरॉल्ड ॲण्ड कुमार' मालिकेतून अमेरिकेतील घराघरांत पोहोचलेला कॅल पेनही होता. 'द नेमसेक'मधून पदार्पण केलेली आणि त्यानंतर मोठी झालेली जुलेखा रॉबिन्स हीदेखील होती. तिला नंतर 'होमलँड'मधल्या 'मौशुमी मुजुमदार'च्या बंगाली व्यक्तिरेखेसाठी निवडलं गेलं. 'द नेमसेक'ने आम्हाला सन्मानित केलं. मीराने हा सिनेमा एका वेगळ्या उंचीवर नेला. याला खूप चांगले अभिप्राय मिळाले. बॉक्स ऑफिसवर यशही मिळालं. मला असं वाटलं होतं की तो संपूर्ण जगात प्रेक्षकांच्या पसंतीला उतरेल, पण अमेरिकन प्रेक्षकांना तो जास्तच स्पर्शून गेला.

या सिनेमामुळे मला आमचं 'भारतीय' सूत्र हॉलिवुडमध्ये एका वेगळ्या उंचीवर न्यायचं होतं. हॉलिवुडची परंपरागत कथनशैली पूर्णपणे नाकारणारा 'द सिक्स्थ सेन्स' मी पाहिला होता आणि मला तो आवडलाही होता. मनोज नाइट शामलनच्या या सर्वांत प्रसिद्ध सिनेमाची जॉर्ज ल्युकासच्या 'स्टार वॉर्स'सारखी होती. फॉक्सने शेवटी तो प्रदर्शित करण्यापूर्वी ल्युकासला बरीच पायपीट करावी लागली. तसंच मनोजच्या बाबतीत झालं. त्याच्या या निर्मितीविषयी आणि प्रेक्षक याला स्वीकारतील का, या शंकेपायी त्याला अनेक संकटांना सामोरं जावं लागलं. 'द सिक्स्थ सेन्स' हा 'स्टार वॉर्स'प्रमाणे सर्व पारंपरिक संकेतांना झुगारून यशस्वी सिनेमा ठरला. 'मनोज नाइट शामलन' हे चित्रपटनिर्मितीतील एक महत्त्वाचं नाव ठरलं.

त्याचा एक फॅन म्हणून मी त्याला दोन वर्षांत दोन पत्रं पाठवली, पण

त्याच्याकडून काहीच उत्तर आलं नाही. त्यानंतर बऱ्याच वर्षांनी आमच्या भेटीचा योग जुळून आला. आम्ही पेनसिल्वेनियातील फिलाडेल्फिया फोर सीझन्स हॉटेलात भेटलो. जरी शामलनचे सिनेमे जगभरातील वेगवेगळ्या ठिकाणी चित्रित झाल्यासारखे वाटत असले तरी खरं तर ते फिलाडेल्फियाच्या परिसरातच चित्रित झाले आहेत. मी हॉटेलवर आठ वाजता पोचलो. मला 'द हॅपनिंग'ची पटकथा देण्यात आली. (कोणत्याही परिस्थितीत त्याची फोटोकॉपी किंवा रेकॉर्डिंग करायचं नाही, ही अट होती.) दुसऱ्या दिवशी सकाळी सात वाजता आम्ही ब्रेकफास्टला भेटणार होतो. जेटलॅग होताच. पण न थकता मी ती पटकथा रात्रीतून वाचून काढली आणि मगच आडवा झालो.

ती पटकथा आणि त्यावर मी काढलेली टिपणं घेऊन दुसऱ्या दिवशी सकाळी मी ब्रेकफास्टला गेलो अन् आपली पत्नी आणि मुलांना घेऊन आलेल्या शामलनला बघून मला सुखद धक्काच बसला. आमच्या त्या भेटीतून नाइटच्या (तो बहुतेकदा या नावानेच ओळखला जातो.) मोकळेपणाचा आणि पारदर्शी स्वभावाचा मला प्रत्यय आला. तिथे असलेल्या आपल्या कुटुंबासमोर आपल्या पटकथेवरील मतं आणि टीका ऐकून घेण्याइतका तो स्थिर बुद्धीचा होता.

आपल्या कामाची केलेली समीक्षा ऐकून घेणारा पण आपल्या अतिस्वतंत्र, चाकोरीबाह्यतेकडे झुकणाऱ्या प्रतिभाशक्तीवर विश्वास असलेला आणि काहीसा विक्षिप्त अशी शामलनची ख्याती आहे. मला मात्र तो एक छानसा, मनस्वी, प्रखर आत्मविश्वास असलेला आणि आपल्याला नेमकं काय काम करायचं आहे याची पक्की जाण असलेला (हे तर सर्व माझेच गुणविशेष झाले!) असा वाटला.

नाइटचा पहिला प्रकल्प 'द सिक्स्थ सेन्स' असा काही जबरदस्त यशस्वी ठरला की त्याचा दुसरा आणि भविष्यातले सर्वच प्रकल्प हे अपरिहार्यपणे अधिकच अपेक्षा उंचावणारे ठरले. हा आयुष्यात नेहमीच घडणारा समर प्रसंग आहे. आपली कामगिरी अधिकाधिक उंचावत राहावी लागते. दशकभरापूर्वी ज्याची केवळ कल्पनाच करता आली असती अशा उंचीवर नेणाऱ्या प्रचंड यशानंतरही काम करत राहायचं असतं!

लॉस एंजेलिसमध्ये 'द हॅपनिंग'ची प्राथमिक चित्रित आवृत्ती मी माझी मुलगी त्रिष्याबरोबर पाहिली तेव्हा ती तिथल्याच फिल्म स्कूलमध्ये शिकत होती. मी बीव्हर्ली हिल्स हॉटेलमध्ये नाईटला भेटलो. मी माझी मतं अगदी स्पष्टपणे

मांडली, की हा सिनेमा फारच लांबला आहे. विश्वासार्हता आणि वास्तव हे शेवटी शेवटी फारच ताणलं जातंय. परिणामकारकतेच्या दृष्टीने शेवट अगदीच फिका पडलाय इ. इ. या सर्वांवर त्याची प्रतिक्रिया काय... तर तो खरंच उत्सुक होता आणि त्याला माझी प्रतिक्रिया जाणून घ्यायची मनापासून इच्छा होती. या सिनेमासाठी ज्या प्रकारची सहकार्याची प्रक्रिया आवश्यक होती त्यासाठी तो तयार होता. एकत्र काम करण्याच्या दृष्टीने आमच्यात खरंच चांगला संवाद घडला.

'द हॅपनिंग' ही फॉक्स आणि स्पायग्लास या हॉलिवुडच्या दुसऱ्या एका बलशाली स्टुडिओ ब्रँडबरोबरची सहनिर्मिती होती. या दोन्हींनीही यापूर्वी चांगली साथ दिली होती. जेव्हा दुसरा कुठलाही स्टुडिओ हात लावायला तयार नव्हता तेव्हा स्पायग्लास 'द सिक्स्थ सेन्स'च्या पाठीशी उभा राहिला. 'द हॅपनिंग' ने अमेरिकेत बॉक्स ऑफिसवर सोळा कोटी डॉलर्सची कमाई केली. (टेलिव्हिजन व अन्य प्रकारच्या हक्कांच्या बदल्यात तर याहूनही अधिक.) यथावकाश मोठी किंमत चुकवून आम्ही हा धडा शिकलो, की वितरण शुल्क आणि इतर मार्गांनी स्टुडिओ कसा नफ्याचा मोठा वाटा घेतात आणि बऱ्यापैकी एकतर्फी करार कसे करतात.

पण बॉक्स ऑफिसवरील प्राप्तीच्या एक तृतीयांश एवढ्याच निर्मितिखर्चावर काढलेल्या या चित्रपटाच्या बाबतीत बोलायचं झालं, तर श्यामलनबरोबरचा आमचा अनुभव हा आमच्यासाठी 'उंच उंच जाणारा' ठरला.

◆

एकदा तुम्ही आपला व्यवसाय उभा केलात की त्याची गती कशाने बदलते याचा अंदाज तुम्हाला यायला हवा. आपल्याला किती मोठं व्हायला वाव आहे हे समजणं सोपं नसतं. ते तसं असतं तर प्रत्येक उद्योजकाने त्याचा पाठपुरावा केला असता. आपल्यापैकी बहुतेकजण आयुष्य हे हळूहळू बदलेल असंच गृहीत धरतात. म्हणून उच्च आकांक्षा ठेवणं आणि त्याकडे एकदम झेपावणं हे अनपेक्षित असतं तसंच अस्वस्थ करणारं असू शकतं.

एक गोष्ट स्पष्ट करायला हवी. एकूणच, आपल्या कार्यकर्तृत्वाची कक्षा गगनाला भिडवायला लावणारा किंवा त्यासाठी हिरिरीने प्रचार कराणारा मी नाही. एखादं

फॅशनेबल बुटिकही चांगलंच आहे, तसंच एखाद्या क्षेत्रातील तज्ज्ञ असणं तुम्ही कोठे जाऊन पोहोचता ते तुमची दृष्टी आणि तुमच्या हाताखाली काम करणाऱ्यांची, तुमच्या सहकाऱ्यांची एकत्रित दृष्टी यावर अवलंबून असतं. आपल्या उद्योगाची व्याप्ती केवढी असावी हे तुम्ही ठरवलं पाहिजे. त्यासाठी तुमच्या क्षेत्राचा विचार करून, आपल्या व्यवसायाचा आपल्याला एक ब्रँड तयार करायचाय का, आणि तो कुठल्या उंचीवर आपल्याला न्यायचाय ते ठरवून आणि सहकाऱ्यांच्या आशा-आकांक्षा लक्षात घेऊन काम करायला हवं.

आता याकडे नेमकं कसं पाहायचं हे समजल्यावर इच्छित व्याप्ती प्राप्त करण्यात महत्त्वाचे टप्पे येतात. ते ओळखण्यासाठी स्वत:ला कसं तयार करायचं, किंबहुना, त्याहीपेक्षा महत्त्वाचं म्हणजे ते निर्माण कसं करायचं, हे बघायला हवं.

कंपनी कितीही लहान वा मोठी असू दे, आकार आणि प्रमाण, दृष्टी आणि जिद्द ही लीडरकडून किंवा संस्थापकाकडून येते- हे सर्वप्रथम लक्षात घ्या. एकत्रितपणे काम करणारे लोक आणि सहकारी हे तर यात सहभागी होतीलच, पण किती मनापासून तुम्ही त्याचं कसं नेतृत्व करता याच्यावर ते अवलंबून आहे. आपल्याला काय करायचंय हे ठरवताना त्यामागे तुमची वैयक्तिक महत्त्वाकांक्षा असते. एखाद्या व्यवसायाची दिशा आणि गती हे एक मालक अथवा नेतृत्व करणारे म्हणून फक्त तुम्ही आणि तुम्हीच खऱ्या अर्थाने जाणत असता.

तुमच्यापैकी बरेचजण सल्लागार आणि तज्ज्ञांवर अवलंबून राहतात पण ते जे सांगतात ते तुम्हाला आधीच माहीत असतं. एका मर्यादेपर्यंत हेही ठीक आहे. त्रयस्थाच्या दृष्टीने काय वाटतं ही एक बाजू झाली, पण शेवटी तुमच्या व्यवसायात सगळ्याची जबाबदारी लीडर म्हणून तुमच्यावरच येते.

लक्षात ठेवा, आपल्या कंपनीची वाढ करताना तुम्ही फक्त स्पर्धा आणि प्रतिस्पर्ध्यांवर मात करणं एवढंच करत नसता, तर तुमची कंपनी ज्या क्षेत्रातली आहे त्या क्षेत्राच्या विकासालाही तुम्ही हातभार लावत असता. तुम्ही ज्या व्यावसायिक पर्यावरणात काम करता त्यात काही तरी गुणात्मक भर घालून, तंत्रज्ञानबरहुकूम चालणारं, ग्राहकवर्गाला लोकशाहीचा अधिकार आणि माहितीचा मार्ग खुला करणारं एकविसावं शतक आहे हे! म्हणजे आपल्याला असलेली स्पर्धा नाहीशी करून विजेते म्हणून आपणच सर्व लाभ घेणं हे योग्य नव्हे, तर सहकार्य हे मूल्य घेऊन पुढे चालायला हवं.

माझ्या दृष्टीने आपला एक ब्रँड तयार करणं हे कार्यक्षेत्राची व्याप्ती वाढवण्याच्या प्रवासातलं एक महत्त्वाचं पाऊल आहे. ही काही तितकीशी सोपी प्रक्रिया नव्हे. सहज विचार केला तर वाटेल, की मार्केटिंगवर करतो त्यापेक्षा जरासा अधिक खर्च केला की झालं लोकांमध्ये ब्रँड रुजवण्याचं काम! पण ते तसं नाहीए. ती वाटते त्यापेक्षा बरीच किचकट व गुंतागुंतीची बाब आहे. ब्रँड कशाचं तरी प्रतीक आहे, ज्याची स्वत:ची अशी काही मानकं आहेत. ज्याला आपला असा मोठा ग्राहकवर्ग असून तो आपल्याला पुन्हा लक्षात ठेवेल. तुमचं उत्पादन वा सेवा त्या ग्राहकाला विश्वासार्हता देईल, असा ब्रँड एकदा तुम्ही निर्माण केलात की मग तोच तुमच्या कंपनीसाठी महत्त्वाचा दृश्य बदल घडवून आणणारा ठरेल.

उदाहरणार्थ, आम्हाला यू.टी.व्ही. हा ब्रँड सुरुवातीपासूनच अभिनव, चाकोरीबाह्य अशा प्रतिमेचा सूचक वाटतो, अद्ययावत तंत्रज्ञानाशी संबंधित अशी प्रसारमाध्यमं आणि मनोरंजन सर्व बाजू आपल्या आवाक्यात घेणारा वाटतो. बहुविध विस्तार असलेल्या आणि विविध स्रोतांतून येणाऱ्या एकत्रित ऊर्जेचा संगम अशा संस्थात्मक अस्तित्वाचा, या ब्रँडचा एक भाग म्हणजे अर्थातच यूटीव्हीचं बोधचिन्ह (लोगो) लाल, हिरव्या आणि निळ्या रंगातलं! सर्व चित्रांमधील दृश्यमान होणारे मुख्य रंग! बोधचिन्हाची चित्ररूप रचना करणं, ते कशाचं प्रतीक आहे हे त्यातून स्पष्ट करणं आणि ते नेमकं कुठे दिसेल हे ठरवणं, या अशातूनच नकळत ब्रँड जनमानसात ठसवला गेला. आम्ही ब्रँडची जाहिरात करण्यासाठी कधीही खर्च केला नाही. मोबाइल, लॅपटॉप, टॅब्लेट्स, टेलिव्हिजन, सिनेमा अशा अनेकविध स्वरूपातल्या स्क्रीनवरून आमचा वेगवेगळा प्रेक्षकवर्ग आमच्या ब्रँडकडे बघतो आहे हे आम्ही कायम लक्षात ठेवलं.

आज शंभरएक लोकांना विचारा, की यूटीव्हीचं बोधचिन्ह म्हटलं की त्यांना काय आठवतं आणि त्यातून काय प्रतीत होतं. सर्जनशीलता, ध्यास, उत्साहपूर्ण कल्पना, अभिनव नवनिर्माण आणि खासकरून वेगळं काही करण्याचं धाडस, असा त्यांचा प्रतिसाद असेल. आम्ही जेव्हा आमचं उद्दिष्ट गाठूच तेव्हा चाळीसएक देशांमध्ये प्रक्षेपित होणाऱ्या कित्येक टीव्ही चॅनेल्सवर, भारतातील १८ कोटींहूनही अधिक घरांमध्ये, जगभरातील दहा कोटी मोबाइल्सवर, पंचवीसएक विमान कंपन्यांच्या हवाई प्रवासामध्ये आणि त्याहूनही अधिक

ठिकाणी यूटीव्हीचं बोधचिन्ह झळकेल!

उद्योजकता ही बरीचशी आयुष्यासारखी असते. कधी कधी फक्त योग्य प्रश्न विचारले की तुम्हाला निम्मं उत्तर मिळतं. या बाबतीत ज्या गोष्टी आपल्या आवाक्यातल्या आहेत हे एरवी तुम्हाला कधीच कळलं नसतं त्या पाहायला आणि तशा संधींचा लाभ घेण्यासाठी तुमच्यासमोर येतात. त्यासाठी तर तुम्ही मुळात उद्योजक झालात. जे लोक तुमच्यासाठी काम करतात त्यांना, तुमच्या ग्राहकांना आणि तुमच्या उपक्रमातल्या तुमच्या गुंतवणूकदारांना तुम्ही जबाबदार असता. ही जबाबदारी किती मोठी आहे हे लक्षात घेतलं की आपला दृष्टिकोनच बदलतो, एक प्रकारची अस्वस्थता येते. ही आपल्याला ध्येयापर्यंत घेऊन जाणारी अस्वस्थता असते.

◆

- एखादा व्यवसाय सुरू करणं, तो वाढवणं आणि तो वेगळ्या पातळीवर नेणं यासाठी पूर्णपणे वेगळ्या विचाराची गरज असते. वस्तुस्थिती आणि आपली महत्त्वाकांक्षा याबाबत अगदी दक्ष रहा आणि त्याप्रमाणे नियोजन करा.

- आपल्या कंपनीची व्याप्ती वाढवताना आपल्या ब्रँडचं इतरांपेक्षा असलेलं वेगळेपण अधोरेखित करणारे गुणविशेष सतत परिणामकारक ठरतील याकडे लक्ष देणं महत्त्वाचं असतं.

- ज्या टप्प्यावर व्यवसायाचा आकार, स्वरूप, दिशा इ. बाबत दृश्य स्वरूपातील महत्त्वपूर्ण बदल घडतात त्या टप्प्यांचा पाठपुरावा करावा लागतो. ते आपोआप घडत नसतं. त्यासाठी ते प्रत्यक्षात येईपर्यंत अस्वस्थ राहिलं पाहिजे.

- वाढीच्या प्रत्येक नव्या टप्प्यावर कंपनीला आपला ग्राहक नेमका कसा आहे हे जाणून घेण्यासाठी तुमच्या टीमचं पूर्ण लक्ष आणि योग्य दिशेने नेणारे प्रयत्न यांची गरज भासेल. ही वेळ कामं वाटून द्यायची किंवा अनेक जबाबदाऱ्या एकहाती सांभाळण्याची नव्हे. तुम्ही जे उद्दिष्ट ठरवलेलं आहे तिथपर्यंत पोचण्याची प्रेरणा तुम्हीच सहकाऱ्यांना द्यायला हवी. यशाची गती तुम्हीच राखायला हवी, कारण लीडर तुम्ही आहात!

- तुम्हाला जर आपला आवाका, विस्तार वाढवायचा असेल तर त्यात सरळ उडी मारा. एकदा नव्हे तर अनेकदा. धोका स्वीकारायला तुम्ही बिचकताय? खड्ड्यात गेला धोका! ज्याला थांबायचंच नाही अशा कोणालाही अपयश थांबवू शकलेलं नाही.

◆◆◆

७
अपयश हा एक स्वल्पविराम आहे, पूर्णविराम नाही

'अपयश नको!' असं म्हणून चालत नाही. अपयशाला संपूर्ण वेगळं काढता येत नाही. कितीही टाळलं तरी कधी ना कधी ते पुढ्यात येऊन उभं ठाकतंच. जेव्हा ते समोर येतं तेव्हा अपयशाचा स्वीकार करा. त्याला आत्मविश्वासाने सामोरे जा. आजचा दिवस जरा वेगळा आहे, नकारात्मकता देणारा आहे. ठीक आहे. पण आपल्या हातात उद्याचा दिवस आहेच.

प्रत्येक यशस्वी उद्योजकाप्रमाणेच माझ्याही वाट्याला अपयश आलेलं आहे, तेही कित्येकदा.

यूटीव्हीचा उत्कर्ष चालू होता. विविध माध्यमांच्या स्वतंत्र संस्था बनणं आणि त्यांनी वाहिन्यांसाठी काम करणं, असे व्यवसाय सुरू झाले होते. मनोरंजनाच्या मुख्य प्रवाहाकडे नेणारी आमची बस चुकली होती. पण मोबाइल गेम्स हे नवं क्षेत्र आकाराला येत होतं. त्यामुळे या क्षेत्रात जाण्यासाठी आम्ही उत्सुक होतो. हे नवं क्षेत्र आम्हाला खुणावत होतं.

इ.स. २००० च्या मध्य दशकात कन्सोल गेम्स ही यूकेची कंपनी आघाडीवर होती. या कंपनीने संपादनकार्यासाठी आमच्याशी संपर्क साधला. सर्व जगभरात तेव्हा गेम्सचा फारच बोलबाला होता. कन्सोल गेमिंग कंपन्या काही मोठ्या चित्रपट स्टुडिओंपेक्षाही जास्त चांगला व्यवसाय करत होत्या. आम्ही ज्या

संधीची वाट पाहत होतो ती हीच असावी असं मला वाटलं.

माझ्या काही सहकाऱ्यांना मात्र असं वाटत होतं, की कन्सोल गेम्सच्या क्षेत्रात उतरणं म्हणजे लक्ष विचलित करणं ठरेल आणि त्यामुळे आमच्या उद्दिष्टावरून आमचं लक्ष ढळेल. कदाचित त्यांचं बरोबर होतं. संपादनकार्यानंतरही त्या यूके स्थित कंपनीचा संस्थापक संघ जरी आमच्यासोबत होता, तरीही त्या गेम्सच्या बाबतीतलं मूलभूत ज्ञान आम्हाला कमीच होतं. खरं सांगायचं तर आम्ही अनेक चुका केल्या – ज्या तेव्हा नीटपणे कळून आल्या नाहीत आणि आम्ही गुंतवणूक करतच राहिलो.

इतर कोणतीही वस्तू किंवा साधनं बनवण्यापेक्षाही गेम्स निर्माण करण्याकरता एक संपूर्ण चक्र पूर्ण व्हायला दोन ते तीन वर्षं लागतात. तरुण ग्राहकांच्या आवडीनिवडी मात्र सतत बदलत राहतात. ग्राहकांकडून एखाद्या सर्जनशील गेमला कसा प्रतिसाद मिळेल याचा अंदाज वर्तवणं म्हणजे एक आव्हान असतं. जी कल्पना गर्भितावस्थेपासून प्रसृत होईपर्यंत तीन वर्षं घेते तिच्याबद्दलची ग्राहकाची उत्सुकता शिळी होऊन जाते.

मला आता लक्षात येतं की त्यात उद्दामपणाचाही थोडा भाग होता. जवळजवळ दशकभर मी दूरदर्शन आणि चित्रपटांमध्ये क्रिएटिव्ह टीम्ससोबत यशस्वीपणे काम केलं होतं. नवखे तरीही आक्रमक म्हणून आम्ही सातत्याने आमचं पाणी दाखवलं होतं. आमचा अंदाज होता, की गेम्स निर्माण करण्याच्या ह्या उद्योगामध्ये केवळ सर्जनशील संप्रेरक होण्याने आम्ही यशस्वी होऊ शकू...

साफ चूक!

व्यावसायिक बाजाराबद्दलचं तुमचंच ज्ञान जेव्हा तोकडं असतं तेव्हा तुम्ही अशा टीम्स किंवा तज्ज्ञांच्या निर्णयावर जास्तीत जास्त अवलंबून राहता. कोणत्याही विभागासाठी अथवा व्यवसायासाठी हा एक घातक टप्पा असतो आणि इथूनच घसरगुंडीला सुरुवात होते.

गेम्स बनवण्याच्या आमच्या पहिल्या प्रयत्नात, आम्ही केलेल्या मूळ गुंतवणुकीच्या दुप्पट किमतीला आमची कंपनी विकत घेण्याचा प्रस्ताव आम्हाला आला. आम्ही तो फेटाळून लावला. पुन्हा तोच उद्दामपणा! कारण आम्ही विविध प्रकारची नवनिर्मिती करून दाखवली होती. अजून काही करून

दाखवावं असं आम्हाला वाटत होतं. वास्तविक 'इथून बाहेर पडा' अशी हाक आम्हाला ऐकू आली होती. हाक कसली - निऑनच्या झगझगीत प्रकाशात केलेली स्पष्ट सूचना होती ती! पण आम्ही तिकडे साफ दुर्लक्षच केलं. आम्ही योग्य मार्गावर आहोत असं वाटत होतं. त्या प्रस्तावामुळे तर एका प्रकारचा अति आत्मविश्वास आमच्यात आला होता, ज्याची आम्हाला मोठी किंमत चुकवावी लागली.

साधारण दहा वर्षांच्या काळाच्या आतच मार्क झुकेरबर्गने तेच सांगितलं, की फेसबुक ही त्याची सर्वोत्कृष्ट कल्पना होती आणि जोवर त्याची चांगल्या प्रकारे तयारी झाली नव्हती तोवर त्याला ती जगासमोर आणायची नव्हती. त्याच्यासारख्या व्यक्तीसाठी असं चालू शकतं, पण काही मर्त्य मानवांसाठी गोष्टीचा अंत नेहमीच चांगला होतो असं नाही. कन्सोल गेम्ससारख्या वैशिष्ट्यपूर्ण विषयात काम करण्याची ऊर्मी तर होती, पण ती प्रत्यक्षात येऊ शकली नाही. वाईटात वाईट म्हणजे मी सर्वच गोष्टींत चुका केल्या.

आम्ही प्रवेश केल्यावर एक वर्षाच्या आतच कन्सोल गेम्सचं वेड ओसरायला लागलं होतं. खरं तर माझ्या पूर्वानुभवानुसार मी सर्व गोष्टींचा आणि परिणामांचा सारासार विचार करणं शिकायला हवं होतं किंवा काही गोष्टी बंदही करायला हव्या होत्या. पण माझे विचार पुरेसे कठोर नसावेत. जगभरात अशा गेम्समध्ये यश मिळवणं ही एक मोहमयी, झकास कल्पना होती. जर ती खरंच यशस्वी झाली असती तर त्याचा अव्वाच्या सव्वा फायदा झाला असता. त्याच कारणासाठी तर्कशास्त्र, त्या सामान्य व्यवसायाचं कठोर परीक्षण तसंच त्याची जागतिक परिस्थिती या गोष्टी नजरेआड केल्या गेल्या. जेव्हा मला हवं ते उत्तर मिळालं, की ह्या गेम्सच्या व्यवसायात टिकून राहणं हाच सध्या आमच्यापुढील सर्वोत्तम पर्याय आहे, तेव्हा मी पुढचा विचार करणं सोडून दिलं.

सर्व टीमसाठी तो एक कठोर धडा होता.

जनरल जॉर्ज पॅटन म्हणतो, 'जर सगळेचजण एकसारखा विचार करत असतील, तर (त्यातील) कुणी तरी अजिबात विचार करत नसणार.'

समाधानाची किंवा सांत्वनाची गोष्ट एवढीच म्हणायची, की भारतामध्ये मोबाइल गेम्समध्ये आम्हाला प्रतिसाद मिळाला. आजतागायत आम्ही त्या

बाबतीत या मार्केटमधले राजे आहोत. परंतु आमच्या महत्त्वाकांक्षी गेम्सच्या प्रकल्पाची चिरफाड फारशी सुखावह नव्हती. आम्ही आमच्यासमोर अनेक अडचणी उभ्या केल्या होत्या. आम्हाला असे अनेक इशारे मिळत होते की आम्ही चुकीच्या दिशेने चाललो आहोत. माझ्याकरता पराजय न स्वीकारण्यासोबतच आणखी एक अडचण होती, ती म्हणजे आम्ही जितक्या खोलवर गुंतवणूक करत गेलो तितकं ते माझ्यासाठी अधिक कठीण होत होतं. कित्येक दिवस असे असायचे की या विषयासबंधी माझ्या मनात स्वतःशीच संवाद चालायचा. चुकाच चुका! तुमच्या उपक्रमाविषयी किंवा प्रस्थापित कंपनीविषयी फार मोठ्या अपेक्षांची दिवास्वप्नं पाहणं हे घातक ठरू शकतं. कन्सोल गेम्समध्ये यश मिळवण्याच्या कल्पनेवर मी अत्यंत चुकीच्या वेळेस भाळलो होतो. त्यातील अपयशाबाबत मला आजही पश्चात्ताप वाटत असला तरीही मी त्यातून तीन महत्त्वाच्या गोष्टी शिकलो :

१. तुमची टीम आणि टीम लीडर निवडताना चूक झाली तर त्याचे खूप परिणाम भोगावे लागतात.

२. मूलभूत माहितीची गरज किंवा एखाद्या नव्या उपक्रमात यश मिळवायचं असल्यास त्यासंबंधी योग्य ते प्रश्न विचारता आलेच पाहिजेत. त्यात काही चूक नाही.

३. एखाद्या ग्लोबल प्रोजेक्टसाठी पुनरावलोकन प्रक्रिया कठोरपणे तपासणं ग्राहकांचं समाधान मोजण्याची मोजपट्टी तपासणं, कठोरपणे.

मला खात्री आहे, हे धडे मला माझ्या पुढच्या आयुष्यात योग्य जागी ठेवतील. अगदी वज्रलेपासमान भासणारे अपयशाचे क्षण मी कमावले आहेत.

◆

अपयश हे अपरिहार्य असतं. व्यवसाय करताना सर्वांत कठीण आणि कायम लक्षात राहणारा धडा जो प्रत्येकाला शिकावा लागतो, तो म्हणजे प्रत्येक भव्य कल्पनेला यश येतंच असं नाही. अपयशाकरता अपयशाचा स्वीकार करा. त्यातून धडा शिका. पण हे समजून घ्या, की अपयश म्हणजे फक्त एक स्वल्पविराम असतो, पूर्णविराम नाही. गोष्टी कधी कधी तुमच्या हाताबाहेर जातात, पण म्हणजे तुम्ही हरलात असं होत नाही. आजचा दिवस किती का तीव्र

गेलेला असेना, तरीही उद्याचा दिवस असणारच आहे.

गेल्या दोन दशकांमधील अनेक व्यावसायिक प्रयत्नांकडे वळून पाहताना मला त्यात विशिष्ट आकृतिबंध दिसतो. सर्वसाधारणपणे उद्योजक आणि लीडर्स यांच्यात आत्मविश्वास निर्माण होईल अशी परिस्थिती भारतात नाही. आत्मविश्वास ही काळासोबत वाढणारी गोष्ट आहे. कित्येक स्वप्नाळू लोकांकडे मोठमोठी स्वप्नं असली आणि खाली खोल पाणी असलं तरीही सर्वच काही कड्यावरून स्वतःला झोकून देत नाहीत. जेव्हा झेप घेण्यासाठी आपण आपलं सर्व बळ एकवटतो, तेव्हा त्या नुसत्या कल्पनेनेच आपल्यापैकी काहीजण इतके गर्भगळित होतात की पाण्याचा स्पर्श होण्याआधीच आपण श्वास घेणं थांबवतो आणि सरळ बुडून जातो.

सर्वप्रथम जिगीषा निर्माण होते आणि त्यानंतर यश. एखादी वस्तुस्थितीला अनुसरून असलेली योजना - यावरच तुमचं लक्ष केंद्रित व्हायला हवं - त्या जोरावरच तर तुम्ही तुमच्या स्वप्नांचे इमले बांधलेले असतात. आपल्या प्रयत्नांमध्ये खीळ घालणारी गोष्ट म्हणजे आपली वृत्ती. तग धरून राहणं आपल्याला शिकावं लागतं. एखाद्या लाटेच्या तडाख्यात आपण तग धरतो तेव्हा आपल्यातली वृत्ती जास्त कणखर होते.

तो 'प्लॅन बी' नसतो, सहनशक्ती वाढवण्याकरता दखलपात्र असा एक पर्याय असतो.

सर्व सुरळीत चालू असतं तेव्हा मध्यम आकाराच्या कंपन्या त्यांचे खर्च आणि उद्दिष्टं यांची नीट जुळवाजुळव करतात. परंतु जेव्हा काही अपरिहार्य धक्के बसतात तेव्हा पुनर्मांडणी करायला हवी हे लक्षातच येत नाही. म्हणून जमत नाही. टोकाची परिस्थिती येईल तेव्हा काय करायचं याचीही योजना हवी. आत्ता केवळ वेगाला खीळ बसली आहे, हे काही अपयश नाही, हे समजून घ्यावं लागतं. तुमच्या एक लक्षात आलंय का, आपली जगण्याची क्षमता ही अपयशाचे आघात पचवल्यामुळेच वाढत असते.

तुमचं व्यावसायिक स्वप्नं नीट जाणून घ्या. तुम्ही कुंपणावरून पाहत असाल तर अशा वेळी अपयशाची केवळ शक्यता हीच तुमच्यापुढे येणारी सर्वांत मोठी अडचण असते.

किंवा कदाचित तुम्ही तुमच्या या प्रवासात गेली सात वर्षं आहात आणि तुम्ही विचार करता की तुम्ही तो पूल अगोदरच ओलांडलाय, तो म्हणजे 'अपयश हा काही पर्याय नव्हे.' सत्य हे आहे, की तुम्ही तो पूल कधीच ओलांडणार नाही. एक लीडर किंवा संस्थापक म्हणून तुम्ही जेव्हा स्वतःला अभेद्य समजू लागता तेव्हा ह्या फाजील धाडसामुळे तुम्ही तुमचं नशीब आधीच कुलूपबंद करून टाकलेलं असतं.

त्यागाचा अर्थ तुम्ही समजून घ्यायला हवा. स्वतःला विचारा, यशस्वी होण्यासाठी मी कशाकशाचा त्याग करू शकतो? माझ्या प्रयत्नांना बसलेल्या पहिल्या अपयशानंतरही त्याच प्रवाहात राहण्यासाठी मी कितपत बांधील आहे? आणि दुसरा धक्का पचवण्याकरता मी किती कष्ट करू शकेन? आणि तिसऱ्या धक्क्यासाठी?

अपयश जाणून घेण्याने आणि त्याचा स्वीकार करण्याने तुम्हाला मोठे धक्के पचवण्याकरिता आवश्यक अशी स्पष्टता आणि त्याचं निराकरण करण्याची शक्ती मिळेल. तुम्ही कोणीही असा, तुमचे नातेसंबंध कितीही दृढ असेनात, तुमची आर्थिक स्थिती किंवा व्यावसायिक यश ठरवण्याच्या इतर हजारो गोष्टी का असेनात, एक गोष्ट जाणून घ्या- कोणत्या तरी टप्प्यावर तुम्ही अपयशी होणारच आहात. आणि तेही एकदाच नाही. हे सत्य समजून घ्या आणि तुमच्या व्यावसायिक आणि नेतृत्वाच्या डीएनएचा तो एक भागच असू द्या. फक्त एकाच प्रश्नाचं तुम्हाला उत्तर द्यावं लागेल : जेव्हा मी अपयशी ठरेन तेव्हा माझी प्रतिक्रिया काय असेल?

अनेक वर्षांपासून मला ज्या गोष्टींचा फायदा झाला, ती म्हणजे माझ्या परिस्थितीचं पुनरावलोकन करणं आणि तिचा विचार करणं. परिस्थितीशी झुंजण्याची क्षमता वाढवणं, तिचे परिणाम लक्षात घेणं आणि घाबरून न जाता त्याकरता व्यवहार्य तोडगे शोधणं. एकदा का तुम्हाला हे करायला जमलं की तुम्ही प्रगतीच्या रस्त्याला लागलातच म्हणून समजा.

तुमचे विचार स्पष्टपणे मांडा आणि या कल्पनेत रंग भरा. ज्या लोकांच्या निर्णयावर तुमचा विश्वास आहे असे लोक, तुमचे जोडीदार अथवा तुमचे पालक यांच्यासोबत तुम्ही निवडलेल्या मार्गाबद्दल चर्चा करा. तुमच्या पेचप्रसंगाबाबत असं करणं म्हणजे केवळ एक कृती नसेल, तर तुमच्या चेहऱ्यावरची

अनिश्चितता आणि वेदना पाहून तुमचं कुटुंब आणि तुमचे मित्र तुम्हाला कसा आधार देतात हे पाहून तुम्ही चकित व्हाल. एक वेगळा दृष्टिकोन तर मिळेलच, त्यासोबत मानसिक शांतीही मिळेल. जेव्हा एखादी वाईट परिस्थिती तुम्हाला छळत असेल तेव्हा त्यात अधिक सकारात्मक परिस्थितीचे रंग भरा. तुमच्या आजूबाजूचं जग कोसळत असताना असं करणं अवघड आहे खरं, पण तुमच्या यशाकरता ते आवश्यक आहे.

तुम्ही तुमच्या कंपनीचे सर्वेसर्वा आहात. सर्वजण तुमच्या नेतृत्वाकडे डोळे लावून बसलेले आहेत. तुमच्याकडे १० लोकांची टीम असो वा १० हजार लोकांची, एखाद्या तात्पुरत्या अडचणीचं संधीत रूपांतर करण्याचा उत्तम मार्ग म्हणजे त्या सर्वांना सोबत घेऊन चला. ते तुमच्यासाठी आधाराचा एक स्रोत होतील. अडथळे पार करून जेव्हा तुम्ही ध्येयापर्यंत पोहोचाल तेव्हा तुमच्यासोबत तेही जल्लोष करतील.

◆

माध्यमं आणि मनोरंजन यातील आमच्या सुरुवातीच्या दिवसांपासूनच आम्ही ग्राहकांना आणि श्रोत्यांना जाणून घेण्यावर भर दिला. ग्राहकांसोबतच्या या सततच्या वैचारिक आदानप्रदानामुळेच भारतात 'होम शॉपिंग'ची आपण सुरुवात करावी असं मला वाटायला लागलं. साधारणतः त्यापूर्वी दशकभर आधी केबल टी.व्ही.ने जशी खळबळ माजवली होती तशाच प्रकारची ही 'होम शॉपिंग'ची कल्पना होती. तरीही, एखाद्या कल्पनेचं आद्यप्रवर्तक होणं आणि एखादी कल्पना काळाच्या फारच आधी मांडणं यांतील धूसर सीमारेषा कधी कधी दिसून येत नाही. आम्ही जसजशी 'होम शॉपिंग'ची कल्पना प्रत्यक्षात आणू लागलो, तसं माझ्या (फारच उशिरा) लक्षात आलं की आम्ही काळाच्या जरा जास्तच पुढे आहोत.

९० च्या मध्य दशकात जे उत्पादन आपण हातात घेऊन, तोलून-मापून घेऊ शकत नाही, ते उत्पादन नवीन असेल ना, याची शंका भारतीय मनात असते, तिथे 'ऑनलाइन शॉपिंग' कसं चालणार? एखादं उत्पादन टी.व्ही.वर पाहायचं, त्याकरता दूरध्वनीवरून संपर्क साधायचा आणि मग त्याची घरपोच डिलिव्हरी घ्यायची, ही बहुतेकांसाठी अगदी नवीन अशी पद्धत होती. एक उद्योजक, ज्याने भारताच्या प्रचंड, नवीन बाजारपेठेकरता घरातूनच खरेदी करण्याचं जे स्वप्नं

पाहिलं, त्याच्याकरता हा एक फार जबरदस्त अडथळा होता. भरीस भर म्हणजे घरपोच वितरणासाठी कोणत्याही पायाभूत सुविधा अस्तित्वात नव्हत्या. क्रेडिट कार्डद्वारे पैसे देण्याचीही सोय नव्हती. दुसऱ्या शब्दांत सांगायचं, तर आमची सगळी आकडेमोड ही कागदावरच राहण्याचा धोका होता.

अर्थातच त्यापैकी काहीच आम्हाला रोखू शकलं नाही. अशातच टी.एस.एन. म्हणजेच 'टेली शॉपिंग नेटवर्क'चा जन्म झाला.

सर्वांत प्रथम उत्पादनांच्या स्रोतासाठी आणि चोख हिशोबांसाठी प्रमुख कार्यकारी अधिकारी तसेच व्यवस्थापक यांची एक मजबूत टीम निवडणं. मी कायम पाहिलं आहे, की नव्या उपक्रमांच्या आणि मध्यम दर्जाच्या कंपन्या मनुष्यबळ निवडताना चुकतात. त्याचं सबळ कारण हे आहे की त्यांना खर्चात कपात करायची असते. पण असा भावनिक निर्णय तुमच्या कंपनीचं भाग्य आणि वाढ या गोष्टींना आकार देत असतो. उच्च दर्जाचं मनुष्यबळ निवडण्याची क्षमता तुमच्यात आहे का, यावर यश अवलंबून असतं. तुमच्या सध्याच्या आवश्यकतेनुसार आणि त्यात ५० टक्के प्रतिवर्षी वाढ होईल असे गृहीत धरून तुम्ही निवडत असलेल्या व्यक्तींचे पगार ठरवा (ही गोष्ट प्रत्येक कंपनी सुरुवातीच्या काळात करत असते.) आणि तुम्हाला तुमच्या अपेक्षेपेक्षा जास्त कुवतीचं मनुष्यबळ दर सहा महिन्यांनी लाभत जाईल. तुमच्या प्रगतीच्या वेगाशी साधर्म्य साधू न शकणाऱ्या टीमसोबत राहिलात तर तुमच्या वाढीवर अनिष्ट परिणाम झालाच म्हणून समजा. टीम्सची सतत अदलाबदल करत राहिलात तर आणि जे आपण शिकलोय ते सगळं मोडीत निघाल्यासारखं वाटेल. हे कठोर वास्तव आहे, पण तेच खरं आहे. त्याचा स्वीकार करा.

टी.एस.एन.मध्ये आम्ही अशा उत्पादनांवर लक्ष केंद्रित केलं ज्यांना हाताळून पाहायची किंवा अनुभवण्याची आवश्यकता नव्हती. त्याऐवजी आम्ही वाटाघाटीच्या किमतीत उत्स्फूर्त खरेदीवर अवलंबून राहिलो. आमचं तत्काळ विकलं गेलेलं उत्पादन म्हणजे एक 'रोटी मेकर' होता, जो हातोहात विकला गेला.

आम्ही आद्यप्रवर्तक आहोत की काळाच्या फार पुढे आहोत याबद्दलची आमची दृष्टीच धूसर होत गेली. एकाच उत्पादनाच्या बळावर व्यवसायात यश मिळवता येत नाही, विशेषतः जेव्हा तो व्यवसाय एका ठराविक कुवतीचा असतो.

लवकरच जो 'रोटी मेकर' 'टी.व्ही.वर पाहिल्यामुळे' प्रचंड लोकप्रिय झाला तो आमच्या गरजांना पुरा पडेनासा झाला.

आमच्या सर्वोत्तम विकल्या जाणाऱ्या उत्पादनाचा पुरवठा कमी होत होता, ही एवढीच अडचण पुरेशी नव्हती की काय, त्यातच आम्हाला आणखी एका समस्येला तोंड द्यावं लागलं. आमच्याकडे काही उपग्रह वाहिन्यांच्या वेळांचे हक्क होते; पण आमचे मूळ दर्शक आणि ग्राहक हे दूरदर्शनवरील काळातले होते, जे राष्ट्रीय प्रसारक असून भारताच्या निम्म्याहून अधिक लोकसंख्येपर्यंत पोहोचले होते. एके दिवशी, अगदी अचानकच आणि आमच्या लेखी कराराविषयी थोडाही आदर न दाखवता दूरदर्शनच्या नव्या व्यवस्थापकांनी 'होम शॉपिंग' ही 'ग्राहकलोलुपता' असल्यामुळे राज्यप्रसारणासाठी संयुक्तिक नाही असं ठरवलं. आम्हाला एक आठवड्याहूनही कमी काळात अत्यंत अपमानास्पदरीत्या प्रसारणातून बाजूला केलं गेलं.

अशा अत्यंत गंभीर समस्या आम्हाला आमच्या पहिल्या वर्षभरातच सहन कराव्या लागल्या. आमचा जवळजवळ ७० टक्के महसूल हा 'रोटी मेकर' ह्या एकाच उत्पादनातून मिळत होता. आमच्या प्रमुख वाहिनीने आम्हाला प्रसारण करण्यापासून रोखले होतं आणि आमच्याकडे मालाचा साठा जास्त होता. मोठमोठ्या कामांसाठी नेमलेले कार्यालयीन कर्मचारी आणि इतर खर्च होते. कदाचित सर्वांत वाईट गोष्ट ही होती, की भारतीय ग्राहकांनी टी.व्ही.वरील 'होम शॉपिंग'चं तितकंसं स्वागत केलं नव्हतं. वितरणाचा आणि वसुलीचा ताळमेळ या गोष्टी सोप्या किंवा कार्यक्षम पद्धतीने बनवलेल्या नव्हत्या.

इतक्या चांगल्या कल्पनेचा इतक्या लवकर इतका दुःखद अंत कसा झाला याचं आश्चर्य होतंच. यातूनच मला शिकवण मिळाली-

१. एखादी तग धरून राहणारी योजना बनवणं आवश्यक होतं. कारण आम्हाला ठाऊक होतं, की आम्ही काळाच्या पुढे आहोत आणि त्यानुसार आमची गती वाढवणं आम्हाला आवश्यक होतं. विशेषतः आमचे खर्च आणि भांडवलाचा वापर यासाठी.

२. ज्या वातावरणात आम्ही होतो त्यात यश मिळवण्याबाबत मी पुरेसा नीट विचार केलेला नव्हता. त्याच सुमारास मी यूटीव्हीच्या उभारणीमध्येही

व्यग्र होतो. टी.एस.एन.मध्ये मी प्रारंभापासूनच मजबूत गुंतवणूक केली होती. सरतेशेवटी मात्र, जेव्हा अनेक आव्हानांना तोंड देण्याची वेळ आली, तेव्हा टी.एस.एन.कडे वैयक्तिक लक्ष पुरवण्याची गरज होती, तेव्हा मात्र मी तेवढं देऊ शकलो नव्हतो.

तरीसुद्धा 'आम्ही यशस्वी होणार नाही' असा मी एकदाही विचार केलेला नव्हता. माझी खात्री होती की आम्ही नवीन क्षेत्रात दमदार प्रवेश करत आहोत. त्यात तरून जाण्यासाठी सर्वतोपरी प्रयत्न करत होतो. तरीही दोनेक वर्षांत अशा काही सूचक गोष्टी घडल्या की 'होम शॉपिंग'ला यश मिळणं अवघड आहे अशी चिन्हं दिसू लागली. एक म्हणजे आम्ही इतर वाहिन्यांवर स्वत:चं अस्तित्व स्थापन करण्यात जरी यशस्वी झालो होतो, तरीही त्यांवर मिळणाऱ्या वेळेचा कालावधी हा दूरदर्शनमुळे भरून निघत नव्हता. 'रोटी मेकर'वरचं आमचं अवलंबित्वही कमी होत चाललं होतं. कारण मागणीप्रमाणे पुरवठा करण्यामध्ये आम्हाला अडचणीच येत राहिल्या. अशा समस्यांमधूनच आमची टीम पुढे जात राहिली. आमची खासगी गुंतवणूक आमच्या पाठीशी होती. म्हणजेच केवळ आम्हीच असे नव्हतो, तर ज्यांना खात्री होती की हा व्यवसाय दीर्घ कालावधीत निश्चितच आपले हातपाय पसरेल, त्या वाढीव संचालक मंडळाने एक नवीन कार्यकारी अधिकारी नेमला होता. त्याने तर या व्यवसायाला धुळीत मिळवण्यासाठी सर्व प्रयत्न केले. त्याची नेमणूक ही एक चूक होती आणि त्याची जबाबदारी पूर्णत: माझी होती. मला फार उशिरा समज आली, की त्याला काढून न टाकणे ही माझी एक चूक होती. पुन्हा एकदा माझं लक्ष नसण्याचा हा परिणाम!

दरम्यानच्या काळात मी टी.एस.एन.साठी मोठा विचार करत होतो. डोक्यावर टांगती तलवार असताना मजेत शीळ घालत बसण्यासारखा तो प्रकार होता!

या क्षेत्रातील एखाद्या जागतिक कंपनीशी भागीदारी करणं हा एक चांगला मार्ग ठरेल असा माझा विश्वास होता. म्हणून मी होम शॉपिंग नेटवर्कशी (एच.एस.एन.) संपर्क साधला. ती जगातील सर्वाधिक मोठी होम शॉपिंग कंपनी होती. मी त्यांना फक्त एक फोन केला. त्यानंतर तातडीने रातोरात मी फ्लोरिडातील टांपा इथे गेलो. दोन महिन्यांनी एच.एस.एन.च्या ज्येष्ठ टीमशी माझी भेट झाली. तिथे मी त्यांच्या व्यवसायाची सगळी यंत्रणा पाहिली. त्यांचे

स्टुडिओ पाहिले. दोन आठवड्यांनंतर मी तृष्याबरोबर दोन आठवडे गोव्याला सुट्टी घालवण्यासाठी गेलो. त्या वेळी ती नऊ वर्षांची होती. (तेव्हा मी एकल वडील होतो.) ती झोपल्यावर एच.एस.एन.बरोबरच्या प्रदीर्घ कॉन्फरन्स कॉलला सुरुवात केली. खरं तर मी गंभीर अटींवर बोलत होतो. पण लेक जागी होऊ नये याची काळजी होतीच. जवळजवळ ५०/५० भागीदारी करण्याचं आम्ही ठरवलं. त्या रात्री फोनवरच आम्ही ते सारं ठरवून टाकलं होतं. परंतु त्यानंतर काही महिन्यांनी आम्ही काही अत्यावश्यक बाबींचा सखोल विचार करू लागलो. त्यांच्या टीम्स भारतात आल्या. ते आम्हाला त्यांच्या कामाची माहिती सांगू लागले. त्यांच्या पद्धती आणि मॉडेल्सविषयी बोलू लागले. आमच्या स्पष्टपणे लक्षात येत गेलं की ती भागीदारी प्रत्यक्षात उतरू शकणार नाही.

एच.एस.एन.सारखी कंपनी त्यांच्या देशात अत्यंत यशस्वी होती. या यशामुळे त्यांची अशी समजूत झाली होती की त्यांच्या देशातल्या सगळ्या पद्धती सगळीकडेच लागू पडतील. इतर कोणत्याही पाश्चात्य देशात ती पद्धत लागू पडलीही असती, पण १९९० च्या आासपास भारतासारख्या देशात हे शक्य नव्हतं. त्या कंपनीला वाटत होतं, की त्यांची उत्कृष्ट दर्जाची उत्पादनं सर्वोच्च किमतीला विकावी, त्यायोगे जास्तीत जास्त लोकांपर्यंत पोहोचावं. मला निश्चित आणि किमान किंमत हवी होती, तर त्यांना जास्तीत जास्त किमतीत रस होता.

अखेर माझ्या आतल्या आवाजाने कौल दिला. ही भागीदारी झाली नाही. हे योग्यच झालं!

आता सिंहावलोकन करताना असं वाटतं की मी चुकीची भूमिका घेतली होती का? मला तसं वाटत नाही. आम्ही नव्याने विचारांना सुरुवात केली. त्यानुसार एकेक पाऊल उचललं. सिलिकॉन व्हॅलीतून आम्ही दोन अत्यंत हुशार, समजुतदार, न्याय्य आणि उत्तम पाठबळ देणारे खासगी समभाग गुंतवणूकदार आमच्या व्यवसायात आणले. अमेरिकेत त्या वेळी डॉटकॉम कंपन्या जोरात होत्या. गुंतवणूकदारांनी कुठे गुंतवणूक केली आहे, त्यानुसार त्यांना नफ्याची लाट, भरभराट किंवा बुडबुडा जाणवत होता. त्यामुळे आमच्या कंपनीकडून घेतले गेलेले सर्व्हे आणि त्यानुसारचे अंदाज तीन गोष्टींभोवती फिरत होते-

१. नफ्याविषयी विसरून जा; उत्पन्न कसं वाढवायचं याचा विचार करा.

२. असलेली रोख रक्कम किती काळापर्यंत टिकून राहील आणि आपण कधीपर्यंत ती आणखी वाढवू शकू?

३. होम शॉपिंगला ऑनलाइन कशा प्रकारे बनवू शकू?

ऑनलाइन शॉपिंग व्यवसायात उतरायची इच्छा तर खूपच होती, पण अस्वस्थताही होती. इतर व्यवसायांमध्ये आम्ही आघाडीवर होतो. त्यामुळे आमची गती स्थिर राखणं जास्त महत्त्वाचं होतं. भारतीय ग्राहक वस्तू कशा खरेदी करतो? त्याला ती वस्तू हातात घेऊन बघायची असते. नीट निरखून-पारखून घ्यायची असते. अशा ग्राहकाला ऑनलाइन शॉपिंग कसं काय पटणार? माझा तर या कल्पनेलाच विरोध होता. पण आमच्या सी.ई.ओ.ने जागतिक ग्राहकवर्गाचा जास्त विचार केला. वेबसाइटवर भरपूर खर्च केला. खरं तर हाच पैसा भारतातल्या ग्राहकवर्गाकडे वळवणं सहज शक्य होतं. पण तसं झालं नाही. अखेर कल्पनांचा फुगा फुटला. नुसतं अधिकारीवर्गाला इम्प्रेस करणं महत्त्वाचं नसतं - विक्रीलाही चालना मिळायला हवी. ते झालं नाही. शेवटी हा महागाचा सौदा झाला.

माझा होम शॉपिंगचा अनुभव हे एक अपयश ठरलं. आर्थिकदृष्ट्या मला मोठाच फटका बसला. तोपर्यंत माझी जेमतेम हाता-तोंडाशी गाठ पडत होती. यूटीव्हीमधून मला फारसं वेतन मिळत नव्हतं. प्रथमच खासगी समभाग गुंतवणूकदारांनी माझ्या कामात गुंतवणूक केली होती. मला चांगलीच झळ बसली. आजपर्यंत मला हे अपयश डाचत राहिलं आहे. अगदी आजही मी विचार करतो त्या वेळी मला वाटतं की तेव्हा प्रत्येक गोष्टच चुकीची घडली. आम्ही ते सगळे रोखून धरलं असतं आणि आमच्या मार्गावर तसेच चालत राहिलो असतो तर बरं झालं असतं.

जर वेबमुळे आम्ही आमचं लक्ष विचलित होऊ दिलं नसतं तर...

जर सुरुवातीपासूनच आमच्याकडे तग धरून राहण्यासाठीचा नियोजन आराखडा असता तर...

जर, जर, जर....

माझ्या अंतःप्रेरणेनुसारच मी काम करायला हवं होतं. माझ्या अंतःप्रेरणेनुसार मी टी.एस.एन.वर अधिक वेळ घालवायला हवा होता. आम्ही जर तग धरला असता तर, ऑफलाइन आणि ऑनलाइन दोन्हीकडे नीट लक्ष दिलं असतं तर असे संकटात सापडलो नसतो.

परंतु हेच तर आयुष्य आहे.

कोणत्याही अपयशाच्या बाबतीत तुमच्याकडे दोन पर्याय असतात. नव्या आव्हानांसाठी तयार रहा. पूर्ण तयारीनिशी पुढे चला किंवा मग त्या क्षेत्रातून बाहेर पडा. आम्ही स्वतःवर हळहळत बसू शकलो असतो. परंतु माझ्या अनुभवाने मला अनेक गोष्टी शिकवल्या आहेत आणि त्या कायम मी लक्षात ठेवतो. त्यापैकी एक म्हणजे परिस्थितीकडे विविध पद्धतींनी, विविध दृष्टींनी पहा. तिचं विश्लेषण करा आणि ती कशा प्रकारे बदलू शकते याचा अंदाज बांधा. प्रत्येक अपयश हे अडथळा असण्यापेक्षाही आपल्या शिक्षणाचा नवा दरवाजा उघडत असतं.

माझ्या होम शॉपिंगच्या प्रकरणाला आज वीस वर्षं उलटून गेली आहेत; तरीही अगदी आज, म्हणजे २०१५ मध्ये मला काही सांगावंसं वाटतं. ते म्हणजे : बळकट मूलभूत तत्त्वं नसलेल्या किंवा नफ्यावर दृष्टी ठेवून काम न करणाऱ्या व्यवसायांसाठी निधी देत राहणारे सवंग भांडवलदार कायमच भेटतात; पण आपण काय करायचं हे आपणच ठरवायला हवं.

◆

आपण अपयश थांबवू शकत नाही. अपयशापासून स्वतःला लांब ठेवल्यामुळे यशाची हमी मिळत नाही. त्यामुळे यश फक्त अधिक निसटतं बनतं आणि गुंगारा देतं. अपयशापासून शिकण्यासाठी तुम्हाला त्याची व्याख्या करता आली पाहिजे, त्याचं मूल्यमापन करता यायला हवं आणि योग्य दृष्टिकोनातून त्याच्याकडे पाहायला हवं.

अपयश या शब्दाचा अर्थ प्रत्येकासाठी वेगवेगळा असतो. परंतु तुम्हाला यश हवं असेल तर अपयश हा काही शेवट असू शकत नाही. अपयशाचा तुमच्या दृष्टीने काय अर्थ आहे याविषयी नीट विचार करा. तुमच्या मार्गाला बसणारी अपयश नावाची खीळ आपल्या विचारप्रक्रियेमधून दूर करा. कधी कधी अपयश हे

अपरिहार्य असतं, पण त्याने आपल्याला हरवता कामा नये. सर्व प्रकारचे अडथळे दूर केल्यानंतर मिळालेल्या दिलाशाची भावना त्यातून मनात निर्माण झाली पाहिजे. तुम्ही अपयशाचा ज्या प्रकारे विचार करता आणि त्याचं ज्या भाषेत स्पष्टीकरण देता त्यामुळेही मोठाच फरक पडतो. या शब्दातून जाणवणारा केविलवाणा अर्थ काढून टाका. अपयश हे आपल्याला बसलेले तडाखे किंवा फटके असतात असा विचार करा. तुम्हाला एखादा तडाखा बसतो त्या वेळी तुम्ही पुनर्विचार करता, पुनर्मूल्यांकन किंवा पुनर्मापन करता आणि पुन्हा एकदा पूर्वपदावर येऊन कामाला लागता.

तुमच्याकडे आत जाण्याचं तिकीट आहे परंतु परतीचं तिकीट मात्र नाही, असं समजून कोणत्याही प्रकल्पाची सुरुवात करा. त्यामुळे कितीही चढ-उतार आले तरी तुम्ही तिथेच टिकून राहाल. तुम्हाला सुरक्षित जागी परतण्याचा पर्याय उपलब्ध असेल तर तुम्ही अंतिमतः त्या जागीच परताल. म्हणून पहिल्या दिवसापासूनच मी एकल मार्गाचा विचार करतो. उद्योजकीय जगतातून माघारीच्या मार्गाचा पर्याय मी कधीच गृहीत धरत नाही. या मानसिक जडणघडणीमुळे मी कित्येक अवघड प्रसंगांतून बाहेर पडू शकलोय. मागे वळून पाहण्याचा पर्यायच उपलब्ध नसतो आणि परतीचे सगळे दोर कापलेलेच असतात त्या वेळी पुढे दिसणारं दृश्य हे कदाचित तुम्हाला वाटत असतं तेवढं खचवणारं, नाउमेद करणारं नसतं.

तुम्ही कदाचित स्वतःसाठी एखादं उद्दिष्ट निश्चित केलं असेल आणि ते गाठू शकला नसाल. कदाचित हे अपयश जगजाहीर झालं असेल आणि ते तुमच्यापुरतं किंवा खासगी उरलेलं नसेल. अशी परिस्थिती मी अधिक चांगल्या प्रकारे समजू शकतो. मी ज्या उद्योगातून आलो आहे त्या उद्योगातलं प्रत्येक अपयश हे जगजाहीर होतं. ती कथा वाचणाऱ्या लोकांच्या आयुष्यात त्या तडाख्याला फारशी किंमत नसली तरीही त्या अपयशातल्या प्रत्येक तपशीलाची जगजाहीरपणे छाननी होत राहते. तुमची हुकलेली प्रत्येक संधी ही दुसऱ्या कोणासाठी तरी प्रयत्न करून, स्वतःला स्मार्ट करून जगासमोर येण्याची संधी असते. प्रसारमाध्यमं उत्साहाने या सगळ्यात अतिशयोक्तीने नकारात्मकता ओतत राहतात. तुमचं आयुष्य ज्या दिशेने चाललेलं असतं, तिथे जाताना तुमच्या मनावर जर अपयशाच्याच गोष्टी पुनःपुन्हा ठसवल्या गेल्या

तर तुम्ही आयुष्याला घाबरून जाता. जगात पाऊल टाकण्याचं धाडसच तुम्ही करू शकत नाही. तुम्हाला त्यासाठी स्फूर्तीच मिळत नाही. परंतु मी तुम्हाला आग्रहाने पुनःपुन्हा विनंती करतो आहे त्याप्रमाणे तुम्ही अपयशाशी दोन हात करायला शिकलात तर त्याहून अधिक समाधानकारक असं काहीच नसतं.

जे लोक आपली स्वप्नं सत्यात उतरवण्यासाठी काम करत असतात, त्यांच्यावर छिद्रान्वेषी भूमिकेतून टीका करणारे स्वयंघोषित ढोल जागोजाग असतात. स्पर्धक, नकारात्मक बोलणारे आणि स्वप्नं चिरडून टाकणारे लोक आयुष्याच्या सुंदर, विलक्षण आणि उत्स्फूर्त नृत्यात सहभागी होण्याऐवजी कडेला असलेल्या आपापल्या सुरक्षित उंच ठिकाणी बसून टीका करतात. लोकांचे पाय ओढत राहतात. त्यांच्यापैकी बहुतांश टीकाकारांनी स्वतः कधीही कशाचीही उभारणी किंवा निर्मिती केलेली नसते. जहाज चालवताना येणारी आव्हानं किंवा जहाजाला त्याच्या मुक्कामाच्या जागी पोहोचवण्यातलं मोठं समाधान हे त्यांना समजतही नाही. तरीही आपण त्या सगळ्यातले तज्ज्ञ आहोत अशा प्रकारे ते वागत असतात. ते अत्यंत टोकाचे दांभिक असतात.

परंतु खऱ्या लीडर्सना या गोष्टीही सहन कराव्याच लागतात. टीका आणि जाहीर अपयशामुळे तुम्ही अधिक बळकट बना, खचून जाऊन मोडून पडू नका. अखेरीस, तुम्ही इतर कोणालाही नव्हे तर स्वतःलाच जबाबदार आहात. तुमची जबाबदारी तुम्हीच घ्या. तुम्ही स्वतःच स्वतःचे उत्तम टीकाकार बना आणि कोणताही तडाखा मोठ्या ताकदीने, लवचिकतेने आणि प्रतिष्ठेने हाताळा. विश्लेषणासाठी आत्मविश्वास असावा लागतो. जो काही निकाल असेल तो सहन करण्याचं धाडस असावं लागतं.

हे एखादा डोंगर चढून जाण्यासारखं असतं. तुम्ही आपलं डोकं मागे झुकवता आणि आकाशाकडे पाहता. जमिनीवरून तुम्ही शिखरापर्यंत पोहोचणार कसं याचा विचार करता. ज्या वेळी तुम्ही सुरुवात करता त्या वेळी भीती कमी होऊ लागते. अपयश ही शून्यमनस्कता होती असं वाटू लागतं आणि मग तुम्ही पुन्हा एकदा भवितव्याच्या दिशेने पहिलं पाऊल टाकता.

◆

अपयशाचा स्वीकार केल्यामुळे दरवाजे उघडतात.

आपल्या कौशल्याने लोकांना स्तिमित करणाऱ्या जागतिक दर्जाच्या फुटबॉल खेळाडूंप्रमाणे यशस्वी उद्योजक मार्ग बदलतात आणि अविश्वसनीय सहजतेने उंच भरारी घेतात. काही वेळा सुरुवातीला कल्पना केलेल्या मुक्कामी निम्मे व्यवसाय पोहोचत नाहीत. हुशार उद्योजक दिशा बदलतात आणि त्याहूनही अधिक हुशार असलेले उद्योजक त्यांच्या अगदी अलीकडच्या अपयशाकडे पाहून फक्त कुत्सित हसतात आणि पुढे चालू लागतात.

अत्यंत भयावह चुका किंवा ज्यांचं नियोजन करता येत नाही अशा गोष्टी म्हणजेच अपयश, असं समीकरण नेहमीच असत नाही. अनेकदा अपयशाचा संबंध हुकलेल्या संधी आणि दुर्दैवी परिस्थिती यांच्याशी असतो. या दोन्ही बाबी म्हणजे कंपनीचं, तिच्या कर्मचाऱ्यांचं आणि समभागधारकांचं नशीब बदलवून टाकणाऱ्या घटना असू शकतात.

१९९२च्या दरम्यान उपग्रह टीव्ही प्रसारण सुरू झालं. त्या वेळी या प्रसारणाची पहिली लाट हुकली, हा आम्हाला बसलेला सर्वांत मोठा तडाखा होता. रुपर्ट मर्डोक यांनी लि का शिंग यांच्याकडून फक्त १ अब्ज अमेरिकन डॉलरला नुकताच स्टार टीव्ही खरेदी केला होता. (त्या काळात ती एक खुप मोठी रक्कम वाटली आणि आता मागे वळून पाहताना असं जाणवतं की हा व्यवहार खूपच चांगला झाला होता. सध्याच्या काळात तर ही गोष्ट अविश्वसनीय व्यावहारिक बाब वाटते. परंतु आपल्या मार्गावर स्थिर राहण्यासाठी आवश्यक असलेली सबुरी आणि योग्य निर्णयक्षमता त्यांच्याकडे होती. शिवाय झटपट व्यवहारासाठी मर्डोकना ओळखलं जात होतं. कित्येक प्रसंगी या गुणांमुळे त्यांचा मोठाच फायदा झालेला दिसून येतो.

उपग्रह टी.व्ही. प्रसारणातला मार्केट शेअर मिळवण्यासाठी कित्येक भारतीय कंपन्या हाँगकाँगमध्ये रांगेत उभ्या होत्या आणि परस्पर खेळी करत होत्या. मर्डोक यांच्याएवढेच सामर्थ्यशाली आणि धाडसी असलेले भारतीय द्रष्टे सुभाष चंद्रा यांनी या भरभराटीच्या काळात झी. टी.व्ही. सुरू केला. तेव्हापासून भारतीय टेलिव्हिजन क्षेत्राने कधीच मागे वळून पाहिलं नाही. आम्ही मोठ्या प्रमाणात झी. टी.व्ही.ला कंटेंट दिला होता. त्यामुळे झी सुरू होण्यात आमची अविभाज्य भूमिका होती याचा आम्हाला अभिमान वाटतो. परंतु मी त्या वेळी

प्रसारक होण्याचा विचारच केला नाही. हे काम माझ्या आवाक्यातलं आहे, याचं आकलनही मला झालं नाही. प्रसारमाध्यमांच्या क्षेत्रातील ही पहिलीच पिढी आणि त्यातही मी नवखा. माझ्याकडे मर्यादित स्रोत होते किंवा स्रोत नव्हतेच. ते मी आपल्याकडे खेचून आणू शकेन, असंही मला कधीच वाटलं नव्हतं.

कदाचित एखादा माणूस या गोष्टीला अपयश म्हणणारही नाही. परंतु प्रसारण क्षेत्रात मी उशिरा उतरलो, हे माझ्या निर्णयक्षमतेचं अपयश होतं असं मला नंतर वाटलं. मात्र, कामाची व्यापकता आणि यशाची शाश्वती याविषयी तेव्हा मनात साशंकता होती हे मात्र खरं. अर्थातच एवढा मोठा जुगार खेळल्यानंतर कदाचित हा सगळा डोलारा कोसळला असता. परंतु ज्याप्रमाणे सुरुवातीच्या खेळाडूंसाठीही ते सारं सहज नसलं तरीही ते त्याच मार्गावरून चालत राहिले होते, त्याप्रमाणे आम्हीही त्याच मार्गावर चालत राहिलो असतो तर आम्हीही टिकून राहिलो असतो, असा मला विश्वास वाटतो.

◆

यूटीव्हीच्या प्रवासात अगदी सुरुवातीच्या टप्प्यावर मी एक धडा शिकलो. गंभीर फटक्याला तोंड द्यावं लागतं त्या वेळी प्रत्येक गोष्टच कोसळू लागते. कर्मचारी आणि गुंतवणूकदार कंपनीच्या अस्तित्वाविषयीचे प्रश्न विचारू लागतात. त्या वेळी तुम्ही त्यांच्याशी प्रांजळपणे, स्पष्टपणे बोला आणि आघाडी लढवत रहा. अशा परिस्थितीमध्ये लोक तुमच्याकडे स्पष्ट उत्तरांसाठी पाहत असतात. तुम्ही जर खोटी उत्तरं दिली, खांदे पाडलेत किंवा पराभूत झाल्याप्रमाणे वागलात तर अपयशातून उभे राहण्याची संधी मिळण्याआधीच तुम्ही आपल्या टीमला गमावून बसाल. तिथे उपस्थित असलेल्या सर्वाधिक खंबीर आणि शूर व्यक्तीसारखे वागा. सगळ्या प्रश्नांची उत्तरं द्या. तरच तुम्ही उद्योजक असाल, खरे लीडर असाल.

भागीदार आणि ग्राहकांना तुमच्याकडून थेट संपर्काची अपेक्षा असते. तुम्ही क्रियाशील असलं पाहिजे. तुम्ही खुलेपणाने आणि खऱ्याखुऱ्या आशावादी वृत्तीनं संवाद साधाल त्या वेळी किती चांगला प्रतिसाद मिळतो ते पाहून तुम्हाला आश्चर्य आणि आनंद वाटेल. प्रत्येकालाच चढ-उतारांतून जावं लागतं. हा अंधारी बोगदा आहे, पण बोगद्याच्या टोकाला तुम्हाला प्रकाश दिसतो आहे, एवढंच माहिती करून घेणं ही त्यांची गरज असते.

यूटीव्हीच्या तिसऱ्या वर्षी आमची स्वतःची काहीही चूक नसताना आम्हाला एक जबरदस्त फटका बसला. त्यामुळे आमच्या सगळ्या मार्गाचाच शेवट झाल्यासारखं वाटू लागलं. आम्ही कार्यक्रमाची निर्मिती करायचो. ते कार्यक्रम दूरदर्शनवर प्रसारित व्हायचे यावर आमचा मुख्य भर होता. 'पार्लमेंटरी क्विझ' या २६ भागांच्या कार्यक्रमांपैकी एका कार्यक्रमात असा प्रश्न विचारला गेला, की 'भारतीय राष्ट्रीय काँग्रेस (INC)चा 'शो बॉय' कोण आहे?' काही कारणाने संसदेच्या काही सदस्यांनी चुकीचा शब्द ऐकला. त्यांनी 'शो बॉय' ऐवजी 'प्ले बॉय' असा शब्द ऐकला. ही चूक खरं तर आमची नव्हतीच. परंतु या गैरसमजामुळे संसदेत प्रचंड गदारोळ झाला.

संसदेत स्पष्टीकरण देण्यासाठी उपस्थित राहण्याचा आदेश त्या दिवशी रात्री उशिरा आम्हाला देण्यात आला. सकाळीच उपस्थित राहायचं होतं. संसदेच्या समजुतदार ज्येष्ठ सदस्यांच्या गटासमोर आम्ही बसलो होतो. आमच्याकडे वस्तुस्थिती स्पष्ट करणारे पुरावे होते. सुरू असलेला वाद सहजगत्या निवळला, परंतु त्यामुळे कार्यक्रमाला फटका बसला. त्याचं प्रसारण थांबवलं गेलं होतं.

मला मनात नक्की माहीत होतं, की एकदा कार्यक्रम हातचा गेला तर तो पुन्हा कधीच प्रसारित केला जाणार नाही. त्या वेळी टेलिव्हिजनवरची पद्धत अशी होती, की अशा परिस्थितीत त्या कार्यक्रमाची सगळी किंमत कंपनीला, म्हणजे या प्रकरणात यूटीव्हीला सहन करावी लागली असती. सुरुवातीची गुंतवणूक भरून काढावी लागली असतीच, शिवाय प्रसारणासाठी पैसे भरलेल्या प्रायोजकांकडूनही ही किंमत कंपनीनेच वसूल करायची होती. अर्थात परिस्थिती योग्य असती तर आणि नफा झालाच असता तरी तोही कंपनीला मिळाला असता. सगळ्या भागांचं ध्वनिमुद्रण आधीच झालं होतं. त्यामुळे खर्च आधीच झाला होता. आता कार्यक्रम बंद पडला होता, याचाच अर्थ आता आमच्या गुंतवणुकीतील एक रुपयाही आम्हाला परत मिळणार नव्हता.

१९९० च्या सुरुवातीला बसणारा असा आर्थिक तडाखा सोसण्यासाठी आमच्याकडे श्रीमंत शॉक ॲब्सॉर्बर्स नव्हते. त्या टप्प्यावर आमच्या पस्तीस जणांच्या टीममधील प्रत्येकालाच या प्रकरणाचा परिणाम काय होईल ते कळलं होतं. कार्यालयात दुःख आणि अनिश्चिततेचं सावट होतं. आता आपण कंपनीत कामावर असू का की आपल्याला आता इतरत्र काम शोधावं लागणार आहे

अशा विचारात कर्मचारी बसले होते.

दिल्लीत झालेल्या संसद सदस्यांच्या बैठकीला उपस्थित राहून परतलो. मी जर कोणती पहिली गोष्ट केली असेल, तर ती म्हणजे तळघरातल्या आमच्या छोट्याशा ऑफिसमध्ये मी सगळ्या टीमला तातडीने बोलावून घेतलं. त्यांच्याशी या विषयावर साधकबाधक चर्चा केली. ''आपण सर्वांनीच आगामी तीन महिने सर्व प्रकारच्या खर्चावर अत्यंत कडकपणे लक्ष ठेवून त्यात कपात केली पाहिजे.'' मी त्यांना सांगितलं. प्रत्येकाच्या चिंताग्रस्त चेहऱ्यावरून माझी नजर फिरत होती. आणि त्यानंतर सर्वांत अवघड भाग पुढे आला. ''आगामी तीन महिने मी तुम्हाला एक महिना उशिरा पगार देईन. आपली कामाची गती मंद करण्याची आपल्याला गरज नाही. उलट, आपल्याला आपल्या कामाची गती वाढवली पाहिजे.''

आमच्यावर ओढवलेल्या परिस्थितीमुळे टीमपैकी काहीजणांचा जाणवण्याइतपत थरकाप उडाला होता. इतर काहीजण दु:खी बनले होते. परंतु एकदा वाईट बातमी सांगून टाकल्यावर आम्ही गप्पा मारण्याच्या परिस्थितीत आलो. शिवाय 'असं झालं तर काय?' या अनेकांच्या प्रश्नालाही उत्तर मिळालं होतं. नंतर चर्चेत मी थोडीशी विनोदाची भर घातली. त्या बैठकीचा हेतू कितीही अंधकारमय असला तरीही त्यामधील काळोख काढून टाकण्यासाठी हास्याची आवश्यकता होती. दिवस कितीही भीषण असले तरी त्यावर हास्यासारखं औषध नाही.

आमची चर्चा झाल्यावर कित्येकांनी सुटकेचा नि:श्वास सोडल्याचं मला स्पष्ट दिसलं. कोणी तरी प्रमुख व्यक्ती आपल्याशी विश्वासाने बोलल्यामुळेच फक्त त्यांना तो दिलासा मिळाला नव्हता, तर ते सगळेजण भावनिकदृष्ट्या कंपनीशी जोडले गेले होते. अशा प्रकारच्या तडाखे बसलेल्या किंवा अपयशाच्या परिस्थितीतही कंपनीबरोबर काम करण्यासाठी ते मानसिकदृष्ट्या वचनबद्ध होते. त्यांच्या करियरचा मार्ग अखंड असल्याचा दिलासा तर त्यांच्यापैकी बहुतेकांसाठी अधिक मोठा होता.

मी दारू पीत नाही, हे चांगलं माहीत असूनही टीममधील चौदा सदस्यांनी त्या संध्याकाळी मला ड्रिंकसाठी बाहेर चलण्याचा आग्रह केला. त्यांना आपली एकजूट दाखवून द्यायची होती. आम्हा सर्वांसाठी तो एक भावपूर्ण दिवस होता.

खरं तर भविष्यकाळात यूटीव्हीची संस्कृती प्रस्थापित करण्यासाठीची ती एक मोठीच झेप होती. टीमची निष्ठा खूपच उच्च प्रतीची होती. त्यांच्यापैकी कित्येकजण कित्येक वर्षं कंपनीबरोबर राहिले. आज ते कंपनीचे खरेखुरे, सामर्थ्यशाली प्रसारक बनले आहेत.

त्यानंतरचे पुढचे तीन महिने प्रत्येकजणच अगदी युद्धपातळीवर आणि तितक्याच सावधपणे काम करत होता. अगदी एखादा छोटा खर्चही दुर्लक्षित राहिला नाही. त्यानंतर शिस्त आणि काटकसर हा कंपनीचा अविभाज्य मूलमंत्र होऊन गेला. एका नव्या कार्यक्रमावर काम करण्यासाठी आमची क्रिएटिव्ह टीम दूरदर्शनबरोबर दिल्लीत राहिली. दूरदर्शनलाही आम्हाला झालेल्या तोट्याबद्दल वाईट वाटत होतं. आमच्या समस्यांविषयी त्यांना सहानुभूती होती. लवकरच एका कार्यक्रमासाठी आम्ही त्यांच्याकडून हिरवा कंदील मिळवला. नवीन प्रकल्पासाठी क्विझ शोच्या आमच्या प्रायोजकांना डोळे झाकून आम्ही तयार केलं. आमच्यावर त्यांनी विश्वास ठेवावा म्हणून आम्ही पैसे गुंतवण्यासाठी त्यांच्याकडून आगाऊ रक्कम घेतली नाही. आमच्या विक्रीच्या टीम्स नवीन व्यवसायाचं काम जोरदार करू लागल्या. त्या सावळ्या गोंधळामुळे प्रसारमाध्यमांतही भरपूर बातम्या आल्या. शिवाय आम्हाला इंडस्ट्रीचा पाठिंबाही मिळाला. अगदी आमचे पतपुरवठादारही आमच्या पाठीशी ठामपणे उभे राहिले. त्यांच्यापैकी प्रत्येकजणानेच वैयक्तिकरीत्या ऑफिसमध्ये येऊन आमची भेट घेतली. त्याबद्दल मी आजही त्यांचा ऋणी आहे.

अखेरीस या तडाख्यातून आम्ही बाहेर पडलो. आमच्या टीमच्या ३५ जणांनी एकजुटीने काम केल्याचाच हा परिणाम होता!

ज्या दिवशी मी टीमबरोबर बोललो होतो त्या दिवशी आम्ही तग धरून राहू का याविषयी मला खात्री वाटत नव्हती. परंतु यातून मार्ग काढण्यासाठी मी आणि टीम मिळून हरप्रकारे निश्चित प्रयत्न करू याविषयी मात्र माझ्या मनात शंभर टक्के खात्री होती.

कोणालाही तडाखे बसल्याचं आवडत नाही. परंतु कधी ना कधी, कुठे ना कुठे आपल्याला रस्त्यातील उंचवटे भंडावून सोडतातच. उद्योजक आणि लीडर म्हणून आपल्या होत असलेल्या निश्चित वाढीवर त्याचा परिणाम होतो.

तडाखे, फटके आणि अपयश यांच्याखेरीज तुम्ही आणि तुमची कंपनी कधीच काही शिकणार नाही, वरच्या पातळीवर पोहोचणार नाही. धोका पत्करणं, चुका करणं आणि अगदी अपयशी होणं या गोष्टी आपल्या रक्तातच असतात. फक्त तुम्ही पुन्हा पुन्हा त्याच त्याच चुका करू नका, ही गोष्ट पक्की लक्षात ठेवा. मग बघा, तुमच्या भराऱ्या आणखी जोरदार बनतील. याची तुम्हाला गंमत वाटेल, आज मला वाटतेय तशी.

◆

- काही गोष्टी चुकीच्या झाल्यामुळे ज्याप्रमाणे अपयश येतं, त्याप्रमाणेच संधी हुकल्या, अंदाज चुकला, निर्णय लांबणीवर टाकले तरी तेही अपयशच असतं.
- अपयशाकडे एक तडाखा किंवा फटका म्हणून पहा. अपयशाशी दोन हात केल्यानंतर मनाला दिलासा मिळाला पाहिजे. त्यामुळे अंतर्मुख होऊन आत्मपरीक्षण करा परंतु मोडून पडू नका.
- तडाख्यानंतर स्वत:चं परीक्षण करण्यासाठी आत्मविश्वास आणि निर्णय स्वीकारण्याचं धाडस असावं लागतं. त्याहून महत्त्वाची गोष्ट म्हणजे तुमच्या संपूर्ण टीमचं पाठबळ तुम्हाला मिळालं पाहिजं. खुला आणि मनमोकळा संवाद हे तडाख्यातून उसळी मारून बाहेर पडण्याचं प्रभावी साधन आहे. आपल्या समस्या सर्वांना सांगा. सगळा क्रूस तुम्हीच आपल्या खांद्यांवरून वाहत राहू नका.
- माझ्याकडे माझ्या वैयक्तिक यशाचा आराखडा असतो. त्याचबरोबर संकट आलंच तर तग धरून राहण्यासाठीचा नियोजन आराखडाही असतो. (तग धरून राहण्याचा नियोजन आराखडा म्हणजे प्लॅन बी नव्हे!)
- एकविसाव्या शतकात कोणतीही कल्पना तुम्हालाच प्रथम सुचली पाहिजे असं नाही. ती कल्पना तुम्ही दुसऱ्यांदा किंवा तिसऱ्यांदा वापरण्याएवढे हुशार असलात तरी चालेल. मात्र, त्या साठी इतरांचे दृष्टिकोन आणि कल्पनांचा वापर करा.
- आगामी दशकात 'मी कसा अपयशी ठरलो' यावर 'मी कसा यशस्वी झालो' यापेक्षाही अधिक पुस्तकं छापली जातील. कारण अपयश हे यशापेक्षा अधिक रोचक आणि उद्बोधक असतं, ही उद्योजकांना आधीपासूनच माहीत असलेली गोष्ट प्रकाशकांनाही समजेल.

- मोठ्या धाडसाने आणि आत्मविश्वासाने तुम्हाला तुमची स्वत:ची कथा लिहायची आहे. तुमच्या प्रवासात तुम्ही काही चुकीची पावलं कशी उचलली आणि अखेरीस काहीही झालं तरी यशस्वी कसे ठरलात याविषयी तुम्ही जरूर लिहा. पुस्तक लिहाच, कारण काहीही झालं तरी अपयश हा स्वल्पविराम असतो. तो कधीच पूर्णविराम नसतो.

◆◆◆

८

यूँ ही चला चल राही...!

महत्त्वाकांक्षी उद्योजकांसाठी 'अपयश' हा जर सर्वांत मोठा अडथळा असेल, तर चिकाटीने आपल्या मार्गावर ठाम राहण्याची क्षमता आणि ध्येयासाठीची दुर्दम्य इच्छाशक्ती हीच त्यांची खरी ताकद असते. उत्तम व्यवसायाचा हाच मूलमंत्र आहे.

धैर्य, जिद्द आणि चिकाटी यामुळेच यश साकार होतं. मार्गात येणाऱ्या प्रत्येक अडथळ्यावर मात करणारी आणि वाट्टेल ते झालं तरी जिद्दीने पुढे जाणारी, निष्ठा बाळगणारी टीम नसती तर मंगळयान मंगळावर कधीच पोहोचलं नसतं. सर्व यशस्वी लोकांसाठी हे लागू पडतं. शांततेचं 'नोबेल' पारितोषिक मिळवणाऱ्या 'कैलाश सत्यार्थी' यांनी आपल्या मार्गावरच्या असंख्य अडथळ्यांवर मात केली आणि ८०००० हून अधिक बालकामगारांची सुटका केली. महान व्यक्ती असं कार्य कुठल्या प्रेरणेने करतात? कारण त्यांनी वेगळी वाट निवडलेली असते. आपलं स्वप्नं पूर्ण करण्यासाठी ते वाटेत अडथळा म्हणून येणाऱ्या प्रत्येक दगडाची पायरी करत आणि स्वत:लाच आव्हान देत स्वत:च्या क्षमता उंचावतात.

जेव्हा नेहमीपेक्षा काही तरी विपरीत घडतं त्या वेळी प्रत्येकाच्या मनात भीती आणि अनिश्चितता यांचे ढग गर्दी करतात. पण चढ-उतार हा आयुष्याचा

आणि व्यवसायाचाही अविभाज्य भाग आहे. जर तुम्ही बहुतांश लोकांसारखे असाल, तर मार्गातील उतारावर, अपयशावर, उद्‌भवणाऱ्या अनपेक्षित संकटावर लक्ष केंद्रित करता आणि स्वत:ला अक्षरश: रोज छळत राहता. अशा पद्धतीने स्वत:शी असलेला हा नकारात्मक संघर्ष कधीच थांबणार नसतो.

परंतु उत्तम नियोजन, प्रतिकूल परिस्थितीत त्वरेने व सहज मार्ग काढणं या गुणांवर आपल्या प्रयत्नांची चिकाटी अवलंबून असते. आत्मविश्वासाने संकट दूर करणं व आपल्या स्वप्नासाठी आपली वाट शोधणं यांचा संबंध चिकाटीने मार्गावर राहण्याशी असतो. अर्थात याचा अर्थ असा होत नाही, की एखादी गोष्टी नीट होत नसेल तर तिच्याभोवतीच फिरत रहायचं, किंवा 'आलिया भोगासी असावे सादर' या उक्तीचा विपरीत अर्थ काढून कुठलंच पाऊल उचलायचं नाही. हा माझ्या म्हणण्याचा अर्थ नाही. खरं तर आपल्या मार्गावर चिकाटीने चालत राहणं हा एक दीर्घकालीन धोरणाचाच भाग असला पाहिजे.

महत्त्वाकांक्षी उद्योजकांसाठी 'अपयश' हा जर सर्वांत मोठा अडथळा असेल, तर चिकाटीने आपल्या मार्गावर ठाम राहण्याची क्षमता आणि ध्येयासाठीची दुर्दम्य इच्छाशक्ती हीच त्यांची खरी ताकद असते आणि उत्तम व्यवसायाचा हाच मूलमंत्र आहे.

व्यवसायात सगळ्या गोष्टी तुमच्या मनासारख्या घडत नाहीत. तुमच्या प्रत्येक निर्णयाविषयी लोकांच्या भुवया उंचावत असतात आणि अनेक 'झारीतले शुक्राचार्य' तुम्ही चुकीच्या मार्गावर आहात असं तुमच्या मनावर बिंबवण्याचा प्रयत्न करतात. तुम्ही दुर्बळ आहात ही जाणीव जागृत झाली की स्पर्धक तुमच्यावर दोन वार करायला सरसावतात. पण या सगळ्यामध्ये चिकाटीने आपल्या मार्गावर राहणं हे व्यवसायाचं तत्त्वज्ञान क्लिष्ट मुळीच नाही. उलट, तोच खरा व्यावसायिक यशाचा मूलमंत्र आहे.

◆

मी जन्मजात उद्योजक आहे याची जाणीव झाली आणि माझ्या आयुष्याला वेगळा अर्थ मिळाला. पण या जाणिवेतूनच अनेकदा मी गोष्टी 'घडण्या'साठी खूप आटापिटा करत असे. त्याच वेळी त्या गोष्टी माझ्या नियोजनानुसार घडल्या नाही की मी खूप त्रास करून घेत असे. तडाखे खाऊन पूर्वपदावर येण्यासाठी काय करावं लागतं हे मी हळूहळू शिकत गेलो.

मी आधी नमूद केल्याप्रमाणे न्यूयॉर्क येथील 'वॉरबर्ग पिंकस' हे यूटीव्हीच्या पहिल्या गुंतवणूकदारांपैकी एक होते. आमच्या बोर्डवर कित्येक वर्षं असलेल्या त्यांच्या टीमच्या संपर्कात मी सातत्याने राहिलो होतो. मी डिस्‌ने यू.टी.व्ही., प्रसारमाध्यमं आणि मनोरंजन क्षेत्रातून बाहेर पडत असताना, फर्मचे एक भागीदार दलिप पाठक यांची आणि माझी सिंगापूरच्या विमानप्रवासात गाठ पडली. आम्ही एकमेकांसमोरच्या खुर्च्यांवर बसलो होतो. तो एक छोटा चार तासांचा प्रवास होता. दलिप स्मितहास्याने मला म्हणाले, "तुम्ही आयुष्याचा दुसरा डाव खेळता आहात हे ऐकून खूप बरं वाटलं. परंतु तुम्हाला मला एक गोष्ट सांगायची आहे. आम्ही जेव्हा तुमच्याशी व्यवहार करायचो तेव्हा आम्हाला पक्की खात्री असायची की तुम्ही आम्हाला जे सांगाल तेच नक्की करून दाखवाल. ही फार महत्त्वाची गोष्ट आहे. बहुतेक वेळा त्या गोष्टी झाल्या. काही वेळा नाही झाल्या. पाच-सहा वेळा तर इतक्या विपरीत गोष्टी घडल्या की आम्हाला वाटलं, संपलं सगळं! मला माहीत आहे, की अशा वेळा तुमच्या आयुष्यात याखेरीजही अनेकदा आल्या असतील, पण तुम्ही अजून तिथेच आहात."

... काही क्षणांमधली शांतता मला भूतकाळात घेऊन गेली...

कित्येक वेळा आम्ही फोनवर बोलायचो. असं वाटायचं की संपलं सगळं! "रॉनी, असं म्हणतात की मांजराला ९ प्राण असतात... तुम्हाला किमान २० तरी असावेत!"

"तुमचं म्हणणं बरोबर आहे." मी त्यांचं बोलणं मान्य केलं आणि मला 'वीस जीवदानांचं मांजर' असं बिरूद मिळालं. मी हे बिरूद सन्मानचिन्हासारखं बाळगलं. या आठवणींना उजाळा देत आम्ही खूप हसलो. नंतर योगायोगाने झालेल्या संभाषणाचा खरा परिणाम मला जाणवला.

आम्ही किती तरी मोठ्या संकटांशी सामना केला. त्याच वेळी रोजची पुढे ठाकणारी आव्हानं थोडीच चुकवता येतात? ती तर नेहमीचीच, असं म्हणून बहुतेक संकटांच्या खाईत सापडूनसुद्धा छुप्या मार्गाने सहीसलामत बाहेर पडलो होतो, स्वतःचा बचाव केला होता. म्हणूनच कदाचित आम्ही 'अनोखे' होतो. मला तरी तसं वाटत नाही. परंतु वाईट काळ, खराब निर्णय, संधी हुकणं, मृत्यू समीप आल्यासारखे अनुभव आणि असे कित्येक कसोटी पाहणारे प्रसंग आले होते, तरीही आम्ही चिकाटीने उभे राहिलो होतो. नेटाने पुनःपुन्हा प्रयत्न करत

राहिलो होतो. आमच्या वाट्याला जेवढ्या समस्या यायला हव्या होत्या त्याहून किती तरी अधिक पटीने त्या आल्या होत्या. चुकीच्या वेळेची निवड, खराब अंदाज, निसटलेल्या संधी, मरतामरता वाचण्याचे अनुभव आणि मन विषण्ण करणारे काही दिवस, आठवडे आणि अगदी काही महिनेही. बराच काळ आमचे प्रयत्न फळलेले नसत. माझ्या कारकीर्दीत वीसहून किती तरी अधिक वेळा आम्ही जर चिकाटीने मार्गावर राहिलो नसतो तर सगळ्याच गोष्टी अगदी विपरीत घडल्या असत्या. ते प्रसंग मला झटकन आठवले. फक्त यूटीव्हीच्या प्रवासातच नव्हे, तर नाट्यक्षेत्र, टूथब्रश निर्मिती, केबल टीव्ही आणि अशा कित्येक प्रकारच्या व्यवसायांच्या सुरुवातीपासूनच्या माझ्या प्रवासात ते प्रसंग आले होते.

उद्योजकांना सैनिकांसारखं रोजच नवनवीन आव्हानांना सामोरं जावं लागतं. तुमच्या वस्तू आणि सेवेला अपेक्षेएवढी बाजारपेठ कदाचित गवसली नसेल, कदाचित पैशाची चणचण भासत असेल, व्यवसायाच्या पुढच्या टप्प्यासाठी गुंतवणूकदार मिळत नसतील किंवा एकच मोठा डाव खेळून ते हरलेही असतील. कदाचित संस्थापकांमध्ये फूट पडली असेल किंवा व्यवसायाची वाढ मंदावली असेल, असं काहीही असू शकतं. उद्योग व्यवसायात अशा किती तरी गोष्टी अनेकदा बिघडलेल्याच दिसतात. यश हा अपघात नसतो, आणि क्वचितच यशाचा हा चमत्कार एका रात्रीत घडून येतो. प्रसारमाध्यमं वारेमाप कौतुक करताना बाजारात येणाऱ्या नवीन उत्पादनांविषयी लिहितात. तसं अनेकदा नसतं. वस्तुस्थिती खूपच वेगळी असते.

मग व्यवसायातील लीडर्स वेगळे कशामुळे ठरतात? आपल्या मार्गावर ठामपणे चालत राहणं हेच शेवटी महत्त्वाचं ठरतं. व्यवसायप्रमुख आणि त्यांची मध्यवर्ती टीम यांना चिकाटीने काम करत राहावं लागतं. त्यांच्या गुणांचं फारसं कौतुक होताना दिसत नाही. त्यांचे आभार मानायलाही अनेकदा लोक विसरतात. पण ती चिकाटी त्यांना सोडता येत नाही. मला वाटतं, जिथून आपण धावायला सुरुवात करतो, त्या रेषेपासूनच आपली मूल्यं आपणच जपायची असतात.

धावत रहा... अंतिम रेषेवरच्या रिबिनीला स्पर्श करा... तरीही पुढे धावत रहा...

◆

'बिंदास'पासून यू.टी.व्ही. मूव्हीजपर्यंत आणि यू.टी.व्ही. अॅक्शनपासून यू.टी.व्ही. वर्ल्ड मूव्हीजपर्यंत आमच्या टीव्ही वाहिन्यांचा प्रारंभ झाला. अगदी तेव्हापासून मला बिझनेस न्यूजच्या क्षेत्रात प्रवेश करण्याची इच्छा होती. सीएनबीसी हे या क्षेत्रात खूप पुढे होतं. त्यामुळे आमच्यासाठी तिथे एकमेवाद्वितीय संधी उपलब्ध होती. आम्ही 'यू.टी.व्ही. बिझनेस न्यूज' ही वाहिनी सुरू केली. सुरुवातीच्या काळात आम्ही 'एबीसी'सोबत त्यासाठी करार केला. (एबीसी हा डिस्ने फॅमिलीचा एक भाग होता. त्यामुळे डिस्नेशी असलेल्या संबंधाचा आम्हाला फायदा झाला.) परंतु पुढच्या व्यवसायासाठी आम्हाला व्यवसायातील प्रमुख ब्रँडची गरज होती. भागीदार म्हणून ब्लूमबर्ग ही आमची स्पष्ट निवड होती आणि आमच्यासाठी ते योग्य होतं.

परंतु ब्लूमबर्गशी संपर्क साधणं आणि ब्लूमबर्ग यू.टी.व्ही. बिझनेस वाहिनी सुरू करणं हे एक मोठं आव्हान आहे याची मला कल्पना होती. ते क्षेत्र अतिशय स्पर्धात्मक होतं आणि आमच्यापुढे एक समस्या होती. आपला ब्रँड फ्रँचायझी करणार नाही किंवा आमची उत्पादनं कोणालाही देणार नसल्याचं मायकेल ब्लूमबर्गनी जाहीरपणे सांगितलं. शिवाय आपण कोणाशीही संयुक्त करार करण्यास उत्सुक नाही हेही स्पष्ट केलं. खरं तर या कंपनीला पायाभूत तयारी करून जागतिक स्तरावर काम करायचं होतं हे मला माहीत होतं.

मी त्यांच्या नेतृत्वाखाली काम करणाऱ्या टीमला भारतामध्ये वेगळं काम उभारायचं असेल तर त्यासाठी आम्ही उत्तम भागीदार आहोत हे पटवून द्यायला सुरुवात केली. या वाहिनीला ब्लूमबर्ग-यू.टी.व्ही. असं नाव द्यावं असंही सांगत राहिलो. आम्हाला अखेर त्यांच्याकडून सकारात्मक प्रतिसाद मिळाला. त्यांना ते आवडलं असलं तरी त्यांच्याकडून व्यवहार झाला नव्हता. आमच्या चष्म्यातून पाहिलं तर कराराशिवाय आमची उद्दिष्ट्यं साध्य होणार नव्हती. त्यामुळे त्यापुढचे १२ महिने मी त्यांच्याशी संपर्क ठेवला. ज्या ज्या वेळी मी अमेरिकेला जात असे त्या वेळी त्यांची आवर्जून भेट घेत असे. माझ्याविषयी त्यांच्या मनात विश्वासार्हता निर्माण व्हावी म्हणून मी न्यूयॉर्क सिटीला जात असे. १६ तासांचा अथक प्रवास करून मी सकाळी तिथे पोहोचत असे. त्यानंतर त्यांच्यासोबत संपर्क, मीटिंग यामध्ये दोन तास जात असत. त्यानंतर इतर काहीच काम तिथे ठरलेलं नसल्याने परत १५ तासांचा प्रवास करून

मुंबईत परत येत असे. हे दमछाक करायला लावणारे प्रवास असत. परंतु अखेर माझ्या प्रयत्नांना यश आलं. 'सहज या भागात आलो होतो' असं म्हणत केलेल्या भेटींमुळे कोरडेपणा कमी व्हायला लागला होता.

आपल्या देशात अद्यापही ब्लूमबर्गने वाहिनी सुरू केली नव्हती. त्यांच्या विस्तारासाठी उत्तम क्षितिज खुणावयाला लागलं. दोन महिने वाटाघाटीत गेले. त्याआधी वर्षभर पार्श्वभूमी तयार करण्यासाठी गेले होते. कित्येक मीटिंग्ज झाल्या. एके दिवशी मुंबईत ताज हॉटेलमध्ये मी गुंतवणूकदारांसोबतच्या मीटिंगमध्ये असताना मला फोन आला. ब्लूमबर्गने न्यूयॉर्कमध्ये आपली अंतर्गत चर्चा पूर्ण केली होती. संध्याकाळी जुन्या ताज बिल्डिंगमध्ये जिन्यावर उभा राहून मी कॉल घेतला. आम्हाला एकूण तीन मुद्द्यांवर बोलायचं होतं. एक म्हणजे तडजोडीस कठीण किंवा खरं तर परवानाशुल्काचा मुद्दा. ते इतर कुणालाही देताच येणार नव्हतं. दुसरा म्हणजे नियामक मंडळाची मान्यता घेतल्यावर कंपनीचा थोडा हिस्सा त्यांना हवा होता. नियमानुसार तो त्यांना देणं शक्य होतं. आणि तिसरा मुद्दा म्हणजे ब्लूमबर्गच्या व्यावसायिक स्रोताबरोबर मजबूत ताळमेळ राखणं हा होता. हा व्यवहार 'करा नाही तर सोडून द्या' या तत्त्वावर करायचा होता.

तो व्यवहार न्याय्य आणि चांगला होता. आम्ही तो केला. मी ताजच्या जिन्याच्या कठड्याला रेलून उभा होतो. मनात समाधानाची साय पसरली होती. समोर दिसत असलेल्या घुमटाकडे मी एकटक पाहत होतो. हा व्यवहार व्हायला आणि व्यावसायिक संबंध प्रस्तापित व्हायला बराच मोठा काळ खर्ची गेला होता आणि बरेच प्रयत्न करावे लागले होते. जगातील एका आदर्श ब्रँडने यूटीव्हीसोबत सह-ब्रँडची निर्मिती करायला परवानगी दिली होती. आमच्या ब्रँडसाठी ही एक मोठी गोष्ट होती. ब्लूमबर्गसाठी हा आमचा करार एक आदर्श नमुना ठरला होता. जगातील इतर देशांतही तोच नमुना ते करारासाठी वापरणार होते, असं आमच्या टीमने मला अभिमानाने सांगितलं. हा व्यवहार पूर्ण व्हायला मी जे केलं ते बिलकूलच 'सामान्य' नव्हतं. या व्यवहारातून मी दोन धडे शिकलो–

१. आपल्या मार्गावर ठाम राहणं हे एक सजग धोरण आहे. अशामुळे आपल्याला आवाक्याबाहेर वाटणारी उद्दिष्ट्यं पूर्ण व्हायला मदत होते.

२. आपला मार्ग चालत असताना सुरुवातीच्या टप्प्यातील तयारी आणि आपली स्थिती मजबूत करणं. आपल्या व्यवसायाच्या कल्पनेविषयीची निष्ठा, आपल्या उद्दिष्टांवर नियंत्रित पण नीट लक्ष केंद्रित करणं, कामावरील निष्ठा यामुळे यश मिळतं. तसंच तुम्ही व तुमच्या टीमची नि:संदिग्ध कृती, आत्मविश्वासपूर्वक विणलेली विश्वासाची वीण यांचाही सिंहाचा वाटा असतो.

◆

गेली वीस वर्षं मी व्यवसायाचा साक्षीदार आहे. या सर्व वर्षांच्या प्रवासाकडे नजर टाकली आणि अनुभवांचा धांडोळा घेतला तर आपल्या मार्गावर ठाम राहण्याच्या कृतीला मी या यशाचं श्रेय देतो. एखाद्या क्षणी मला असंही जाणवे, की निश्चयपूर्वक दीर्घ प्रयत्न करण्याच्या माझ्या अनिच्छेमुळे आम्हाला काही अपयशं झेलावी लागली. होम शॉपिंगच्या क्षेत्रात आम्ही मारलेली उडी हे त्याचं उत्तम उदाहरण आहे.

मनोरंजन व प्रसारमाध्यमं हा एक भुरळ पाडणारा, मोहिनी घालणारा व्यवसाय आहे. परंतु या चमचमाटाला आणि प्रसिद्धीला भुलून उद्योजक एका विशिष्ट अंतरापर्यंतच टप्पा गाठू शकतात. १९९०ला यूटीव्हीची स्थापना केली. या क्षेत्रातील आकडेवारीनुसार बहुसंख्य उद्योजकांचं जीवनचक्र सात वर्षांचं असतं. याचा अर्थ २५ वर्षांच्या आमच्या कारकिर्दीमुळे आम्ही एक महत्त्वपूर्ण टप्पा गाठला होता. बॉलिवुड आणि प्रसारण यामध्ये आम्ही प्रवेश केला आणि आमचं स्वरूप बदललं. यूटीव्हीने एक उंची गाठली. कोणत्याही बाजूने विचार केला तरी आम्ही एका अनोळखी प्रदेशात शिरलेले अनोळखी लोक होतो. तरीही १९९० मध्ये आम्ही उघड्या डोळ्यांनी हा प्रवेश केला होता.

शिक्षक, व्यावसायिक शत्रू, तुमचे प्रतिस्पर्धी, मित्र किंवा पालक यांच्या संदर्भात निर्माण झालेल्या अवघड परिस्थितींमधून बाहेर पडण्याचं रहस्य म्हणजे त्यांच्यामुळे आपल्यावर परिणाम झाला आहे असं 'न' दाखवणं. तुमची नजर क्षितिजापलीकडे स्थिर राखा. आयुष्य खूपच कमी असतं. त्यातही इतरांमुळे आपल्याला अवघडल्यासारखं वाटू देण्याची गरज नाही. या प्रकारच्या दृढनिश्चयामुळे नेहमीच यशाचा अंदाज येतो, ज्यावर आपण नीट लक्ष केंद्रित करायचं आहे अशी सूत्रबद्ध विचारप्रक्रिया सुरू होते. जे करण्याची गरज आहे ते

करा. चुकीच्या गोष्टी शोधून काढा आणि त्या दूर करा. ज्या संकटामुळे तुमचा वेग मंदावणार आहे ते शोधून काढा व त्याला तसंच पुढे जाऊ द्या. तुम्ही त्याच्या मार्गातून बाजूला व्हा. यशाचं नियोजन करा. तग धरून राहण्याबाबत आग्रही रहा. उद्योजक म्हणून तुमच्या बाबतीत घडू शकणारी सर्वाधिक वाईट गोष्ट म्हणजे तुम्ही व्यवसायाबाहेर पडाल आणि मूळ ठिकाणी परत जाल. तग धरून राहणं किंवा जगणं म्हणजे स्वत:ला यशासाठी संघर्ष करण्याची संधी देणं होय.

◆

भवितव्याचं नियोजन करत असताना दीर्घकाळासाठी आपल्या टीमची बांधणी करणं ही महत्त्वाची गोष्ट असते. तुमच्या दृष्टिकोनावर तुमच्या टीमचा विश्वास असणं गरजेचं असतं. खरं तर प्रत्येक उंच लाटेबरोबर जहाजातून उडी न मारण्याची शपथ त्यांनी घेतली पाहिजे. तुम्ही ज्या वेळी लोकांना नेमता, त्या वेळी तुमच्याबरोबर दीर्घकाळासाठी कोण राहील आणि तुम्ही 'हॅलो' म्हणण्याआधीही कोण निघून जाईल हे सांगणं शक्य नसतं, असं म्हटलं जातं. परंतु, कोण टिकणार आणि कोण नाही याचा अंदाज घेणं सुरुवातीला कठीण असतं. लीडर म्हणून तुम्हीच गुणवान माणसांना शोधायला हवं. त्यांच्यातल्या कौशल्यांना खतपाणी घालणं, कल्पनांची देवाणघेवाण करणं, टीमच्या सदस्यांना सहभागी करून घेणं आणि त्यांना बक्षीस देणं या गोष्टी आवश्यक असतात.

अर्थातच आयुष्याच्या अंतापर्यंत आपण एकत्र राहू. अशा प्रकारच्या निष्ठेविषयी आपण बोलत नाही. सातही दिवस २४ तास सुरू असलेल्या जगात कोणीही आपल्या करियरच्या झटपट प्रगतीसाठी कधी ना कधी आजूबाजूला पाहणारच, हे गृहीत धरणं ही शहाणपणाची गोष्ट आहे. सध्याच्या दिवसांत तर कंपनी बदलत राहण्याच्या या संधी अधिक प्रमाणात उपलब्ध आहेत. सतत इकडून तिकडे उड्या मारत राहणाऱ्या कित्येक व्यावसायिकांपेक्षा आणि नवकल्पक कर्मचाऱ्यांपेक्षा शेअर बाजारातील खरेदी-विक्रीच्या व्यवहाराच्या संधी अधिक चांगल्या ठरतात. परंतु इथेच तुमची खरी कसोटी असते. इथेच लीडर म्हणून आपल्या टीमसमोर मोठं चित्र उभं करणं आणि त्यांना ते पटवून देणं, तसंच तुम्ही सगळे एकत्र राहिलात तर उत्तम प्रगती होऊ शकते, संपत्तीची निर्मिती होऊ शकते, हे तुम्ही त्यांना पटवून देण्याची आवश्यकता असते. यू.टी.व्ही.मध्ये

मालकी हक्काची बळकट भावना निर्माण होण्यासाठी मी कठोर परिश्रम घेतले होते. आमच्या टीममधील कित्येक सदस्य आमच्या वाढीच्या पहिल्या टप्प्यापर्यंत म्हणजे सुमारे दहाहून अधिक वर्षं कंपनीत राहिले आणि कित्येकजण दुसऱ्या टप्प्यातही होते. सुरुवातीपासून जे लोक माझ्याबरोबर राहिले त्यांपैकी काहीचजण अजूनही कंपनीत आहेत. टूथब्रशच्या व्यवसायात असतानाही माझ्याबरोबर कोण आहे आणि कोण नाही हे समजायला मला दोन वर्षं लागली. आपलं उद्दिष्ट एकच आहे आणि तिथे सर्वांना एकत्रच पोहोचायचं आहे, अशी इच्छा सर्वांच्या मनात असली पाहिजे.

सर्वसामान्यीकरण करण्याचा धोका पत्करूनही मी असं म्हणेन, की आपण केलेली कर्मचाऱ्याची निवड अचूक आहे की नाही हे समजण्यास साधारणपणे सहा महिन्यांचा कालावधी लागतो. तुमच्या टीममध्ये प्रवेश करणाऱ्या व्यक्तीच्या बाबतीतही हेच सत्य असतं. कंपनीतील आपल्या भूमिकेची नेमकी कल्पना तिला आली, तिचा मार्ग तिला स्पष्टपणे समजला की ती व्यक्तीही तुमच्या टीमचा एक भाग म्हणून कंपनीच्या आणि स्वत:च्या भवितव्याचा विचार करू लागते. दीर्घकाळासाठी आपण टिकून राहू की नाही समजण्यासाठी व्यक्तीला आणि त्या व्यक्तीविषयी अंदाज येण्यासाठी कंपनीलाही सुमारे दोन वर्षांचा कालावधी लागतो.

सांघिक काम, टिकून राहणं, आपल्या मार्गावर ठाम राहणं, नेतृत्व करणं, सल्ला देणं किंवा समुपदेशन करणं, 'स्वामित्त्व' संस्कृतीची निर्मिती करणं, या गोष्टींविषयी सिड रॉय कपूरपेक्षा अधिक चांगल्या शब्दांत मी लिहू शकत नाही. त्याने २०१४ मध्ये डिस्ने इंडियाच्या व्यवस्थापकीय संचालकपदाची सूत्रं माझ्याकडून घेतल्यावर मला हे लिहिलं होतं : 'आज यू.टी.व्ही.बरोबरच्या माझ्या कारकिर्दीला वीस वर्षं पूर्ण झाली आहेत. मी सात वर्षांचा असताना केबल टी.व्ही.चं हे सगळं आश्चर्यकारक तंत्रज्ञान तुम्ही माझ्या कुटुंबात आणलं होतं. आमच्या घरात तुमच्याविषयी अतिशय उत्सुकता होती. स्वत: मालक येऊन प्रत्येक कनेक्शन तपासतो आणि प्रक्षेपण चांगलं आहे की नाही ते तपासतो हे पाहून मी आश्चर्यचकित झालो होतो. प्रसारमाध्यमांमध्ये तुम्ही जे काही करत होतात त्याच मार्गावरून मलाही जायचं होतं. तुमच्या कामातून स्फूर्ती घेऊन सन १९९४ मध्ये मी यू.टी.व्ही.मध्ये इंटर्नशिप पत्करली. त्या

वेळी मला २,००० रुपये विद्यावेतन मिळत होतं. तुम्ही सही केलेलं माझं ते पहिलं नेमणूकपत्र मी फ्रेम करून लावलं आहे. रात्री उशिरापर्यंत एडिट करण्याच्या आणि ब्रेन स्टॉर्मिंगच्या (विचारविनिमय करण्याच्या) इन-फ्लाइट विभागात मी काम करत होतो. तुम्ही संस्थापक असूनही आमच्यासोबत मध्यरात्री तीन-तीन वाजेपर्यंत असायचात याचं मला आश्चर्य वाटायचं. सगळे बाहेर पडण्याआधी तुम्ही व्हॉइसओव्हर आणि कॅप्सुल चेकिंग करायचात. न्यूज कॉर्पने यू.टी.व्ही.मध्ये गुंतवणूक केली आणि 'शांती' सुरू झाली तेव्हाही असंच घडलं होतं. तरुण, महत्त्वाकांक्षी प्रशिक्षणार्थी म्हणून प्रसारमाध्यमांत काम करण्यासाठी याहून अधिक चांगली दुसरी जागा नव्हती आणि तुमच्याखेरीज दुसरा कोणीही एवढा 'कूल' किंवा एवढा अधिक स्फूर्तिप्रद आदर्शही नव्हता!

दशकभरानंतर एमबीए केल्यावर P & G बरोबर काम करत असताना आणि नंतर 'स्टार'बरोबर हॉगकाँगमध्ये त्यांचा सर्वांत तरुण उपाध्यक्ष म्हणून मी काम करत होतो तेव्हा तुमचा फोन आला. चित्रपट व्यवसायाला आकार देण्यासाठी मी यावं असं तुम्ही सुचवलंत. त्या वेळी तुम्ही नुकताच 'रंग दे बसंती' आणि 'परिणीता'ला हिरवा कंदील दाखवला होता. तुमचा फोन आला आणि पुढच्याच विमानाने मी मुंबईत परतलो. आता त्याला दहा वर्षं झाली आहेत. तुम्ही आता आपल्या दुसऱ्या डावाच्या तयारीत आहात आणि या नवीन संयुक्त कंपनीची जबाबदारी तुम्ही माझ्यावर सोपवली आहे. योगायोगाने भाग्योदय घडवणाऱ्या गोष्टींपेक्षाही इथे बरंच काही आहे, हा तुमचा दृष्टिकोन आहे. तुम्ही नेहमीच द्रष्टेपणाने पुढे पहाता आणि इतरांच्या पुढे दहा पावलं असता. ठरवलेल्या आराखड्यापेक्षाही अधिक स्फूर्तिप्रद ठरणारं तुमचं नियोजन, सल्ला आणि मिळून-मिसळून वागण्याची शैली या गोष्टी आम्ही नेहमीच आमच्या हृदयात प्रेमाने जतन करू. आम्हाला त्यासाठी तुमची नेहमीच आठवण येत राहील. एक लीडर आणि एक उद्योजक म्हणून तोच तुमचा सर्वाधिक लक्षवेधी गुणधर्म आहे.

◆

माझ्या करियरमधल्या काही छोट्या घटना किंवा आठवणी माझ्यासाठी फार खास आहेत. या प्रसंगांना कालांतराने मोठं महत्त्व प्राप्त झालं. 'कित्येक वर्षांपूर्वी मी उद्योजक का बनलो असेन' याची साक्ष मला हे प्रसंग देतात.

माझ्या आतापर्यंतच्या आवडत्या सिनेमांपैकी एक असलेल्या 'स्वदेस'चं शूटिंग २००३ मध्ये चालू होतं. यानंतर आम्ही आमच्या फाउंडेशनलाही 'स्वदेस फाउंडेशन' असं नाव दिलं. 'स्वदेस'साठी आम्ही ग्रामीण भागात शूटिंग करत होतो. शाहरुख खान यामध्ये मोहन भार्गवची भूमिका करत होता. तो 'नासा'मध्ये इंजिनियर असतो आणि आपल्या आई-वडिलांच्या पश्चात भारतात परत येतो. त्याच्या काही दिवसांच्या वास्तव्यावरून त्याला भारतातील अनेक प्रश्नांची जाणीव होते. त्यानंतर भारतात कायमचं परतण्याची आणि तिथे काही पायाभूत बदल घडवून आणण्याची त्याची इच्छा तीव्र होते. ग्रामीण भारत आणि अत्याधुनिक अमेरिका या दोन गोष्टींमध्ये त्याचा संभ्रम तयार होतो आणि अखेर त्याला आयुष्य बदलून टाकणारा निर्णय घ्यावा लागतो.

आम्ही ह्या सिनेमासाठी महाराष्ट्रातील पाचगणी आणि महाबळेश्वर यांच्या पायथ्याशी वसलेल्या वाई या गावाची निवड केली. हे गाव कृष्णानदीकाठचं सुंदर गाव असून तिथलं मंदिर आणि घाट यांच्यासाठी ते प्रसिद्ध आहे. परंतु तिथे पुरेशा सुविधा मात्र नाहीत. आमचे कलाकार आणि इतर टीम मेंबर्स जिथे उतरले होते तिथे जायला-यायला जवळपास तास लागायचा.

सिनेमातील एक प्रसंग असा होता, की मोहन भार्गव खेड्यात एका वृद्ध गरीब व्यक्तीला भेटायला जातो. त्याच्या भेटीनंतर तो आपल्या देशाशी असलेल्या नात्याचा विचार करायला लागतो. तो जेव्हा परत येतो तेव्हा त्याच्या आत्मशोधाची सुरुवात झालेली असते.

'लगान' हा सर्वार्थाने लोकप्रिय आणि अनेक बक्षिसांसाठी नामांकन मिळालेला सिनेमा होता. या सिनेमाचा दिग्दर्शक आशुतोष गोवारीकर हाच 'स्वदेस' दिग्दर्शित करत होता. त्याच्या प्रत्येक सिनेमामध्ये संपूर्ण वास्तव दिसायला हवं असा त्याचा आग्रह असतो. त्यासाठीच आशू इंडस्ट्रीमध्ये प्रसिद्ध आहे. सिनेमातील त्या दृश्यामध्ये त्या वृद्धाची झोपडी ही खरोखरच झोपडी असायला हवी, असा आग्रह त्याने धरला होता. चारही बाजूंनी विरळ डोंगररांगांनी वेढलेल्या एकाकी भागात ती असायला हवी, असं त्याचं म्हणणं होतं. नेहमीच्या लोकेशनपेक्षा वेगळ्या लोकेशनसाठी आम्ही गाडीने निघालो. अत्यंत चढ-उताराच्या खडबडीत रस्त्यावर सुमारे तासभर गाडी चालवल्यावर आम्ही चित्रीकरणाच्या ठिकाणी पोहोचलो. शाहरुख खानला त्या वेळी पाठीचं गंभीर

दुखणं होतं. गाडीला बसणाऱ्या धक्क्यांमुळे त्याला बराच त्रास झाला. ज्या वेळी गाडी एखाद्या खड्ड्यातून जायची तेव्हा त्याला तीव्र वेदना व्हायच्या. चित्रीकरणानंतर त्याच्या पाठीवर लगेचच शस्त्रक्रिया करावी लागली.

शाहरुख हा स्वप्नं पाहणारा आणि ते पूर्ण करणारा हाडाचा उद्योजक आहे. कामाच्या तळमळीने तोही रात्र-रात्र जागून काढतो. केवळ 'फिल्म' मध्येच नाही, तर व्यवसाय आणि क्रीडाक्षेत्रातही त्याची उद्योजकीय चमक दिसते. टीमला काम करण्यासाठी तो प्रोत्साहन देतो, स्वातंत्र्य देतो. त्याच्याकडे ऊर्जेचा अनन्यसाधारण साठा आहे. त्याच्या सहवासात येणाऱ्या प्रत्येकाला त्याच्यामुळे स्फूर्ती मिळते.

शाहरुखकडे विनोदांचा भरपूर साठा आहे. या भयानक प्रवासात त्याच्या विनोदांमुळे आम्ही सतत हसत होतो. खरं तर एखाद्या खोल खड्ड्यातून गाडी गेल्यावर पाठीच्या दुखण्यामुळे तो चुळबूळ करत होता. अस्वस्थही होत होता, तरीही!

या तीन-चार तासांच्या खडतर प्रवासानंतर आम्ही चित्रीकरणाच्या ठिकाणी पोहोचलो तेव्हा आमचा उत्साह संपुष्टात आला होता. एका निर्जन ओसाड जागी एकुलतं एक छोटंसं खोपटं होतं. गाडीतून उतरल्यावर शाहरुखने आळोखे-पिळोखे देऊन दुखणाऱ्या पाठीला आराम देण्याचा प्रयत्न केला. त्याने अविश्वासाने सगळीकडे बघितलं आणि तो म्हणाला, "इथे तर काहीच विशेष नाही. हे चित्रीकरण आपण फिल्मसिटीतही करू शकलो असतो. मुंबईतील त्या स्टुडिओत या पार्श्वभूमीला आवश्यक असे खास डोंगर असलेले सेट आहेत. प्रत्येक परिस्थितीसाठी आवश्यक असलेले सेट्स तिथे आहेत."

आशूविषयी मला अत्यंत आदर होता, पण शाहरुख योग्य ते बोलला. आम्हाला दोघांनाही इथे आपण का आलो आहोत याचं आश्चर्य वाटलं होतं. अर्थात एवढं एक विधान केल्यावरही शाहरुख दिवसभर तिथे शांतपणे आणि लक्षपूर्वक काम करत राहिलाच. जणू काही त्या प्रसंगासाठी आम्ही अत्यंत योग्य जागी पोहोचलो आहोत!

त्यानंतर दुपारच्या जेवणाच्या वेळी खास तयार केलेल्या छत्र्यांखाली आम्ही जेवायला बसलो होतो. ऊन मी म्हणत होतं. त्या वेळी मला भेडसावत असलेला प्रश्न मी कुतूहलाने आशुतोषला विचारला, "आशू, या लोकेशनला असं काय

वेगळं आहे जे प्रेक्षकांनी पाहावं असं तुला वाटतंय?" त्याने माझ्याकडे तीक्ष्ण दृष्टिक्षेप टाकला. मागच्या बाजूला दिसणाऱ्या वेगळ्याच आकाराच्या दूरवरच्या तीन शिखरांच्या डोंगराकडे आपलं बोट दाखवलं. शाहरुख त्या व्यक्तीबरोबर बोलण्यासाठी जेव्हा झोपडीत शिरतो तेव्हा त्याला पार्श्वभूमीवर ती डोंगररांग हवी होती.

तीन तास पंधरा मिनिटांच्या सिनेमातील तो तीन सेकंदांचा तुकडा होता. मी जेव्हा त्या तीन सेकंदांचं चित्रीकरण पाहिलं त्या वेळी दृढनिश्चयाने आपल्या कॅप्टनसोबत राहून त्याला निष्ठापूर्वक पाठिंबा देणाऱ्या माझ्या टीमचा मला अभिमान वाटला.

◆

- एखादं काम दीर्घकाळ करण्यासाठी नियोजन, जलद हालचाली आणि आत्मविश्वासाने संकटावर मात करण्याची वृत्ती या गोष्टी आवश्यक असतात. त्याचबरोबर कुवत, धैर्य, दृढनिश्चय आणि हिंमत या गुणांचीही आवश्यकता असते.
- बऱ्याच वेळी नियोजनाप्रमाणे गोष्टी घडत नाहीत तेव्हा भीती आणि अनिश्चितता वाटणं या अत्यंत स्वाभाविक गोष्टी आहेत. पण अशाच वेळी तुमच्या दृढनिश्चयाची कसोटी लागत असते. यश आणि अपयश यामधील फरक हा आपल्या मार्गावर चिकाटीने ठामपणे चालत राहण्यावरच अवलंबून असतो.
- उद्योजक म्हणून तुम्ही काही वर्षं काम करत असाल किंवा नुकतंच पाऊल टाकत असाल तरी आपल्या स्वप्नांवर 'विश्वास ठेवणं' आणि रोजच्या रोज ते स्वप्नं खऱ्या अर्थाने 'जगणं' हे महत्त्वाचं आहे. आपल्या मार्गावरून चिकाटीने ठाम वाटचाल करण्याची गरज असते. हीच यशाची गुरुकिल्ली आहे.

◆◆◆

९
कधी संकटं आणि कधी संधी

व्यवसायात कधी संकटं येतात तर कधी संधी. कधी प्रतिकूल गोष्टी घडत राहतात तर कधी अनुकूल. तुमच्या व्यवसायात तुम्ही नवखे असा नाही तर मुरलेले, संभाव्य संकटं ओळखता आली पाहिजेत. ही क्षमता तुमच्यात असलीच पाहिजे. कारण त्यामुळे वेळ वाचतो, ऊर्जा वाचते, महत्त्वाचं म्हणजे त्रासही वाचतो. पण संकटं ओळखण्यात बारीकशी जरी चूक झाली तर समस्या आडव्या आल्याच म्हणून समजा!

व्यवसायासाठी अनुकूल गोष्टी ओळखता येणं हे आवश्यक आहेच, पण संकटं ओळखणं हे त्यापेक्षा किती तरी पटीने महत्त्वाचं आहे. मला या दोन्हींशी सामना करावा लागला. त्यातल्या प्रतिकूल गोष्टी कायम लक्षात राहिल्या.

२०१० मध्ये 'चान्स पे डान्स' नावाचा एक चित्रपट आला होता. आता कळतय की ते माझ्यासाठी एक 'संभाव्य संकट' होतं. त्यावेळी मात्र ते कळलं नाही हे खरं. वास्तविक विषय मस्तच होता. शाहीद कपूर नायक होता. बॉलिवुडमध्ये काम मिळवण्यासाठी धडपडणारा हीरो. मुंबईला येऊन धडकतो. जेनेलिया डिसूझा कोरिओग्राफर असते. ती प्रेमाखातर तिच्या स्वप्नांचा त्याग करते.

आम्हाला वाटलं, त्यात थोडं संगीत, थोडं नाचगाणं घातलं तर जास्तच छान

होईल सिनेमा. शिवाय शाहीदच्या पहिल्या सिनेमात याच दिग्दर्शकाबरोबर त्याने काम केलं होतं. तो सिनेमा हिट झाला होता.

... पण वाईट असं, की आम्ही सगळीच वळणं चुकीची घेतली. सिनेमा एकदा एडिट करून पाहिला तेव्हाच लक्षात आलं की काही तरी चुकतंय. सिनेमा चांगला होता पण त्यातली गती हरवल्यासारखी वाटत होती.

त्यानंतरच्या प्रत्येक मार्गावर चुकीची वळणं आम्ही घेतली. सिनेमाचं रॉ एडिट बघितलं तेव्हाही आम्हाला त्या सिनेमातील गती हरवल्यासारखी वाटत होती.

सुरुवातीपासूनच 'चान्स पे डान्स' जमून आला नव्हता. आमचं बॉलिवुड स्टुडिओ मॉडेल सुरू होऊन दशकभराहून अधिक काळ लोटला होता. चित्रपटनिर्मितीचा, डेली सोप्सचा पुरेसा अनुभव आमच्याकडे होता. त्यामुळे प्रेक्षकांना काय चालतं आणि काय चालत नाही ते आम्हाला माहीत होतं. यात काही तरी कमी आहे, असं माझी अंत:प्रेरणा मला सांगत होती. माझा अस्वस्थपणा माझ्या टीमलाही मी सांगितला. पण काय करणार? ते संकट मीच अंगावर ओढून घेतलं होतं.

स्पष्ट, थेट शैलीचा तो चित्रपट, त्याचं संगीत यांचा विचार करता तो मनाची पकड घेणारा होता, मात्र बाकीची प्रत्येक गोष्ट वाईट होती. ती नेमकेपणाने सांगताही येत नव्हती परंतु जाणवत मात्र होती. करायचंय एक आणि होतंय तिसरंच, अशी अवस्था होती. कथा आणि संकलन यांच्या बाबतीत दुरुस्तीची आम्ही जेवढी खटपट करत गेलो तेवढं आम्हाला अधिकच अपयश येत गेलं. अखेरीस करण्यासारखं काहीच उरलं नाही.

त्याहूनही वाईट गोष्ट म्हणजे क्रिएटिव्ह टीम आमच्या नेहमीच्या निकषांनुसार घेतलेली नव्हती. टीका करण्याचा माझा हेतू नाही. कारण कोणीही वेळ आणि ऊर्जा खर्च करतो ते चांगलं घडावं म्हणूनच. त्यासाठी आम्ही बराचसा भाग पुन्हा चित्रित केला, सुचतील तशा सुधारणा करत गेलो; पण कथा हवी तशी मांडली गेली नाही ती नाहीच. चांगला विषय अक्षरश: वाया गेला.

आम्ही जोवर ४० टक्केच खर्च केला होता तेव्हाच आम्ही माघार घेऊ शकलो असतो. पण एखाद्या व्यवसायात माघार घेतली तर संपूर्ण गुंतवणूकच वाया जाण्याची भीती असते. तेव्हा, हे सांगायलाच नको, की आम्ही माघार घेतली

नाही आणि त्याची जबरदस्त किंमत आम्ही चुकवली. याच टप्प्यावर यश-अपयशाचा अंदाज बांधायला सुरुवात होते. पण काहीही झालं तरी हा खर्च भागवणं टळतच नाही.

'जोकर' ह्या सिनेमाबाबत आमच्यावर अशीच परिस्थिती ओढवली. ही एक वेगळ्या धाटणीची सरमिसळ फिल्म होती. त्याच्या जाहिरात फलकावर एक ओळ झळकत होती, 'समटाइम्स बीइंग एलियन इज द ओन्ली ऑप्शन' (कधीकधी परग्रहवासी असणं हाच एक पर्याय असतो.) आम्ही पटकथा वाचली आणि सर्वांचं एकमत झालं, बरोब्बर! एक विचित्र धाटणीची शैली, ज्यामुळे प्रेक्षकांच्या मनात 'अद्‌भुत' एवढा एकच शब्द येईल! दुर्दैवाने 'जोकर'ने जमिनीवर अवतरल्यावर एकच आवाज केला तो म्हणजे 'धाऽड!' तो सिनेमा म्हणजे फक्त एक अवजड वाहन होतं, ज्याला वीस डब्यांची अख्खी ट्रेन जोडलेली होती.

सिनेमाचा अर्धा-कच्चा आराखडा पाहिल्यावरच सिड रॉय कपूरला आणि मला अंदाज आला होता. दिग्दर्शक आणि एडिटरने तेव्हाच ते दुरुस्त करायला हवं होतं. पहिल्या काटछाटीमध्ये नेहमीच २० टक्क्यांची कपात होत असते. पण या सिनेमातील एकही शॉट पाहण्याकरता एकही संयुक्तिक कारण दिसत नव्हतं. ते असे काही क्षण होते जेव्हा 'आपण हे का करतो आहोत?' असा प्रश्न मनात आला. त्या आणि त्याच वेळेला एक कठोर निर्णय घेऊन आम्ही ती कल्पना सोडून द्यायला हवी होती; पण आम्ही असं केलं नाही.

दोन्ही सिनेमांमधून घेतलेला धडा हा कठीण होता. आयुष्यात तुम्हाला कठोर, नावडते निर्णय घ्यावेच लागतात. बऱ्याचदा ते सर्वांना आवडतीलच असं नाही, पण ते तुम्हाला योग्य वाटतील असे असायला हवे. आम्ही स्वतःच्याच कौतुकात रमलो होतो, संतुलन कसं साधता येईल याचा विचार करण्यात पूर्णतः गुंतून गेलो होतो- जे कोणत्याही व्यवसायाला मारकच असतं. यामुळे गोष्टी अधिक बिघडू शकतात. 'जोकर'चा दिग्दर्शक हा फराह खानचा नवरा होता. त्याला आम्ही आमच्या पुढच्या सिनेमासाठी निश्चित करणार होतो. भरीस भर म्हणून अक्षयकुमार सिनेमाचा मुख्य अभिनेता होता. त्याने चित्रीकरणाच्या प्रथम भागास फार वेळ दिला होता. हा सिनेमा रद्द करणं किंवा आमच्या जागी दुसरा स्टुडिओ आणणं या दोन्ही गोष्टींसाठी तो नक्कीच तयार झाला नसता.

असं करणं म्हणजे एखाद्या स्टारसोबतचे आमचे व्यावसायिक संबंध ताणण्यासारखं होतं.

थोडक्यात, आमचं सगळंच चुकत गेलं. आम्ही तडजोडी केल्या. आम्ही उसनं हसू चेहऱ्यावर वागवत, लाळघोटी हांजी हांजी करत पुढचे सहा महिने सहन करत गेलो... आणि त्या गोष्टीचे अपरिहार्य परिणाम माहीत असूनही उगाचच आश्वासन देत राहिलो.

आमचं नुकसान कमी कसं करायचं आणि हे सारं कुठं थांबवायचं हे आम्हाला कळत नव्हतं.

अजून एखादवेळी अशी चूक होणं म्हणजे एखाद्या उद्योजकाने अथवा लीडरने चाचपडत पुढं जाण्यासारखं आहे. माझ्याबाबत हेच घडलं. जर तुमच्या योग्य आत्मविश्वासामुळे व्यावसायिक संबंध तुटतील असं वाटत असेल...तर... होऊ द्यात.

मीदेखील शिकलो, की काळ हेच औषध आहे. मी जर त्याच दिवशी काही ठाम निर्णय घेतला असता तर वाईटात वाईट काय घडलं असतं? आम्हाला फराह खान आणि अक्षयकुमार ह्या दोघांशीही भिडावं लागलं असतं, पण खासगीत त्यांनी आमचं म्हणणं समजून त्याचा नीट स्वीकार केला असता. शेवटी, दुसऱ्या एखाद्या स्टुडिओचं आमच्या जागी आगमनही झालं असतं. त्यांनी कदाचित आमच्या खर्चाची निदान काही अंशी तरी भरपाई केली असती. पण तो सिनेमा प्रदर्शितच झाला असता, अर्थात तरीही अनर्थ टळला नसताच!

आयुष्य गतिमान आहे. आपण नावडते, कठोर निर्णय घेणं टाळतो तेव्हा आपल्या लक्षात येत नाही, की जेव्हा केव्हा कामाचं यश तपासलं जाईल तेव्हा आपण फायद्यात असूच असं नाही.

आजही माझा विश्वास आहे, की आपल्या वाटेतले अडथळे आधीच उमगणं हेच एखादी कंपनी चालवण्यातलं सर्वांत अवघड काम आहे. खरं तर, जर प्रत्येकालाच असे मार्गातले अडथळे दिसू शकले असते, तर व्यावसायिक विश्वच नव्हे तर सर्वसामान्यपणे सगळं जग ही एक आगळीवेगळीच गोष्ट झाली असती.

थांबा जरा. यात काय अवघड आहे? अडचण आलीच तर उडी मारायची आणि

उभं राहायचं एका बाजूला सुरक्षित. लहानपणापासून रस्ता ओलांडताना हेच तर शिकवलेलं असतं आपल्याला. पण व्यवसायाच्या संदर्भात तुम्ही हेच केलंत तर काय? तुम्ही बाजूला व्हाल. पण तुमची टीम अडचणीत सापडेल, अशा परिस्थितीत टीमचे लीडर, त्यांच्या भल्याचा विचार करणारे, उद्धारकर्ते- ही बिरुदं तर सोडाच, तुम्ही त्यांचा विश्वासदेखील गमावून बसाल.

तुमच्याजवळचा दुसरा पर्याय, अर्थातच, मार्गातच उभं राहणं, स्वतःला आदळून घेणं. मला विचाराल तर हा काही तसा बरा पर्याय नाही.

कठोर निर्णय घ्या आणि ते सर्वांना सांगा. प्रत्येकजण त्यांच्या कठोर परिश्रमांचं चीज झालं नाही म्हणून मानसिकदृष्ट्या जरी निराश झाला, तरी एका प्रामाणिक क्षणी तुमचे आभारच मानेल. अशा प्रकारचा विश्वास तुमच्या टीममध्ये निर्माण करण्यासाठी (विशेषतः एखाद्या मोठ्या टीमसाठी) एक उद्योजक आणि लीडर म्हणून तुमच्यात विशेष कौशल्यं आणि योग्य दिशा यांची आवश्यकता असते. पण जेव्हा तुम्ही आणि तुमची सर्व टीम ही समान पातळीवर असते तेव्हा हे फलदायी ठरतं. कोणतीही टीम ही लीडरच्या दूरदृष्टीवर आणि निर्णयक्षमतेवरच अवलंबून असते.

नव उद्योगांमध्ये किंवा प्रस्थापित व्यवसायांमध्येही येणाऱ्या संभाव्य अडचणी ओळखणं गरजेचं आहे. त्यामुळे तुमचा वेळ आणि ऊर्जा यांची बचत होऊ शकते. एखाद्या क्षणी निर्णयांच्या बाबतीत विचलित होणं म्हणजे काय होतंय ते कळायच्या आत त्या अडथळ्यांखाली चिरडलं जाणं.

◆

प्रत्यक्ष कृतीत येत नाहीत तोवर व्यवसायातले कोणतेही निर्णय हे एखाद्या कल्पनेइतकेच चांगले असतात. अनेकदा मार्गात येणारी अवजड वाहनं म्हणजे कोणा दुसऱ्याचीच अडचण आहे असं आपण समजतो आणि मग खूप उशीर झालेला असतो.

अवघड वळणांवर सावध असणं म्हणजे भविष्यात तुमच्या वाट्याला येणाऱ्या प्रत्येक अज्ञात गोष्टीचा विचार करणं. अडथळे आणि संधी या दोन्ही गोष्टींचं अवलोकन करण्यासाठी लागणाऱ्या गोष्टी म्हणजे उत्तम संवाद साधता येणं, उत्तम मार्गाने पुढे जाण्यासाठी योग्य ते प्रश्न विचारणं, सोबत तुमच्या टीमला

यासाठी प्रोत्साहित करत राहणं आणि एकत्रपणे कृतिशील योजना आखणं होय.

बाजारपेठेतील संभाव्य कल आणि भविष्यातील परिणामांसाठीचा अंदाज बांधण्यासाठी पुढील गोष्टींची आवश्यकता असतेः

१. भूतकाळाचं सखोल ज्ञान आणि भूतकाळाचं विश्लेषण करण्याची क्षमता (त्यामुळे प्रत्यक्ष घडून गेलेल्या गोष्टींची प्रायोगिक तत्त्वावर माहिती प्राप्त होते).

२. वर्तमानकाळ अर्थपूर्ण बनवणं.

३. तुमच्या अमूल्य वेळेपैकी कमीत कमी ३० टक्के वेळ बाजारपेठेत ग्राहकांसोबत आणि सहकाऱ्यांसोबत घालवणं.

४. जागतिक कल आणि आवडीनिवडी यासंबंधी ज्ञान मिळवणं आणि त्या प्रचंड माहितीचं ग्रहण करून स्वतःचे विचार सुस्पष्ट करणं, अंतःप्रेरणा उजळ करणं.

अनेक लोकांना व्यवसायातील अवघड वळणांवर नजर ठेवणं म्हणजे व्यवहारज्ञानापेक्षासुद्धा एखाद्या जादूसारखंच वाटतं. त्यामुळेच मी माझ्या टीमच्या सदस्यांना किंवा अन्य सहकाऱ्यांना जेव्हा सांगतो, की एखाद्या कंपनीच्या वाटेतले अडथळे आणि संधी यावर विश्वासपूर्ण आणि मनमोकळा संवाद यामधील अडथळा एकच असतो, तो म्हणजे प्रेझेंटेशन्स, तेव्हा अनेकांच्या भुवया आश्चर्याने उंचावतात.

होय, मी त्याच वीस किंवा दोनशेहून अधिक स्लाइड्सचा संदर्भ देतो आहे ज्या बनवण्यासाठी आपल्याला बराच वेळ लागतो. दुसऱ्या दिवशीच्या मीटिंगमध्ये ही प्रेझेंटेशन्स एक तासाच्या आत संपूनही जातात. खरं तर तिथे फक्त शेवटच्या तीन स्लाइड्स पाहण्यात वरिष्ठांना रस असतो.

जेव्हा तुम्ही तुमच्या वरिष्ठांसाठी प्रेझेंटेशन करता तेव्हा प्रत्येक वेळी न चुकता त्यांना काय ऐकायचं आहे तेच सांगता. माहितीच्या जंजाळाखाली सत्य गाडलं जातं. एखाद्या उद्योजकाने आणि लीडरने थेट असणं गरजेचं आहे. अनेक प्रसंगांत मला हे सांगावं लागलं आहे, की मुद्द्यावर या. मला योजना विरुद्ध वास्तव हे समजून घ्यायचं आहे. मला आव्हानं जाणून घ्यायची आहेत आणि काही वेगळ्या पद्धतीने काही करता येईल का हे पाहायचं आहे. आपण योग्य

मार्गावर आहोत का? की आपल्याला आपल्या उद्दिष्टांचं आणि दूरच्या उद्दिष्टांचं पुनरावलोकन करणं गरजेचं आहे? आपली टीम संघभावनेने पुरेशी प्रेरित आहे ना?

लोक प्रेझेंटेशनच्या तयारीसाठी पुरेसा वेळ देतात. त्यांना नाउमेद करू नका. दिवे मालवल्यावर प्रत्येकाला प्रेझेंटेशन ऐकण्याव्यतिरिक्त काहीही करण्याची पूर्ण मुभा मिळते. या वेळेत इतर लोक ई-मेल पाहणं किंवा व्हाटस्‌ॲपवरचे संदेश वाचणं हेही करत असतात. बऱ्याच प्रकरणांमध्ये प्रेझेंटेशन करणाऱ्याची देहबोली तुम्हाला शब्द, प्रतिमा यांहून अधिक काही सांगू पाहत असते, पण तुम्ही अंधारात नि:शब्द सूचना पाहू शकत नाही. एखादं प्रेझेंटेशन संपवण्याची माझी थेट पद्धत म्हणजे बटन दाबून पडदा उंचावणं आणि दिवे पुन्हा चालू करणं. ''हे पाहा, मला वाटतं की हे प्रेझेंटेशन उत्कृष्ट आहे. तुम्ही यावर खूपच वेळ खर्च केला आहे, पण सध्या आपल्याला आपल्या समस्यांवर चर्चा केली पाहिजे. मला हे ई-मेलवर पाठवून द्या. मी आज रात्री ते पाहतो.''

सादरकर्त्याला बचावात्मक पवित्रा घ्यायला न लावता तुम्ही घटनेचं गांभीर्य कमी केलंत आणि तुमच्या मीटिंगच्या मूळ कारणावर तुमच्या टीमचं लक्ष पुन:केंद्रित केलंत : माझ्या डोळ्यांत थेटपणे पाहा आणि आपल्यासमोरच्या समस्यांबद्दल आपण बोलू या. तुमच्या सांगण्यातला गर्भितार्थ मला समजला आहे आणि यापुढच्या आपल्या मार्गक्रमणाविषयी मला बोलायचं आहे...

समोरच्या व्यक्तीला अपमानास्पद वाटेल असा गोंधळात टाकणारा प्रसंग जेव्हा तुम्ही निर्माण करता, तेव्हा सर्वजण तुम्हाला कशा प्रकारे स्वीकारतात हे तुम्ही निर्माण केलेल्या कार्यालयीन संस्कृतीवर अवलंबून असतं. जर अशा एखाद्या माणसाला खाली खेचलंत, जो चांगल्या मनाने कंपनीच्या सद्य:स्थितीबाबत तुम्हाला त्याची मतं ऐकवत असेल, तर इतर दहा लोक तुमचं ऐकणंच बंद करतात. ते संतापून याच विचारात व्यग्र राहतात, की त्यांच्या बोलण्याची वेळ येईल तेव्हा अशा प्रकारचा अपमान ते कसा टाळू शकतील? यालाच उद्दिष्टाप्रत अडथळा आणणारी मनोवृत्ती असं म्हटलं जातं.

ज्यांना आपलं म्हणणं योग्य प्रकारे पोहोचवायचंय ते बरोबर दुसऱ्यापर्यंत आपलं म्हणणं पोहोचवतातच.

व्यवसायाला पॉवरपॉइंट्स, एक्सेल स्प्रेडशीट्स आणि आकडेवारीत गुंतवणं म्हणजे आपल्या अनुभवांमुळे लाभणाऱ्या फायद्याकडे दुर्लक्ष करणं होय. अवघड वळणांवर नजर ठेवत मार्गातील अडथळे आणि लोकांचा कल यावर लक्ष ठेवणं हे कागदोपत्री सोपं वाटतं; पण तुमची टीम तुमच्या पाठीशी नसल्यास त्या सर्वांचा उपयोग होत नाही आणि ते शक्यही होत नाही. या पुस्तकामध्ये मी उत्तम आणि मनमोकळा संवाद आणि लोक हे तुमच्या व्यवसायाची खरी संपत्ती आहे यावर भर दिला आहे. माहिती आणि पैसा हे दोन्ही घटक यामध्ये समाविष्ट होत नाहीत. तुम्ही तुमच्या चांगल्या माणसांना गमावलंत तर कितीही उत्तम माहिती किंवा पैसा हे तुम्हाला यशस्वी करूच शकणार नाहीत.

अगदी सुरुवातीच्या दिवसांपासूनच, म्हणजे आमची टीम जेव्हा फक्त ३० लोकांची होती, तेव्हापासूनच माझा टीमवर्कवर ठाम विश्वास होता. सर्वांनी एकत्र येऊन घेतलेल्या भेटीगाठींवर होता. असा दोन्ही बाजूंचा परस्परसंवाद कार्यालयीन संस्कृती निर्माण करण्यासाठी फार आवश्यक आहे. त्यामुळे टीमला एखादी गोष्ट 'करायला' सांगितली जातेय असं न वाटता आपणही 'गोष्टीचाच एक भाग' आहोत असं वाटण्यास प्रवृत्त करतं. अनेक वर्षांपासून, नित्य परस्परसंवादाच्या व्यतिरिक्त, मी अशा प्रकारची बांधिलकी जाणवणारी ई-मेल प्रत्येक कार्यालयीन वर्षाच्या शेवटी सर्व टीम मेंबरना पाठवली आहे. त्यात आमच्या गेल्या वर्षातील गुणवत्तेबद्दलची शाबासकी आणि येत्या वर्षातील आव्हानांचा, उद्दिष्टांचा मागोवा घेणं. असं हे सर्व आमच्या संघभावनेला वाढवण्यासाठी आणि काही तरी अभिमानास्पद घडवण्यासाठी मी करत असे.

आणखी एका वेळची मला आठवण येते आहे, जेव्हा मी माझ्या सहा सहकाऱ्यांना एका आणीबाणीच्या मीटिंगसाठी शनिवारी बोलावलं होतं. त्या कुणाकडेच तेव्हा कार्स नव्हत्या. नेमका त्याच दिवशी टॅक्सी चालकांचा संप होता. प्रत्येकाने काय करता येईल हे पाहिलं. आज न भेटता आपण सोमवारी अगदी सकाळी भेटू शकू असं ठरवलं. मग मी स्वत: गाडी घेऊन सर्वांना त्यांच्या घरून घेऊन आलो. जवळच्याच एका कॉफी शॉपमध्ये मीटिंग घेऊन ती संपल्यावर त्यातील प्रत्येकाला पुन्हा घरी सोडून आलो. त्यांच्याकरता ती एक मीटिंग होती. माझ्याकरता संस्थेची संस्कृती घडवण्याची पद्धत होती!

मला मायलीता आगा ह्या आमच्या यू.टी.व्ही.मधील जुन्या सहकाऱ्याची आणि

नवनवे उपक्रम करणाऱ्या सिंगापूरच्या टीम मेंबरच्या निरोपाच्या पत्राची आठवण होते आहे. नंतर लग्न करून ती अमेरिकेत स्थायिक झाली. 'तुमच्यामुळे आम्हाला सर्व काही सोपं भासत असे. मला ठाऊक आहे, की ते तुमच्यासाठीही किंवा प्रत्यक्षातही कधीच सोपं नव्हतं; पण तुम्ही ते इतकं साधं आणि सहज करण्याजोगं भासवलंत की तुम्हाला अनेकांची साथ मिळत गेली. मग तिने लिहिलं होतं, यू.टी.व्ही. किंवा इतर कंपन्यांमधील एखाद्या संस्कृतीचे गुणविशेष रुजवण्यासाठी मी कायम जे प्रयत्न केले त्या सर्वांविषयी. जणू ती बोलत होती. 'अनेक वेळा आम्हाला जाणीव असायची की आम्ही धाडसी आणि असाधारण गोष्टी करत आहोत, ह्यात कधीही चूक होऊ शकते, पण आम्ही हे केलं कारण त्यावर आणि आमच्यावर तुमचा विश्वास होता.

तिचं हे निरीक्षण, तिचे शब्द यामुळे मला खूप समाधान तर वाटलंच, पण अभिमानही वाटला. तिचे शब्द हे काही माझ्यासाठीचे नव्हते, ते आमच्या सर्व टीमबद्दलचे होते, मोकळ्या आणि थेट परस्परसंपर्कामुळे आम्ही निर्माण केलेल्या संस्कृतीबद्दलचे होते.

◆

उद्योजकांना नेमका कल कसा समजतो आणि त्या कल्पनांना ते कृतीत कसे आणतात? सुरुवातीला मी तुम्हाला सांगितलं, की आम्ही एका डेली सोपवर विचार करता करता एक पद्धत कशी बनवली. 'शांती' बनवली, ती आम्ही लोकांचा विशिष्ट कल पाहूनच बनवली.

थोडक्यात काय, तर 'संकटं' आली तशा 'संधी'ही आल्या. आमच्यासाठी एक नवा दरवाजा उघडला. आम्ही भारताबाहेर पडलो. अमेरिका आणि युरोपियन देशांसाठी दक्षिण अमेरिका ही टी.व्ही. मालिकांची राजधानी आहे. आम्हाला भारतात हेच घडवून आणायचं होतं, आणि आम्ही ते केलं! आशियाच्या दृष्टीने भारत हे टी.व्ही. मालिकांचं माहेरघरच झालं!

आम्ही सिंगापूर आणि मलेशियापर्यंत पोहोचलो. सिंगापूर आणि मलेशियात विस्तार करण्याच्या आमच्या योजनेविषयी मी त्या वेळी प्रसारमाध्यमांच्या परिषदेत बोललो. माझा एक जुना वर्गमित्र फिरदौस खरास त्या वेळी तिथेच होता. शालेय शिक्षणानंतर फिरदौस कॅनडात स्थलांतरित झाला होता आणि तिथे राजकारणात सक्रिय होता. स्थलांतरविषयक बाबींसंदर्भात ज्येष्ठ सरकारी

सदस्य म्हणून तो काम करत होता. संयुक्त राष्ट्रसंघाच्या मीटिंगसाठी तो न्यूयॉर्क हॉटेलमध्ये आला होता.

खूप वर्षांनी आम्ही भेटत होतो. भरपूर गप्पा मारायच्या होत्या. त्या रात्री आम्ही खोलीतच जेवण मागवलं. त्या वेळी मी त्याला सिंगापूर आणि मलेशियात विस्तार करण्याची माझी योजना सांगितली. याविषयीचे तपशील तयार करण्यासाठी मला कोणी तरी अनुभवी व्यक्ती हवी आहे, असं मी त्याला सांगितलं. सिंगापूरमध्ये सर्व पातळ्यांवर सरकारची मदत घेणं आवश्यक असल्याचं मला माहीत होतं. त्या देशात प्रसारमाध्यमांचे दोन प्रमुख गट होते. त्यांना आमच्याबरोबर काम करण्याची इच्छा होती का ते तपासणं आवश्यक होतं. सिंगापूर इकॉनॉमिक डेव्हलपमेंट बोर्ड (EDB)चा पाठिंबा मिळवणंही तेवढंच महत्त्वाचं होतं. मलेशियातही आम्हाला स्थानिक भागीदाराची आवश्यकता होती. प्रसारमाध्यमं आणि मनोरंजन क्षेत्रातील प्रमुख लोकांपर्यंत पोहोचण्यासाठी त्याची गरज होती.

फिरदौसचे दक्षिण आशियाई भागात खूपच चांगले संबंध होते. ''हे आव्हान स्वीकारायला मला आनंदच होईल.'' तो म्हणाला. त्याच्या निर्णयाने मला खूपच आनंद झाला. या नवीन कामाबद्दल जेवढा मी उत्सुक होतो तेवढाच तोही असल्याचं मला जाणवलं. या छानशा जेवणाची अखेर आइस्क्रीम खाऊन झाली (आम्हाला दोघांनाही गोड खाणं आवडतं). चांगली बातमी म्हणजे त्याच वेळी एकत्र काम करण्याचा करार झाला. कंपनी त्याचा साठ दिवसांचा खर्च करणार होती आणि त्या साठ दिवसांत तो कशा प्रकारे प्रगती करतो ते पाहणार होती. जर साऱ्या गोष्टी व्यवस्थित पार पाडल्या तर फिरदौसला त्याची फी मिळणार होती.

आम्ही आठवड्यातले दोन दिवस एकमेकांशी संपर्क साधत होतो. दक्षिण पूर्व देशांमध्ये व्यवसायाच्या विस्तारासाठी भारताकडून आवश्यक ते परवाने मिळविण्याची प्रक्रिया आम्ही सुरू केली. यू.टी.व्ही.बरोबर काम करण्यात रस असणारे आणि सिंगापूर व क्वालालमपूर येथे जाऊ इच्छिणारे महत्त्वाचे भागिदारही आम्ही शोधले. भारतामध्ये आम्ही जी कार्यसंस्कृती तयार केली होती, ती याही दोन देशांमध्ये पहिल्या दिवसापासून रूजवणं महत्त्वाचं होतं. कार्यसंस्कृतीचे प्रमुख घटक होते- कल्पक घडामोड आणि नवीन शोध,

काटकसर आणि काम करण्याची तळमळ. मलेशिया किंवा क्वालालमपूर यांपैकी एकाही देशात आमची क्रिएटिव्ह टीम नव्हती. त्यामुळे आमच्या नवीन टीम सदस्यांना प्रशिक्षण देणं आणि कदाचित आपला स्वतःचा स्टुडिओ उभारणं या गोष्टी नव्याने करायच्या होत्या. अर्थातच आम्ही तोपर्यंत काहीही ठरवलेलं नव्हतं. सगळंच नियोजन काहीसं धूसर होतं, पण सोनेरी संधी मात्र स्पष्टपणे दिसत होती. ही संधी मिळवायचीच होती. त्यामुळे आत्यंतिक आत्मविश्वासाने आम्ही पुढे सरकत होतो.

न्यूयॉर्कमधील मिटींगच्या ३ महिन्यांनंतरचा प्रसंग. फिरदौस, दक्षिण आशियात काम करण्याची तयारी असलेले आमचे तीन सहकारी आणि अर्थातच मी क्वालालमपूर येथील शांग्रीला हॉटेलमध्ये पोहोचलो. फिरदौसने संपूर्ण प्रकल्पाची माहिती दिली. 'EDB आपल्याला पाठिंबा देण्यासाठी उत्सुक आहे,' त्याने सांगितलं. "क्वालालमपूरमध्ये आपल्याला स्थानिक भागीदार मिळाला आहे. तो दुसरा-तिसरा कोणीही नसून मलेशियाच्या सत्ताधारी राजाचा मुलगा आहे. त्याने यूटीव्हीविषयी बऱ्याच चांगल्या गोष्टी ऐकल्या आहेत आणि आपला भागीदार बनण्यास तो उत्सुक आहे." हे ऐकून आम्ही थक्कच झालो.

आम्हाला खूपच आनंद झाला होता व त्या आनंदातच आम्ही चवदार चॉकलेट्सवर तुटून पडलो. त्यानंतर नव्वद मिनिटांनी (त्यापैकी पंधरा मिनिटं त्या सुंदर चवदार चॉकलेट्सची स्तुती करण्यात गेली होती.) मी उठून उभा राहिलो आणि म्हणालो, "आता गप्पा पुरे झाल्या. हा प्रकल्प आणखी पुढे नेऊ या. पण सध्या तरी आणखी काही चॉकलेट्सची गरज आहे!" सगळ्यांना खूपच हलकं वाटलं.

प्रसारमाध्यमं आणि मनोरंजन क्षेत्रातल्या आमच्या करियरच्या प्रवासाची ही एक आश्वासक सुरुवात होती.

◆

वातावरणातला फक्त अनुकूल प्रवाह ओळखून चालत नाही. तुम्हाला त्यावर स्वार व्हावं लागतं. या प्रवाहात तुमच्याआधीच अनेकजण उतरले तर तुम्हाला त्याचा काहीच उपयोग होत नाही. चांगल्या लीडरला मुख्यत: दोन प्रकारांवर काम करावं लागतं. एक अंतर्गत, दुसरा बाह्य. हाती घेतलेल्या कामाविषयी

संपूर्ण माहिती मिळवणं, त्यावर आधारित दीर्घकालीन योजना बनवणं, हा झाला कामाचा बाह्य प्रकार. ह्यावर लीडरलाच काम करावं लागतं. तर अंतर्गत प्रकारात आपल्या सहकाऱ्यांच्या सतत संपर्कात राहणं, तुम्ही सर्वांनी मिळून ओळखलेल्या समस्यांवर उपाययोजना शोधणं, संकटं आधीच ओळखून त्यांवर मात करणं आणि आपल्या टीमचं सक्षमीकरण करणं हेही लीडरलाच करावं लागतं.

या सर्वांहूनही महत्त्वाची गोष्ट म्हणजे तुम्ही व्यवसायात अत्यंत कुशल असलं पाहिजे. याचा अर्थ फक्त आर्थिक गोष्टींचंच आकलन तुम्हाला असलं पाहिजे असं नाही (अर्थातच हे आकलन अत्यावश्यक आहेच.) तर तुमच्याकडे सर्वंकष व्यापारी नैपुण्यही असलं पाहिजे, तरच तुम्ही कल्पना उचलू शकाल, संधी निर्माण करू शकाल आणि त्या संधीचं व्यापारीदृष्ट्या अनुकूल योजनेत रूपांतर करू शकाल. अनुकूल संधी किंवा संकटं ओळखण्यासाठी आपल्या व्यवसायाविषयीची प्रत्येक बारीकसारीक माहिती तुम्हाला असली पाहिजे.

कारण एकदा तुम्ही सुरुवातीची रेष ओलांडली की शर्यत थांबत नाही. कधीच नाही.

या सगळ्याला मर्फीचा लॉ लागू पडतो : 'जे काही घडायचं असतं ते घडणारच असतं.' म्हणून तर तुम्ही लीडर असता. योग्य हातांत काम सोपवल्याची खात्री असली की मनःशांती (आणि रात्रीची झोप) मिळते. तुमचं कामकाज सुटसुटीत, सुसंघटित आणि कार्यक्षम बनवणं; योग्य लोकांना नेमणं आणि तुम्ही संकटं आणि संधींना नीट ओळखणं यांमुळे तुम्ही दहापैकी सात वेळा योग्य मार्गावर राहू शकता.

व्यवसायात आपण यालाच यश असं म्हणतो.

◆

व्यवसायात सरळसोट रस्ता कधी नसतोच. वळणं असतातच. या वळणांच्या भोवताली पाहण्यासाठी सतत दक्ष राहण्याची गरज असते. यात आत्मसंतुष्टतेला वाव नाही. थांबून राहिलात तर एका क्षणात तुम्ही जुने-पुराणे बनून जाल. महान लीडर बनण्यासाठी तुम्ही सर्वांपेक्षा अतिहुशार असण्याची आवश्यकता नाही. तुमच्या कंपनीच्या प्रत्येक गोष्टीची सर्वाधिक माहिती

असलेली व्यक्ती तुम्हीच असला पाहिजेत. शिवाय आपल्या हिताच्या दृष्टीने उत्तम निर्णयही तुम्ही घेऊ शकला पाहिजेत. 'कठोर' विश्लेषणाची शिस्त ही अत्यावश्यक गोष्ट आहे.

सुरुवातीची पाच ते सात वर्षं किंवा त्याहूनही अधिक वर्षं कंपनीची उभारणी करत असताना धोरणांचा विचार करण्यासाठी तुम्ही थोडा वेळ बाजूला काढण्याची गरज असते. तुम्ही कल्पनाही करू शकणार नाही, पण दैनंदिन गोष्टी एवढा वेळ खातात हे तुमच्या लक्षात येईल. तुमच्या कंपनीची वाढ कदाचित एवढ्या झटपट होत असेल, की त्यामुळे तुम्ही नेमलेले लोक तुमच्या अपेक्षेपेक्षा कमी प्रभावी ठरत असल्याचं जाणवेल. तुमच्या गतीशी थोड्याच वेळात जुळवून घेऊन पुढे जाणारे लोक नेमावे लागतील. तुमच्या व्यवसायाची निश्चित संस्कृती तयार करण्यासाठी तुम्हाला अपेक्षेहून अधिक कठोर परिश्रम करावे लागतील. यातली खरी गोष्ट अशी आहे, की वाढत्या व्यवसायात किती तरी गोष्टींना अचानक सामोरं जावं लागतं.

खरे उद्योजक अशा प्रकारच्या बेभान गोष्टी स्वीकारतात. जेव्हा यश मिळायला लागतं तेव्हा एक वाईट गोष्ट घडत असते. ती म्हणजे तुम्ही विचार करायला पुरेसा वेळ काढू शकत नाही. वास्तविक याच वळणावर तुम्ही स्वत:, तुमची टीम, गुंतवणूकदार यांना योग्य दिशा देण्यासाठी नव्या संधी आणि संभाव्य संकटं ओळखली पाहिजेत. त्यासाठी तुमच्याकडे पुरेसा वेळ असला पाहिजे. हे केलंत तर लोक तुमच्याकडे टिकून राहतील. संकटं ओळखून संधीचा फायदा करून घेतलात तर तुमची कार्यक्षमता सिद्ध होईल हे नक्की. जेव्हा अशक्य ते शक्य करून दाखवाल तेव्हा तुमच्याही नकळत तुम्ही एक कार्यसंस्कृती निर्माण केलेली असते. अशी कार्यसंस्कृती लोकांना आवडते, उपयुक्त वाटते. यातून लोक आपलेसे होतात. तुमच्याबरोबर राहायला, नव्या गोष्टी शिकायला, स्वत:त सुधारणा करायला ते तयार होतात. (कदाचित यातूनच काम करायला उत्सुक अशी महत्त्वाकांक्षी उद्योजक, क्रिएटिव्ह टीम तयार होईल.)

अशा प्रकारे कार्यसंस्कृती निर्माण झाली तर त्यातून चांगल्याच गोष्टी घडतील. पूर्वी ऑफिसमध्ये एक मालक असायचा. 'हे काम झालेच पाहिजे!' अशी ऑर्डर तो सोडायचा. सगळेजण ऑर्डरचं फक्त पालन करायचे. आता परिस्थिती बदलली आहे. ऑर्डर सोडणाऱ्या मालकापेक्षा बुद्धिमत्तेला संधी देणारा लीडर

जवळचा वाटतो. अशा लीडरसाठी मनापासून काम करावंसं वाटतं. नुसतंच काम आणि कामाबद्दल बोलण्यापेक्षा कधी तरी पंधरा दिवसांतून एकदा जेवणासाठी एकत्र आलं पाहिजे. तुमच्याकडून नवनव्या गोष्टी कळतात, उत्साह वाढतो असं टीमला वाटलं पाहिजे. असं झालं तरच एका सुंदर, कल्पक टीमची उभारणी करणं शक्य होईल. मालक बनून राहण्यापेक्षा हे किती तरी चांगलं!

'या असल्या गोष्टीत स्वत:चा वेळ घालवणं चांगलं का?' 'यामुळे कामाचा खराखुरा उत्पादक वेळ वाया नाही का जात?' असे प्रश्न कित्येक लोक मला विचारतात. पण मला सांगा, आपल्या टीमला 'वेळ देणं', यातून 'वेळ वाया' कसा बरं जाईल? आपण काय, बटण बंद केल्यासारखं बंद होतो की काय? आपल्यालाही कित्येक नव्या गोष्टी कळतात. टीमचं मन, त्यांचा कल जाणून घेण्याची संधी मिळते. सर्वांत महत्त्वाचं आणि आवश्यक म्हणजे विचारांचं आदानप्रदान होतं. खरी लीडरशिप ही त्यातूनच येते आणि आपल्याही मनात रुजते, वाढते.

'विचार करणं' याकडे दैनंदिन कामकाजाचा किंवा व्यवस्थापनाचा भाग म्हणून पाहू नका, तर शिस्त म्हणून त्याकडे पहा. आपल्या विचारांची साखळी मनात फिरत असते तेव्हाच ट्रेडमिलवर व्यायाम करा. बाहेर फिरायला जा. संगीत ऐका. अंघोळ करत असताना, कार चालवत असताना विचार करा. मला खरं तर मुंबईत कार चालवायला आवडत नाही, परंतु काही वेळा मला कशाचा तरी त्रास होत असतो त्या वेळी मी हटकून गाडी चालवतो. माझ्या मनातील विचार झटकून टाकण्यासाठी मी ते करतो. तुम्हाला एक सांगू का, भारतात गाडी चालवणं हे अडथळ्यांमधून वाट काढण्याचं एक उत्तम रूपक आहे.

इथे तुमच्याजवळ गाडी चालवण्याचं कौशल्य आहे, एवढंच पुरेसं नसतं. कौशल्य तर हवंच; पण त्या जिवावर तुम्ही फक्त गाडी चालवू शकता, आजूबाजूचे अडथळे बाजूला नाही करू शकत. इतर लोक आपापल्या पद्धतीने अशा काही गाड्या दामटवत असतात की त्यातून सहीसलामत सुटण्यासाठी एक विशेष कौशल्य लागतं. ते भारतातल्या रस्त्यांवरच शिकता येतं. इथे सुरळीत रहदारी नाही. सगळा गोंधळ! आपली गाडी सुरक्षितपणे चालवायची आहे, एवढाच विचार करून नाही चालत. इतरांबद्दलचे अंदाजही बांधावे लागतात. संभाव्य संकटांची नको इतकी जाणीव ठेवावी लागते आणि तेही दर

क्षणी. आहे की नाही हे अगदी व्यवसायासारखं? उद्योजक असाल तर सरळ बघा. चालत राहा. शांत असा. इतरांची मतं येत असली तर येऊ द्यात. तुम्ही अढळ रहा आणि परिस्थिती नियंत्रित ठेवा. अगदी स्टिअरिंग व्हीलसारखंच!

इंडियाना जोन्सची गोष्ट महितीये ना? तसेच निर्भय व्हा. गुहेच्या तोंडापर्यंत चालत जा. गुहेत डोकं घाला आणि म्हणा, अरे! हे काय? हा तर सापळा आहे! मग तिथून सरळ माघारी फिरा.

टीम नक्कीच तुमच्या पाठीशी असेल. एक ना एक दिवस ती नक्कीच तुमचे आभार मानेल.

◆

- तुम्हाला फक्त लोकप्रियच नव्हेत, तर बिकट, प्रतिकूल मार्गही स्वीकारावेच लागतील. तिथे तडजोडीला वाव नसेल. जर तुम्ही आज तडजोड केली तर प्रत्येक वेळीच तुम्हाला तडजोड करण्यासाठी काही ना काही कारण सापडत राहील. एखाद्या गोष्टीभोवती कधी फिरत राहायचं आणि कधी तोटा थांबवून बाहेर पडायचं हे तुम्हाला समजलंच पाहिजे. कोणत्याही व्यवसायाच्या उभारणीतील हाच सगळ्यात अवघड भाग आहे.

- आपल्या मार्गातील संकटांचं रूपांतर समस्यांमध्ये करू नका. संधी ओळखून त्या प्रत्यक्षात आणल्या नाहीत तर त्या फक्त कल्पनेच्या अवस्थेतच राहतात.

- तुमच्या कंपनीतील संवाद हा खुला आणि मनमोकळा असला पाहिजे. आपल्या समोर सादर झालेलं प्रेझेंटेशन कधीच परिपूर्ण नसतं. त्यातून खरं किंवा संपूर्ण चित्र दिसत नाही. त्यासाठी संवादच हवा. त्याला पर्याय नाही.

- तुमच्याकडे व्यवसायासंबंधी तीव्र आकलनशक्ती, कुशाग्र बुद्धी आणि त्याचबरोबर व्यापारी हुशारीही असावी लागते. या गुणधर्मांना पर्याय नाहीत.

- शेवटचं, लेटेस्ट टेक्नॉलॉजी किंवा पैशांचा अखंड स्रोत यावर कंपनीची संपत्ती कधीच ठरत नाही. खरी संपत्ती म्हणजे दुसरं-तिसरं काही नसून 'त्यात काम करणारे लोक' हीच आहे खरी संपत्ती!

◆◆◆

१०
जग सपाट नाही...पण त्याची चिंता कशाला?

'आपण हाती घेतलेल्या कामासाठी आपण असमर्थ आहोत' अशी भावना जन्माला आलेल्या प्रत्येक माणसाच्या मनात एकदा तरी येऊन जातेच. असं असलं तरी 'उद्योजकता' या गोष्टीवर आपल्याला मात करायला शिकवते. आपलं भाग्य किंवा असमर्थतता या एकाच नाण्याच्या दोन बाजू आहेत. जेव्हा तुमच्या हातात हे नाणं असतं तेव्हा ते शक्य तेवढं लवकर फेकून द्या... ते आपल्याला नकोय! आता आपल्या स्वप्नांना पंख लावू या !

जेव्हा लोक नशिबाची गोष्ट करतात तेव्हा फार थोडी लोकं असा विचार करतात की आपल्या नशिबापेक्षा आपल्याला थोडं जास्तच मिळालं!

पुढील काही संवाद तुम्हाला ऐकल्यासारखे वाटतील.

'माझ्याच वाट्याला हे का? लोक फार भाग्यवान असतात. मी तोट्यात असूनही सगळं रेटलं. मला यश कमी आहे, कारण मी श्रीमंत कुटुंबात जन्माला आलो नाही, माझ्याकडे व्यवसायाचं शिक्षण नाही आणि तेवढं मोठं भांडवल पण नाही.'

'नशीब... हे नेहमीच मी सोडून कुणाला तरी ते लाभलंय असं आपल्याला वाटतं. काही लोक ही गोष्ट उघडपणे मान्य करतील. कदाचित तुम्हीही कराल.' डेव्हिड लेव्हिएनचं हे वाक्य आहे.

परंतु माझा नशिबावर विश्वास नाही. नशिबामुळे एखाद्याला काही तरी फायदा झालाय, ही संकल्पना मला मान्य नाही. कुणालाही जन्मजात असा फायदा मिळत नसतो. मला असं वाटतं, की तुम्ही आपल्या करियरमध्ये योग्य वेळी योग्य ठिकाणी असायला हवं आणि त्यासाठी सुयोग्य नियोजन, उच्च दर्जाची पूर्वतयारी, मनाचा मोकळेपणा आणि विकसित होत जाणारी मानसिकता यांची आवश्यकता असते. दुर्दैवाने आपल्याकडे भारतात 'नशीब' या संकल्पनेला धरून खूप विचार केला जातो. हा आपल्या प्रगतीतील सर्वाधिक मोठा अडथळा आहे. एखाद्याच्या कल्पना सत्यात उतरवताना त्याचं यशापयश हे नशिबावर तोललं जातं. याउलट, तुमच्या बळकट उद्योगाच्या सर्व टप्प्यांवर खडतर मेहनत, ध्येयावर लक्ष केंद्रित करण्याची मानसिकता आणि स्वत:साठी संधी निर्माण करणारे लोकच जग घडवू शकतात. नाट्य व्यवसायात 'ब्रेक अ लेग' अशी अंधश्रद्धा आढळते. त्यामुळे त्या अभिनेत्याचं भाग्य उज्ज्वल होईल, अशी शुभेच्छा देतात. याउलट, आपले संवाद पाठ केल्याशिवाय कुठल्याच कलाकाराला स्टेजवर यश मिळू शकत नाही. अभिनय आणि व्यवसाय ही दोन क्षेत्रं या दृष्टीने समान आहेत. या दोन क्षेत्रांमधली समान गोष्ट म्हणजे सुरुवात होण्याच्या आधीपासूनच्या प्रवासात पूर्वतयारी आणि दूरदृष्टी लागते. प्रभावहीन आणि परिणामशून्य तयारीमुळे इच्छित फळ कधीच मिळत नाही. क्रीडा प्रशिक्षकही आपल्या खेळाडूंना सांगतात, की पूर्वतयारी आणि संधी एकत्र येतात तेव्हा नशिबाचा उदय होतो. तुमच्या समोरचा बंद दरवाजा उघडायला सकारात्मकता, भविष्यकालीन नियोजन आणि आत्मविश्वास या गोष्टी आवश्यक असतात.

तुमच्या नवकल्पनांचा सातत्याने प्रचार करा. ज्यांना ऐकायची इच्छा असेल त्यांना किंवा नसेल त्यांनाही ही सांगा. कोणाकडून काय प्रतिसाद मिळेल सांगता येणार नाही. कोणी म्हणेल, 'मला ही कल्पना आवडली. तू अमुक-तमुकला का नाही भेटत? तुझी ओळख करून देऊ का?' अशा बोलण्याने तुम्हाला आत्मविश्वास मिळतो. तुम्ही विचार करता, हे घडणारच आहे... आज नाही तर उद्या. मी जो विचार करतो त्या व्यापक प्रमाणात नाही घडलं तरी कुठल्या तरी टप्प्यावर घडणारच... मी पुढे जात राहीन.'

पण काही वेळा आपण विश्लेषण करत परिस्थितीचा अक्षरश: कीस पाडतो.

अशा दुष्टचक्रात सापडलेल्या एखाद्याशी बोलताना मी त्याला म्हणतो, "चोखंदळपणा कमी कर. आणखी चिकित्सक वृत्तीने वागू नकोस. संधी निर्माण कर." आपल्यापैकी बरेचजण, विचार करतात- चिंतन करतात- मग पुन्हा विचार करतात. यामुळे आपल्याला काही समजण्याआधीच तो क्षण निघून गेलेला असतो. हातची संधीसुद्धा गेलेली असते. आपल्याला माहीतच आहे की धाडसी व शूर लोकांना नशीब साथ देतं. 'हाजीर तो वजीर!'

व्यवसायाच्या सुरुवातीला माझी मानसिकता थोडी वेगळी होती. एखादी मीटिंग, कॉल, प्रवास यातून जर काही भरीव घडलं नाही तर मला माझा वेळ वाया गेल्यासारखं वाटायचं. परंतु जीवन प्रवाही आहे हे लक्षात आल्यावर मी माझ्या विचारसरणीत बदल केला. कित्येक भेटी मी हळूहळू विसरून जायला लागलो. कालांतराने काही लोकांची भेट झाल्यावर त्यांनी आमची भेट गांभीर्याने घेतल्याचं जाणवत असे आणि मग चित्र बदलत असते. कुठल्याही मीटिंगची फलनिष्पत्ती लगेचच होते असं नाही. मग ते माजी सहकाऱ्यांचं स्नेहसंमेलन असो किंवा जागतिक सहकाऱ्यांसोबतची मीटिंग. जो ग्राहक निरुपयोगी ठरला असं वाटे तो ग्राहक अनपेक्षितपणे एखादी संधी घेऊन पुढ्यात उभा राहत असे. किंवा एखाद्या क्षेत्रात प्रवेश करणं म्हणजे वेळेचा अतिरेकी अपव्यय असं वाटतानाच, टीमच्या सहभागाने आजवर झाली नाही अशी काही तरी सर्जनशील गोष्ट घडत असे. मी जे बोलतोय ते कदाचित काहींना 'नशीब' वाटू शकतं. मात्र, खूप पर्याय खुले ठेवण्याची इच्छा व तयारी, सर्वसमावेशकतेची संधी निर्माण करणं, कल्पना ऐकून घेणं, भविष्यातील संदर्भांसाठी त्यांची आठवण ठेवणं, या गोष्टी महत्त्वाच्या असतात. बाहेरून एखाद्याला जी गोष्ट लकी ब्रेक अशी वाटत असेल तीच गोष्ट वर्षानुवर्षं रुजवलेल्या कल्पनांचा परिपाक आणि त्या ध्येयपूर्तीसाठी केलेला सातत्यपूर्ण पाठपुरावा असू शकतो. जोपर्यंत तुम्ही क्रियाशील होऊन संधी शोधत नाही तोपर्यंत किती बंद दरवाजे खुले होणार आहेत याचा तुम्ही अंदाज बांधू शकत नाही.

ज्या वेळी तुमच्या सहकारी, ग्राहक, पुरवठादार, भागीदार यांना अडचणीतून जावं लागतं आणि त्यांना शर्यतीच्या बाहेर फेकलं जातं, ते सामर्थ्यहीन बनतात, तेव्हा गेल्या कित्येक वर्षांच्या अनुभवांवरून त्यांच्या पाठीशी मी उभं राहायला शिकलो आहे. ही एक नैसर्गिक प्रतिक्षिप्त क्रिया नक्कीच नाही.

स्पर्धेच्या युगात तुम्हाला यासाठी बराच वेळ द्यावा लागतो. लोक साधारणपणे या प्रसंगांना अंतिम प्राधान्यक्रम देतात. मी धोरण म्हणून असं वागत नाही. या गोष्टी उत्स्फूर्त आणि मनापासून असल्या तरच त्याला अर्थ आहे. अन्यथा तुम्ही त्याचा विचारच करू नका. परंतु एवढं मात्र नक्की, की जेव्हा हे तुमचे मित्र पुन्हा एकदा या स्थितीतून बाहेर पडतात आणि व्यवसायात झेप घेतात, तेव्हा तुमचे आणि त्यांचे संबंध दृढ झालेले असतात. तुमच्या महत्त्वाकांक्षा आणि उद्दिष्टांसाठी तुमच्या मनात सहजपणे केलेल्या या बीजारोपणाचं कधीच नुकसान होत नाही. अनेक वेळा आपल्याला कल्पना येणार नाही अशी संधी आपल्याला मिळते.

◆

लोकांना जे काही बोलायचंय ते बोलू देत. तुम्ही सगळ्या गोष्टी नीट केल्या आणि यश मिळालं तर ते नशीब नक्कीच नसतं. गेल्या दोन दशकांच्या कालावधीत जागतिक तंत्रज्ञान आणि आदानप्रदान यामुळे व्यवसायाची खेळपट्टी समपातळीवर आली आहे. याचं वर्णन 'द वर्ल्ड इज फ्लॅट: अ ब्रीफ हिस्ट्री ऑफ द ट्वेंटी-फर्स्ट सेंच्युरी' या पुस्तकात थॉमस फ्राइडमनने केलं आहे. त्याने केलेल्या दाव्यांचा अर्थ लोकांनी लावलाय. नवीन नियमांनुसार काही लीडर्स, सी.ई.ओ., उद्योजक यांनी इतरांवर कुरघोडी करून मिळवलेले फायदे पुसले जातील किंवा नष्ट होतील; परंतु ज्याने प्रयत्नांमध्ये वेळ मार्गी लावला आहे त्याला हे जग सपाट नाही याची जाणीव असते, आणि खरोखरच त्याची फिकीर कोणाला आहे?

प्रत्येक माणूस योग्य दिशेने जातो असं नाही. काही उद्योजक इतरांच्या तुलनेत अधिक वेगाने सुरुवात करतात. इतरांना कुठल्या गोष्टीचा फायदा झाला, कुठल्या गोष्टीचा तोटा झाला ही गोष्ट आत्मसात करणं म्हणजे यशाची गुरुकिल्ली नाही. पहिल्या पिढीच्या उद्योजकांना आणि विशेषत: गर्भश्रीमंत घरांत न जन्मलेल्या लोकांना असं वाटतं की श्रीमंत घरांत जन्मलेल्यांकडे पैसा असतो, त्यांना काळजी असायचं कारण नाही. त्यांना हवं ते करण्याचं स्वातंत्र्यही असतं. अशा विचारांमध्ये वेळ दडवण्यात अर्थ नाही. त्यापेक्षा आपल्या करियरच्या आणि व्यवसायाच्या टप्प्यांवर तुम्ही योग्य वेळी योग्य ठिकाणी कसे असाल हे लक्षात घ्या. भरपूर पैसा असलेल्यांच्या तुलनेत कमी

भांडवलावर सुरुवात करणाऱ्याला कदाचित पहिल्या फेरीत अधिक खडतर प्रयत्न करावे लागतील. परंतु पैशाचा आधार सुरुवातीला असतो. मोठ्या तडाख्यातून त्यामुळेच बचाव होतो. पण श्रीमंती कशाचीही हमी देत नाही. पुढची दहा किंवा अधिक वर्षं हेच खरं आयुष्य असतं. फक्त 'आज'कडे पाहून चालत नाही. शिवाय प्रत्येकालाच सरासरीचा नियम लागू पडतो. लीडर्स, उद्योजक सगळ्यांनाच हा नियम लागू पडतो. यावरून आपल्या लक्षात येईल, की नशिबामुळे उद्योजक महान बनत नाहीत, ते आपलं नशीब घडवतात.

◆

आम्ही यूटीव्हीला पब्लिक लिमिटेड कंपनी बनवण्याचे प्रयत्न केले. ज्या दिवशी आम्ही सर्वसामान्य लोकांना शेअर्स विक्रीसाठी खुले करायचे ठरवले, नेमकं त्याच दिवशी मार्केट पडलं.

दुसऱ्यांदा? पुन्हा तसंच घडलं होतं! थेट खड्ड्यात!

त्यानंतर एका बँकरने तुच्छतेने शेरा मारलाः "रॉनी, आता तू परत 'आयपीओ'साठी मार्केटमध्ये जाणार आहेस का? तसं असेल तर सांग, म्हणजे मी मार्केटमधून बाहेर पडेन!" त्याचा विनोद जिव्हारी लागण्यासारखा होता. मुद्दा बरोबरही होता. परिस्थिती माझ्या बाजूने नव्हती. त्याआधीच्या कित्येक वर्षांत मी माझी कातडी गेंड्यासारखी बनवली नसती तर तो शेरा मी कदाचित मनाला लावून घेतला असता आणि विचार केला असता, की 'मी कधीच पब्लिक लिमिटेड कंपनी बनवणार नाही. हे असं दोनदा घडलंय. जाऊ दे... आता वेगळं काय होणार? खूपच प्रतिकूल परिस्थिती आहे. मीच दुर्दैवी आहे.'

मी व्यावहारिकपणे थोडा वेळ विचार केला. मग वाटलं, 'सगळ्या जगाचं ओझं मी माझ्या खांद्यावर घेऊन इथेच काय बसून राहिलो आहे?' माझी कंपनी पब्लिक लिमिटेड बनवण्याच्या किरकोळ गोष्टीशी नियतीला काय देणं-घेणं असणार आहे? अशा शेकडो, हजारो लोकांना याचा तडाखा बसला असेल.

तुम्ही तीस वर्षं करियर करत असाल आणि तरी तुम्हाला एखादी उत्तम संधी मिळाली नसेल तर ही खरोखरीच दुर्दैवी बाब आहे. पण तुम्ही वडापावची गाडी चालवत असाल तर नशिबाच्या संदर्भात तुमची अपेक्षा काय असेल? एखाद्या दिवशी प्रत्येकजण सगळ्यांना तुमच्या वडापावबद्दल सांगत सुटेल, की "मला

वडापाव खायचा आहे आणि तो सर्वोत्तम कुठे मिळतो ते मला माहीत आहे.'' आणि तुमची विक्री तिपटीने वाढेल! असं काही खरोखरच घडेल का? परंतु त्याच शहराच्या दुसऱ्या बाजूला असलेल्या दुसऱ्या एका व्यक्तीने गर्दीच्या ठिकाणी मॉलमध्ये जागा घेतली आहे आणि तिची विक्री तिपटीने वाढते. मग तो माणूस सुदैवी आहे म्हणून त्याची विक्री वाढेल का? आणि तुम्ही दुर्दैवी? असं नसतं...

आपल्या वातावरणाची निर्मिती आपण स्वत:च करत असतो. त्यानंतर आपण संधीचा फायदा घेतो.

मी आणि माझ्या टीमने 'हंगामा'चं स्वप्नं पाहिलं. एक उत्तम कल्पना लढवली. त्या वेळी कित्येक लोकांनी माझ्या सहकाऱ्यांनी या वाहिनीला मिळालेलं अंतिम यश आणि नंतर डिस्नेसोबत आम्ही केलेला विक्रीचा आकडा याकडे नशीब म्हणून पाहिलं; परंतु ते खरं नव्हतं. सूक्ष्म आणि स्पष्ट दृष्टिकोन, प्रचंड नियोजन, वेगळं प्रोग्रॅमिंग आणि चतुर, धाडसी पद्धतीने केलेलं मार्केटिंग यामुळे ही कल्पना यशस्वी ठरली. याहून अधिक महत्त्वाची गोष्ट म्हणजे आमच्या अंत:प्रेरणेनुसार आम्ही पुढे गेलो आणि आमच्या निर्णयावर ठाम राहिलो. आज विचार करताना असं वाटतं, की प्रचंड कठोर परिश्रम, खूप उत्साह आणि थोडंसं सुदैव या गोष्टी होत्या. पण लोक फक्त योगायोगावर विश्वास ठेवतात. सिनेमांच्या बाबतीतही मी तेच अनुभवलं. दहा वर्षांच्या भरीव कामगिरीनंतरही लोक म्हणत असत, की 'वा, तुम्हाला ध्येयाचं शिखर गाठायला काही 'ब्रेक्स'चा आधार मिळाला, नाही का?' जणू काही आमच्या बाजूला कायमच अनुकूल परिस्थिती होती. त्यामुळे जे फळ मिळणार होतं ते अपरिहार्यपणे आम्हालाच मिळणार होतं. एवढ्या सगळ्या वर्षांत आम्ही किती वेळा अपयशी ठरलो होतो हे लोक कसं काय सोयीस्कररीत्या विसरतात?

यातलं सत्य असं आहे, की आम्ही 'बाहेरचे' लोक म्हणून उंचावर बांधलेल्या दोरीवर चालत होतो; पण आम्ही पडलोच तर खाली जाळं वगैरे काही बांधलेलं नव्हतं. अशा परिस्थितीत अपयश येणं किंवा पुन्हा उसळी मारून उभं राहता न येणं यामुळे आमच्या निंदकांचं म्हणणं कदाचित बरोबर ठरलं असतं. परंतु सिनेमांमध्ये आमच्या सर्वाधिक यशांशी 'लकी ब्रेक्स'चा अल्प संबंध होता. सातत्य, चिकाटी, बाजारपेठेचं आणि ग्राहकांचं योग्य आकलन, टीम आणि

दिग्दर्शकाच्या कामगिरीवरचा विश्वास, चांगली- वेगळी कथानकं मिळवण्याचं धाडस, स्वत:ला पुढे नेण्याची तीव्र इच्छा आणि काही झालं तरी सारं मोठ्या पडद्यावर आणण्याची अतीव इच्छा- या गोष्टींमुळे आम्हाला यश मिळालं. आमचे कित्येक सिनेमे पडले, तेव्हा आम्ही दुर्दैवी होतो का? मग ज्या वेळी सिनेमे चालले ते सुदैव, असं कसं म्हणता येईल? असं अजिबात नव्हतं.

आमच्यापुढे असलेल्या किती तरी प्रतिकूल परिस्थितींना आम्हाला तोंड द्यावं लागलं आणि त्यातील किती प्रमाणात सुदैव आमच्या वाट्याला आलं हे रूपर्ट मर्डोक यांच्यासोबतच्या एका व्यवहारातून स्पष्ट होतं. न्यूज कॉर्पकडे तोपर्यंत यूटीव्हीच्या बऱ्याचशा भागाची मालकी होती. मी तेव्हा लॉस एंजेलिसमध्ये त्यांच्या एक छोट्या 'स्युइट' मध्ये होतो. ते एक मध्यम प्रकारचं ऑफिस होतं. (वास्तविक ते प्रसारमाध्यमाच्या क्षेत्रातील जागतिक सर्वाधिक मोठ्या कंपन्यांपैकी एक असलेल्या कंपनीच्या लीडरचं ऑफिस होतं.) त्याला जोडूनच मीटिंगची रूम होती. जास्तीत जास्त आठ लोकांसाठी तिथे जागा होती. त्याशिवाय त्यांच्या दोन कार्यकारी अधिकाऱ्यांसाठी बसायला थोडीशी जागा होती. भारताच्या व्यापक आर्थिक परिस्थितीविषयी आणि प्रसारमाध्यमांच्या उद्योगातील आधुनिक घडामोडींविषयी वीस मिनिटं गप्पा मारल्यावर ते खुर्चीतून उठून उभे राहिले आणि एका जुन्या एरियल फोटोग्राफकडे आम्हाला घेऊन गेले.

पुढे हाच परिसर बेव्हर्ली हिल्स आणि सेंच्युरी सिटी बनला. ''तुम्हाला ही भली मोठी जागा दिसते का? त्या इमारती? फॉक्सकडे त्या सगळ्यांची मालकी होती. सन १९६३ मध्ये 'क्लिओपात्रा' साफ कोसळला. नंतर कंपनीला यापैकी तीन चतुर्थांश भाग विकावाच लागला. कंपनीकडे एवढंच उरलं.'' त्यांनी एका खूपच छोट्याशा जमिनीच्या तुकड्यावर बोट आपटत सांगितलं. ''आज ही जगातील सर्वाधिक महागडी रिअल इस्टेट आहे.'' त्यांनी स्मित केलं आणि ते बाहेरच्या ऑफिसकडे गेले. ''अर्थातच हे सगळं मी येण्याआधी. मी फॉक्स विकत घेण्याआधी घडलं होतं.'' ते म्हणाले.

मर्डोक खरोखरच विशिष्ट मुद्द्याविषयी असं काहीही बोलत नव्हते. यू.टी.व्ही. तोपर्यंत चित्रपट व्यवसायात येण्याविषयी विचार करत होता. परंतु त्यांचा संदेश स्पष्ट होता. व्यवसायाचं केंद्रस्थान अनिश्चित आणि नाजूक असतं. कोणत्याही

क्षणी तुमच्यावर आदळण्यासाठी संकटं सुसाटपणे धावून येत असतात. तुमच्या सर्वाधिक मोठ्या आणि अत्यंत निराशजनक तडाख्यांनंतरही तुम्ही पुढे जाऊ शकता आणि तुम्ही जात राहता. तिथे एक लीडर अभिमानाने आणि स्पष्टपणे आपल्या मर्मदृष्टीविषयी बोलत होता. जगातील उत्तम कला तिथे आणणं त्यांना सहज परवडणारं होतं, परंतु त्यांनी आपली कॉन्फरन्स रूम 'मृत्यू अटळ असतो' हे व्यावहारिक सत्य असलेल्या गोष्टीने सजवली होती. तो एक योगायोग नव्हता.

मी पार्किंग लॉटकडे गेलो. तेव्हा मर्डोक यांच्याशी झालेल्या संभाषणावर मी विचार करत होतो. जग 'क्लिओपात्रा'कडे सर्वकालीन श्रेष्ठ दर्जाची महान कलाकृती म्हणून पाहतं. त्या वर्षीचं ऑस्कर मिळवणारं महान यश तिने मिळवलं होतं. एलिझाबेथ टेलर आणि रिचर्ड बर्टन यांच्या पडद्यावरच्या जादुई केमिस्ट्रीचा विचार माझ्या मनात आला; पण त्याला दुसरीही बाजू असते तर! मी त्या चित्रपटाविषयी फक्त 'कलात्मक' एवढाच विचार करू शकत होतो.

आयुष्यामध्ये व्यवसायातील प्रत्येक गोष्टीला दुसरी बाजूही असते.

◆

कोणतीही गोष्ट गृहीत धरू नये, हा माध्यम आणि मनोरंजन व्यवसायातून मला मिळालेला एक महत्त्वाचा धडा होता. आम्ही मोठे धोके पत्करले आणि त्यांच्यामागे उभं राहण्याचं धाडसही दाखवलं. गरज असेल तेव्हा पक्क्या निर्धाराने काम केलं आणि ठाम नकारही दिला. या आव्हानांमुळे एका भक्कम तरीही लवचिक कंपनीची उभारणी करणं आम्हाला भाग पडलं. आम्ही नवकल्पना राबवत असताना शिखरावर नजर ठेवून निर्णायक क्षणी स्वतःला योग्य ठिकाणी ठेवलं. त्यामुळेच संधी निर्माण करून आम्ही अधिक भागीदारांना आकर्षित करू शकलो. कधी कधी आमच्या हातून चुकाही घडल्या.

अधिक जोखमी, धोके पत्करले तर अधिक प्रमाणात त्याचं फळ, बक्षीस मिळतं. हे कदाचित नशीब आहे म्हणून, असं वाटू शकतं; परंतु तसं काहीच नसतं. आम्हाला हे समजलं. आपल्या मार्गावर ठामपणे उभे राहिलो असं म्हणता येईल. आम्ही स्वतःचं नशीब स्वतः घडवलं. हेच इतर यशस्वी उद्योजकांबाबतही म्हणता येतं. जेवढी जोखीम, तेवढं यश!

दर वेळी साऱ्या गोष्टी आम्हाला नक्कीच अत्यंत अनुकूल नव्हत्या. त्या वेळी आमचं पुढचं उत्पादन यशस्वी होर्लेल की आपल्याच वजनाखाली दडपलं जाऊन नष्ट होईल हे मला माहीत नव्हतं. परंतु प्रत्येक वेळी मला असं वाटत आलं आहे, की मी योग्य ठिकाणी योग्य वेळी होतो. मी योग्य गोष्टी देऊ करत होतो. माझी टीम, आमचे परिश्रम आणि अंत:प्रेरणा योग्यच होत्या... आणि ज्या वेळी अतीव इच्छा, निष्ठा आणि वर चढण्याची इच्छा यांच्यासह एवढ्या सगळ्या योग्य गोष्टी तुम्ही एकत्रितपणे आणता त्या वेळी तुम्ही स्वत:ला शिखराकडे घेऊन जाता.

तसंच, ज्या वेळी गोष्टी चुकतात, त्या वेळी त्या स्वीकारण्याची, त्यांचं पुनर्मापन करण्याची, संपर्क साधण्याची, त्या दुरुस्त करण्याची, त्यांच्यापासून शिकण्याची, पुढे जाण्याची परिपक्वता आणि लवचिकता तुमच्याकडे असली पाहिजे. एवढी सगळी तयारी केल्यानंतर अपयशासाठी दुर्दैवाला दोष देणं हा फक्त स्वत:लाच फसवण्याचा मूर्खपणा ठरतो.

उद्योजक बनण्याच्या कल्पनेने मी एवढा भारून गेलो होतो की सुरुवातीच्या दिवसांपासूनच मी चढण चढण्याची कल्पना स्वीकारली होती. माझ्या मर्यादांची मी चाचणी घेतली, भवितव्याचं नियोजन केलं. प्रबळ टीम व स्पष्ट दृष्टिकोनाशी वचनबद्धता राखली तर माझं नशीब मी स्वत: घडवू शकेन हे मला समजलं होतं.

तुम्ही कसलीच जोखीम पत्करली नाही, कसलंच धाडस केलं नाही, तर 'लेडी लक' तरी तुम्हाला कशी काय मदत करू शकेल?

◆

'रंग दे बसंती'च्या प्रीमियरच्या आधीच्या दिवसांनी मला नावीन्यपूर्णता किंवा नवकल्पना आणि लवचिकता याविषयीच्या अद्भुत गोष्टी शिकवल्या. एकदा प्रदर्शित होऊन बॉक्स ऑफिसवर प्रचंड यशस्वी झाल्यानंतर माध्यमांच्या कित्येक निरीक्षकांच्या दृष्टीने चित्रपटही एक 'नशिबाचा फटका' (लकी स्ट्राइक) ठरला होता.

हा चित्रपट कितीही आगळावेगळा असल्याचं आम्हाला माहिती असलं तरीही त्याला हिरवा कंदील दाखवणं एवढं सोपं नव्हतं. खरं तर चित्रपट प्रदर्शित होऊन

एक आठवडा उलटल्यावर मी आमीर खानला आमच्या संपूर्ण कंपनीसमोर बोलण्यासाठी आमच्या ऑफिसमध्ये बोलावलं होतं. "ही एक खूपच वेगळी भूमिका असल्यामुळे मी या चित्रपटाकडे आकर्षित झालो आणि राकेशच्या दृष्टीने तो एक वेगळ्या धाटणीचा, चाकोरीबाह्य चित्रपट होता." त्याने तिथे गोळा झालेल्या टीमला सांगितलं होतं. " परंतु रॉनीने हा चित्रपट का केला ते मात्र मला माहिती नाही. तो करणं ही गोष्ट धाडसी होती. मला वाटतं की तोही या चित्रपटाने हेलावून गेला असावा."

बॉलिवुडच्या कोणत्याही सर्वसामान्य साचेबंद सिनेमात या सिनेमाचा आराखडा बसत नव्हता. प्रेमात फारसं स्वारस्य नसलेल्या मित्रांचा गट आमच्या चित्रपटात होता. चित्रपटाच्या एक तृतीयांश भागात फ्लॅशबॅक तंत्राचा वापर करण्यात आला होता. त्यामुळे कथा भूतकाळातून वर्तमानकाळात येत होती. त्या चित्रपटातील मुख्य नटीची भूमिका ॲलिस पॅटन हिने केली होती. चित्रपटात ती ब्रिटीश असून तिचं नाव सू मॅकेन्ली होतं आणि ती माहितीपट निर्माण करत असते. ती आपल्या ओळी सुंदरपणे इंग्लीश-हिंदीच्या धाटणीत बोलत होती. अखेरीस राज्य सरकारकडून दहशतवादी म्हणून सगळेच नायक मरण पावत होते. आम्हाला आणखी एक झटका बसणार होता. सेन्सॉरकडून सर्टिफिकेट मिळवण्याची वेळ आली तेव्हा नेहमीप्रमाणेच एक पद्धत म्हणून मला सेन्सॉर बोर्डाच्या अध्यक्षांनी बोलावलं आणि वाईट बातमी दिली. "आम्ही तुम्हाला सेन्सॉर सर्टिफिकेट देऊ शकत नाही." त्यांनी त्याच्या समर्थनार्थ पुढे सांगितलं, "तुमच्या चित्रपटाविषयी आम्हाला काही आक्षेपार्ह गोष्टी आढळलेल्या नाहीत, परंतु आम्ही सह्या करण्यापूर्वी तुम्ही हवाई दल आणि संरक्षण मंत्रालयाकडून मान्यता घ्यावी असं आम्हाला वाटतं." रशियन बनावटीच्या मिग विमानाच्या अपघातात पायलट अजय राठोडचा मृत्यू होतो. चित्रपटात लष्कराशी संबंधित एवढाच भाग होता, हे आम्हाला माहिती होतं. त्यामुळेच कदाचित सेन्सॉर मंडळ सर्टिफिकेट देण्यास बिचकत होतं. मात्र, त्याचा गर्भितार्थ त्रस्त करणारा होता. आमच्या कोणत्याही चित्रपटाच्या बाबतीत अशी बातमी आली असती तर ती अवघडच ठरली असती. परंतु 'रंग दे बसंती' हा यूटीव्हीचा सर्वांत मोठा प्रयत्न होता आणि त्याचं बजेट ४० कोटींचं होतं. त्या काळात आमची ती गुंतवणूक खूपच मोठी होती. आमचा हा चित्रपट प्रचंड लोकप्रिय ठरेल याची आम्हाला खात्री होती. त्या चित्रपटावर काम

करण्याऱ्या सगळ्यांनी- म्हणजे अगदी आमीरपासून सगळ्या लहानथोर कलाकारांनी अगदी आत्मीयतेने आणि जीव ओतून काम केलं होतं. अधिकारी, तंत्रज्ञ आणि कर्मचारी यांची टीम, मी आणि दिग्दर्शक राकेश ओमप्रकाश मेहरा यांनी आपलं सर्वस्व या चित्रपटासाठी दिलं होतं.

सेन्सॉर मंडळाच्या या निर्णयाची बातमी समजल्यावर आम्ही सगळ्या गटांना एकत्र बोलावलं. राकेश, आमीर आणि इतर प्रमुख मंडळींबरोबर बैठकीचं आयोजन केलं. आमीरच्या वांद्र्यातील घरी आम्ही सगळे जमेपर्यंत सेन्सॉर मंडळाच्या अध्यक्षांनी मला आणखी थोडी माहिती दिली. ''हे पहा, उद्या हवाई दलाच्या प्रमुखांसमवेत आम्ही तातडीच्या मुद्द्यावर खास स्क्रीनिंगचं आयोजन करत आहोत.'' त्यांनी सांगितलं. त्यानंतर आपण सहकार्य करत असल्याचं दाखवण्यासाठी त्या म्हणाल्या, ''त्यांनी फक्त एकदा चित्रपट पाहावा एवढंच आम्हाला वाटतं.''

सेन्सॉर मंडळ फक्त त्यांचं काम करत होतं हे मला कळत होतं. सेन्सॉरचं सर्टिफिकेट न मिळाल्याची गोष्ट मला कितीही आवडली नसली तरी त्या वेळी माझ्यासमोर कोणताच पर्याय नव्हता. चित्रपटाला कोणीही थेट आक्षेप घेतला नव्हता; परंतु जोपर्यंत त्यातील त्यांना आक्षेपार्ह वाटलेल्या गोष्टी स्पष्ट केल्या जात नव्हत्या तोपर्यंत चित्रपट 'जैसे थे' परिस्थितीतच राहणार होता.

दुसऱ्या दिवशीच्या स्क्रीनिंगच्या वेळी जर आमच्या बाजूने कौल मिळाला नसता तर त्या गोष्टीचा निषेध करण्यात आमीर आमच्या गटात सर्वांत आघाडीवर होता. तो त्याविषयी सर्वांपेक्षा जास्त बोलला. सिनेमातून दिल्या जाणाऱ्या सच्च्या संदेशावर त्याचा खरोखरच विश्वास होता. चित्रपटातील त्याचा वाटा किमान इतरांएवढाच लक्षणीय होता. ''आपण अत्यंत शुद्ध अंत:करणाने हा सिनेमा बनवलेला आहे.'' त्या दिवशी संध्याकाळी आम्ही त्याच्या घरी जमलो होतो त्या वेळी एखाद्या वक्त्याच्या आवेशपूर्ण आविर्भावात तो म्हणाला, ''आपण योग्य हेतू ठेवूनच हा सिनेमा केला आहे. सिनेमा हा सिनेमाच असतो. तो काल्पनिक असतो. आपल्याकडून यापेक्षा अधिक कशाची अपेक्षा ठेवली जाऊ शकत नाही किंवा मागणीही केली जाऊ शकत नाही.'' आपल्याभोवतीच्या खिन्न लोकांच्या समूहाकडे त्याने पाहिलं. कोणीही एक अक्षरही बोललं नाही. आम्ही सगळ्यांनी त्याच्या बोलण्याला सहमतीदर्शक माना डोलावल्या.

"आपण कोणत्याही सामान्य नागरीकासारखे देशभक्त आहोत. मी तुम्हाला सांगतो रॉनी, त्यांनी आपल्याला चित्रपटातील एखादी फ्रेम जरी कापायला सांगितली ना तरी मी त्याला तयार होणार नाही. त्या परिस्थितीत आपण चित्रपट प्रदर्शितच करू नये." आमीर म्हणाला. आमीरचा प्रामाणिकपणा आणि त्याच्या तीव्र भावनांची मी प्रशंसा केली. काही थोड्याचजणांनी टाळ्या वाजवून त्याची वाहवा केली आणि त्याच्या बोलण्याला आपला पाठिंबाही दिला. या सगळ्यात मी मोठ्या प्रमाणात अडकलो होतो, तरीही आमीरच्या मुद्द्याला मी पूर्णपणे मान्यता दिली होती.

माझ्या मनात खोलवर व्यवसायाचं वास्तव भेडसावत होतं. आता जर लष्कराकडून त्याला परवानगी नाकारली गेली असती तर आम्हाला तब्बल ४० कोटींचा तोटा सहन करावा लागला असता. आमच्या मानेवर ती टांगती तलवार होती. याशिवाय आम्ही चित्रपटाच्या मार्केटिंगसाठी भरपूर पैसा खर्च केला होता तोही पाण्यात गेला असता. चित्रपटाला सेन्सॉरची परवानगी मिळवण्यासाठी आम्ही कोणत्याही प्रकारचा संघर्ष नक्कीच करू शकलो असतो. मात्र, त्यांनी विनंती केलेले बदल न करण्याच्या निर्णयामुळे कित्येक वर्षं ती सगळी प्रक्रिया रखडली असती. त्या परिस्थितीत कालौघात आमचा चित्रपट ही ऐतिहासिक गोष्ट ठरली असती. तो कलात्मक आणि व्यावसायिकदृष्ट्या जिवंत सिनेमा उरला नसता. प्रत्येक गोष्ट कितीही महत्त्वाची असली तरी तिला ठराविक आयुष्य असतं. त्यामुळे मी आमीरच्या म्हणण्याला पाठिंबा दिला असला तरी आमच्या या पवित्र्याचे संभाव्य गंभीर परिणाम झाले असते याची मला कल्पना होती.

आम्ही दिल्लीला पोहोचलो आणि ठरल्याप्रमाणे स्क्रीनिंगसाठी गेलो. प्रेक्षागृहाच्या बाहेरचं दृश्य अजब होतं. कल्पनारम्यतेचा आविष्कार करणारं बॉलिवुड त्या वेळी देशातील आत्यंतिक सामर्थ्यशाली लष्करी वरिष्ठ अधिकारी यांच्यासमोर उभं होतं. अशा प्रकारच्या स्क्रीनिंगविषयीची बातमी पसरल्याबरोबर प्रसारमाध्यमांच्या २०० हून अधिक प्रतिनिधींशी आमची प्रवेशद्वाराजवळच गाठ पडली. त्यांनी कॅमेरा आणि मायक्रोफोन्स घेऊन आमचं स्वागत केलं होतं. तिथे सुरू असलेल्या गुप्त गोष्टीविषयीची माहिती मिळवण्यासाठी ते कमालीचे उत्सुक होते. प्रेसला थोडीशीच माहिती मिळाली

होती. एवढ्या संवेदनशील मुद्द्याविषयी बोलण्यास आम्ही बिचकत होतो. विशेषत: अशा प्रकारचं बोलणं झटकन आमच्या विरोधात जाऊ शकलं असतं. आमच्यावर प्रश्नांच्या फैरीच्या फैरी झडल्या होत्या. आमच्यावर होत असलेली प्रश्नांची सरबत्ती कशीबशी चुकवत आमचा गट आपल्या नशिबाचा निर्णय ऐकण्यासाठी स्क्रीनिंग रूममध्ये पोहोचला.

तिथे आम्हाला दुसरा धक्का बसला. तिथे फक्त हवाईदलाचे प्रमुख उपस्थित नव्हते, तर लष्कर आणि नौदलाचे प्रमुखही स्क्रीनिंगसाठी उपस्थित होते. याशिवाय संरक्षणमंत्री प्रणव मुखर्जीही आले होते. सेन्सॉर मंडळाच्या अध्यक्षा शर्मिला टागोर आणि सिनेमातील एके काळच्या आघाडीच्या अभिनेत्री वहिदा रहेमानही उपस्थित होत्या. सिनेमात अजय राठोडच्या आईची भूमिका वहिदा रहेमान यांनी पार पाडली होती. संरक्षणमंत्र्यांच्या दोन्ही बाजूंना या दोन सौम्य, सुंदर स्त्रिया बसल्या. मी, राकेश आणि आमीरने सन्माननीय व्यक्तींना अभिवादन केलं आणि एकमेकांकडे चिंताग्रस्त कटाक्ष टाकले. आम्हीही आपापल्या खुर्च्यांवर बसलो.

अडीच तासांनंतर लाइट्स सुरू झाले. राकेश, आमीर आणि मी त्या गटाच्या समोर प्रश्नांची उत्तरं देण्यासाठी जाऊन थांबलो. लष्कर आणि नौदलप्रमुखांना चित्रपट आवडला होता आणि त्यांना त्याविषयी फारसं काही बोलायचं नव्हतं. ''मलाही सिनेमा खूपच आवडला. यात अडचण काय आहे?'' सरंक्षणमंत्र्यांनी खांदे उडवत विचारलं. 'रंग दे बसंती'मध्ये संरक्षणमंत्र्यांवरच अजयच्या मृत्यूचं बरंचसं खापर फोडलं जातं. प्रणव मुखर्जींना त्यामुळे काहीच फरक पडला नव्हता. त्यांना त्याविषयी कसलीही काळजी वाटत नव्हती हे स्पष्ट झालं होतं.

अखेरीस हवाई दलाचे प्रमुख बोलले. आपले विचार गोळा करत त्यांनी आमच्यापैकी प्रत्येकाकडे तीक्ष्ण नजरेने पाहिलं. नंतर ते म्हणाले, ''मिस्टर खान, मिस्टर मेहरा, मिस्टर स्क्रूवाला तुमचा चित्रपट तुम्ही मला दाखवला त्याबद्दल मी तुमचे आभार मानतो.'' त्यानंतर आपल्या प्रत्येक शब्दाची काळजीपूर्वक निवड करत ते म्हणाले, ''मला वाटतं की हा चित्रपट चांगला आहे. अशा प्रकारचा चित्रपट आपण याआधी कधीच केला नव्हता.'' ते पुढे म्हणाले, ''अत्यंत टोकाची परिस्थिती असल्याखेरीज आपण चित्रपटावर कधीच बंदी

घालत नाही. तुम्ही जे करायचं ठरवलं असेल ते करा. पुढे व्हा आणि चित्रपट प्रदर्शित करा.''

ते क्षणभर थांबले. आम्ही सर्वांनीच सुटकेचा नि:श्वास टाकला. मोठा दरवाजा उघडत होता...

ते आणखी पुढे म्हणाले, ''फक्त मला तुम्हाला एवढंच सांगायचं आहे, की सध्या मिग विमानं चालवणाऱ्या मुलांपैकी दहाजणांच्या आयांचे मला दर महिन्याला फोन येतात. अर्थातच त्यांना आपल्या मुलांच्या सुरक्षिततेची काळजी वाटत असते. आपल्यालाही सर्वांना ती वाटते. कोणाला वाटणार नाही? परंतु या चित्रपटानंतर मला महिन्याला किमान शंभर फोन येतील.'' एवढं बोलून ते थांबले आणि हाताची घडी घालून म्हणाले, ''बेस्ट ऑफ लक!''

लष्कराच्या प्रतिसादामुळे आम्हा सर्वांचंच मनोधैर्य उंचावलं होतं. त्यांच्या पाठिंब्यामुळे आम्ही त्यांच्याबद्दल कृतज्ञ होतो. परंतु हवाईदल प्रमुखांचे शब्दही आमच्या कानांत शिरले होते. ते वास्तव होतं. स्क्रीनिंगनंतर बाहेर पडल्यावर प्रत्येक प्रमुखाने खिलाडूवृत्तीने प्रसारमाध्यमांच्या तिथे जमलेल्या प्रतिनिधींना मुलाखती दिल्या.

आमच्या चित्रपटाला सेन्सॉरने परवानगी नाकारल्याचं समजल्यापासून आम्हाला जेवढी प्रसिद्धी मिळाली होती त्याहून अधिक प्रसिद्धी आम्ही करूच शकलो नसतो. स्क्रीनिंगनंतर सतत आठवडाभर त्या बैठकीच्या बातम्या पहिल्या पानावर झळकत होत्या.

चित्रपट प्रदर्शित झाला नसता तर आमच्यासमोर वेगळ्याच प्रकारची आव्हानं उभी ठाकली असती, हे माझ्या मनाला कुठे तरी चांगलंच ठाऊक होतं. त्याही परिस्थितीवर उपाय शोधून काढण्यासाठी आम्ही नक्की काम केलं असतं याची मला खात्री होती. अखेरीस तुमचं काम आघाडीवर असतं त्या वेळी तुम्ही आपल्यासमोर आलेल्या परिस्थितीचा स्वीकार करता आणि उत्तम हेतू मनात बाळगून पुढे वाटचाल करता.

स्क्रीनिंगला उपस्थित असलेल्या प्रत्येकाबद्दल आम्हाला आदर असल्याचं त्यांना उमगलं होतं. त्यामुळे 'रंग दे बसंती' पुढे सरकला. तुमचा ज्याच्यावर विश्वास असतो त्याविषयी तुम्हाला खरोखर शुद्ध तळमळ असेल तर तुमचे

खरे हेतू सर्वांसमोर येतात. आम्ही आपण होऊन स्क्रीनिंग करवून घेतलं होतं. शिवाय अगदी 'बॉलिवुड'च्या साच्यात न बसणारा चित्रपट आम्ही बनवला होता. हा चित्रपट शिक्षण, आत्मपरीक्षण, आयुष्याचं महत्त्व आणि मूल्यं यांवर लक्ष केंद्रित करणारा होता. त्यामुळेच सगळा फरक पडला होता.

अनपेक्षित गोष्टींविषयी एखाद्या व्यक्तीचा आणि त्याच्या टीमचा काय प्रतिसाद असतो याविषयी जास्त काहीही सांगण्याची गरज नाही. तुम्ही अशा परिस्थिती कशा प्रकारे हाताळता यावर उद्योजक म्हणून तुमचं बरंचसं भवितव्य अवलंबून असतं. अखेरीस आम्हाला माहिती असलेल्या एकमेव मार्गावरून आम्ही चाललो होतो. आम्ही आमच्या अंत:प्रेरणेचं म्हणणं ऐकलं होतं. राकेश आणि आमीरसारखे सहकारी मिळणं ही आमच्या दृष्टीने सुदैवी बाब होती. आमच्या भोवताली खूपच छान टीम होती आणि आमच्यापैकी कोणालाही नेहमीच्या पद्धतीने केलं जाणारं काम आवडत नव्हतं. चाकोरीबाह्य चित्रपट करून आम्ही चित्रपटांच्या शंभर वर्षांच्या मॉडेलला धक्का दिला होता. या प्रक्रियेतील मार्ग इतरांना आम्ही दाखवला होता. उत्तम टीमची हीच तर खासियत असते. तुम्हाला स्वत: आत्मविश्वास असेल, तुम्ही ठामपणे निर्णय घेत असाल आणि तुमच्या व्यवसायातून समोर जे काही येईल ते स्वीकारण्याची तुमची तयारी असेल तर तुमच्याकडे गमावण्यासारखं काहीच नसतं.

'रंग दे बसंती'चं स्वागत करताना कित्येक लोकांनी मला सांगितलं की तो एक 'लकी ब्रेक' होता. आजही मला या गोष्टीचं आकर्षण वाटतं. मी जेव्हा हे ऐकलं होतं, त्या वेळी विचार केला, की त्यातील नेमका कोणता भाग सुदैवी होता? आम्हाला कोणीही पाठिंबा दिला नव्हता. आम्ही तिथे स्वबळावर उभे होतो आणि सारं तसंच यशोमार्गापर्यंत खेचून नेलं होतं. माझ्या मते तरी यात सुदैवाचा कसलाच भाग नव्हता.

सातत्य आणि तुमचा ज्यावर विश्वास असतो त्यावर ठाम राहण्याचं धाडस यामुळे नकारात्मक वागणाऱ्यांना आणि अविश्वास दर्शवणाऱ्यांना शांत बसवता येतं.

◆

विषमता ही नैसर्गिक असते. विषमता किंवा भेदभाव वाट्याला आले असतील,

तर तुम्ही त्यांचा आव्हान म्हणून स्वीकार करा किंवा सरळ पुढे चला. कारण ते कधीच नामशेष होत नाहीत. प्रमाणिकपणे सांगायचं झालं तर भेदभाव केला जाणं ही नेहमीच वाईट बातमी असते असं नाही.

पहिल्या पिढीचा उद्योजक म्हणून सुरुवात करताना माझ्याकडे मुबलक भांडवल व अनुभव नव्हता. खऱ्या अर्थाने कोणीही गॉडफादर किंवा सल्लागार नव्हता. लेझर ब्रशच्या मर्यादित यशामुळेसुद्धा माझ्या लक्षात आलं होतं, की फक्त करारपत्रं घेऊन येणाऱ्या व्यावसायिकाला भांडवल देण्याची इच्छा कोणालाही नसते. नवजात अशा माध्यमाच्या क्षेत्रात काम करायला मी सुरुवात केली त्या वेळी लोक 'प्रसारमाध्यमांचा उद्योग' असं म्हणतसुद्धा नव्हते. तरीही तो एक चांगला काळ होता. कारण त्याच काळात मी अंथरूण पाहून पाय पसरायला शिकलो. मला मिळालेल्या विषमतेमुळे निराश, हताश होण्याऐवजी मी या गोष्टींचा आव्हान म्हणून स्वीकार केला.

ज्या वेळी एखादा तरुण आज मला म्हणतो, की 'मला भांडवल मिळत नाही, मला पाठबळ लाभत नाही, मला नशीब साथच देत नाही,' त्या वेळी मला खूप वाईट वाटतं. आपल्या स्वप्नांचा त्याग करण्यासाठी सांगितलेलं ते एक निमित्त असतं. ''एक मिनिट थांब'' मी त्याला म्हणतो, ''तू एक कोटी रुपये मागितले होतेस, पण तुला पाच लाख रुपये द्यायलाही कोणी तयार नाही. का?''

''मला एक कोटी रुपयांचीच आवश्यकता आहे, मग मी पाच लाख कशाला मागत फिरू?'' तो म्हणतो.

''कारण तुला एक कोटी रुपये द्यायलाही कोणीही तयार नाही म्हणून! तू पाच लाख रुपये घेऊन, कठोर परिश्रम करून त्यानंतर पुढचे दहा लाख मिळवण्याचा प्रयत्न का करत नाहीस? तिथून सुरुवात कर. एका वेळी तुझ्या स्वप्नाच्या एका तुकड्याने सुरुवात कर. तू कधी तरी या प्रकारे विचार केला आहेस का?''

''अं? नाही.''

शांतता. संवाद संपला!

हेच माझं म्हणणं आहे.मला नेमकं हेच म्हणायचं आहे.

पाच लाख किंवा त्याहूनही कमी रुपयांत व्यवसाय सुरू करण्याचा व्यवसाय आराखडा तुम्ही तयार करू शकलात, तर पैसा कसा मिळवावा ते तुम्ही शोधून

काढू शकण्याच्या शक्यता असतात. सुरुवातीचं टोक शोधा आणि तिथून पुढे सरकू लागा. तुम्ही व्यावहारिकदृष्ट्या एकटेच असलात तरीही तुमच्या कल्पनेतील ऊर्जा आणि संवेग यांमुळे तुमच्या सुरुवातीच्या निधीचा प्रश्न सुटेल. तुमच्या कल्पनेतील ऊर्जा आणि संवेग यामुळे तुम्ही सहजगत्या निधी मिळवू शकता, हे कदाचित तुम्ही आधी ऐकलं असेल आणि मीही तुम्हाला ते कदाचित आधी सांगितलं असेल.

आपल्या व्यावसायिक प्रवासासाठी तुम्ही बाहेर पडता त्या वेळी अपयशाची तुलना आयुष्यातल्या विषम गोष्टींशी करणाऱ्या विचारापासून सावध रहा. निराधार निराशावादामुळे कित्येक औद्योगिक स्वप्नांचा चुराडा झाला आहे. 'हे माझ्यासाठी नाही. हे घडवून आणण्यासाठी आवश्यक असलेल्या पार्श्वभूमीतून मी आलेलो नाही. तिसऱ्या जगातील देशांत एकटा असल्याचे तोटे मला सहन करावे लागत आहेत. मी हे सगळं कसं काय चालवू शकेन?' कित्येक वेळा मी ही विधानं ऐकलेली आहेत. तुम्ही नकारात्मकतेच्या विळख्यात सापडता आणि संशयाला आपल्या मनात घर करू देता, त्या वेळी तुम्ही स्वत:साठी असामान्य अडथळे तयार करून ठेवता.

याशिवाय भारतामध्ये एकसंध, घट्ट, बळकट समाजरचना आहे. कदाचित ती पूर्वीच्या तुलनेत कमी बळकट असेल; परंतु तरीही आपले दोन्ही पाय उचलून उद्योजकतेच्या प्रदेशात उडी मारण्यास कचरणाऱ्या उद्योजकासाठी ती अद्यापही मारक आहे. तुम्ही कोण आहात आणि तुमची महत्त्वाकांक्षा काय आहे याविषयी तुम्ही आपल्या कुटुंबीयांशी बोलण्याची खरोखरच गरज असते. तुम्हाला आपली स्वप्नं प्रत्यक्षात उतरवणं किती अवघड आहे याची जाणीव होणं ही विषमतेशी संबंधित समस्या नसते, परंतु त्यामुळे तुमचं लक्ष आपल्या दृष्टिकोनापासून विचलित होतं, ही खरी समस्या असते. उद्योजकतेचा प्रवास सुरू केल्यावर आरशात स्वत:कडे पहा. तिथेच तुम्हाला सत्य आणि तुमची आंतरिक ताकद समजेल आणि त्यामुळे तुम्ही योग्य दिशेने पुढे जात राहाल.

मला माझी लंडनची ट्रिप आठवते. तिथे मला टूथब्रशची मशिन्स दिसली होती. त्या वेळी कस्टम्स ड्यूटी आणि आयात परवान्यासाठी २४०० पौंड्सची गरज होती. माझ्याकडे एवढे पैसे नव्हते. परंतु यामुळे माझ्यात काही तरी कमी आहे, असं मला वाटलं नाही. मला माझ्या पालकांकडून एवढे पैसे मिळणार नाहीत

हेही माहीत होतं (मी त्यांना विचारलंही नाही). मी कर्ज मिळवण्यासाठी आपल्या पहिल्या ग्राहकाचं 'लेटर ऑफ इंटेंट' मिळवलं होतं. मला त्यासाठी खूपच परिश्रम करावे लागले. त्या आव्हानाच्या कसोटीवर मी उतरायला हवं होतं. मी उतरलो, मला पैसे मिळाले. आपलं ध्येय साध्य करायला कृतीचा शोध घेणं आणि सर्जनशीलतेने आपल्या समोरच्या समस्या सोडवणं यासाठी उद्योजकाला पर्याय नाही. त्याखेरीज तो खऱ्या अर्थी उद्योजक बनत नाही. आता पूर्वीइतकी व्यवसायासाठी पैसा उभं करणं ही समस्या तितकीशी गंभीर राहिली नाही. जगभर नजर टाकल्यावर काय दिसतं? काटकसर करणं आणि कुठल्याही बाह्य भांडवलाशिवाय पुढे जाण्यासाठी स्वतःची स्वतः प्रक्रिया सुरू करणं ह्या दोन गोष्टी उद्योजकांकडून भांडवल म्हणून वापरल्या जातात. आपल्या रक्तातच काटकसर असलेला उद्योजक उत्तम भांडवल आणि अहंकाराचा दर्प असलेल्या उद्योजकापेक्षा कमी चुका करतो. अशा उद्योजकांकडून आपण मूल्यांवर आधारित उत्तम मॉडेल्सची अपेक्षा करू शकतो. तो उद्योजक भवितव्याचं चांगलं नियोजन करतो आणि यशाच्या शक्यता वाढवतो. त्याला प्रत्येक गोष्टीची किंमत अधिक चांगली समजलेली असते. अखेरीस, ज्या व्यक्तीकडे अधिक अनुकूल गोष्टी आहेत असं वाटतं, त्यापेक्षा तुम्हाला यश मिळण्याची शक्यता अधिक असते.

'त्यामुळे तुम्ही कोणापेक्षा कमी नसता.'

व्यवसायात एक गोष्ट बोलली जाते. आपण स्वतःला कमी लेखण्यातून पराभूत मनोवृत्ती स्पष्ट होते. जनरल जॉर्ज पॅटनप्रमाणे जास्तीत जास्त विचार करायचा प्रयत्न करा. महायुद्धामध्ये आपल्या सैन्याकडे गॅसोलिन नसल्याचं जेव्हा त्याच्या लक्षात आलं तेव्हा त्याने सांगितलं, "गॅसोलिन संपलं तर संपलं. आपण पुढे जात राहणार आहोत. आपण जर्मनांना बर्लिनपर्यंत मागे रेटू.'

♦

जेव्हा आपण स्वतःला 'मी प्रतिकूल आर्थिक परिस्थितीत आहे' असं म्हणतो तेव्हा आपण आपली तुलना प्रत्येकाशी करतो. भारतात या मनोवृत्तीमुळे खूप मोठं आव्हान उद्योजकांसमोर आहे. भारतीय उद्योजकांची पिढी आपली स्वप्नं पाहायला तयार आहे, पण त्यांच्या मनात भीती व अनिश्चितता आहे. त्यांची

मनोवृत्ती पुराणमतवादी आहे. त्यांना फार धोका नकोय. अनेकांकडे अस्खलित, आत्मविश्वासपूर्ण वक्तृत्वाची देणगी नाही. पाठीराखेही नाहीत.

बहुतेक लोकांमध्ये स्वत:ची स्वप्नं पाहणारी एखादी व्यक्ती ती प्रत्यक्षात उतरवण्याचं आव्हान स्वीकारत नाही. अशा वेळी वर दिलेल्या कारणांपैकी एखाद्या कारणात त्यांच्यातील न्यूनगंडाचा उगम तुम्हाला सापडू शकेल.

तुमच्यासाठी आणि अनेकांसाठी विषमता किंवा कमीपणाची भावना म्हणजे कदाचित 'मी छोट्या शहरातून आलो आहे, मी आतापर्यंत बाहेर पाऊलही टाकलेलं नाही. त्यामुळे मला किती माहिती असणार?' अशा भावना असू शकतील. परंतु मी तुमच्याबरोबर दोन तास बसून, बोलून तुमची कौटुंबिक पार्श्वभूमी विचारली तर कदाचित तुमचे वडील लष्करात किंवा भारतीय रेल्वेत असू शकतात. कदाचित दर दोन वर्षांनी वडिलांच्या बदलीमुळे तुम्हाला एका गावातून दुसऱ्या गावात जावं लागत असेल. किंवा आणखी काहीही असू शकेल. परंतु मला यात काय दिसतं? खऱ्याखुऱ्या भारतीय बाजारपेठेचा लाभ उठवण्याची संधी तुम्हाला मिळालेली असते. आताची लहान शहरं ही भविष्यकाळातील प्रमुख खपाची ठिकाणं बनणार आहेत. ग्रामीण भागातील बाजारपेठा तुम्हाला चांगल्या माहिती आहेत. पण तुमचा एखादा अधिक 'सुदैवी' वर्गमित्र दिल्लीला गेलेला असतो आणि तिथे विद्यापीठात शिकून तो फक्त लोकप्रिय आयफोनचं हजारावं ॲप वगैरे बनवतो. त्याच्या तुलनेत तुम्हाला आपल्या भवितव्याचं चित्र मागास भासत असेल, पण मला तरी ते तसं वाटत नाही.

जग सपाट आहे की नाही याची उद्योजक काळजी करत बसत नाहीत. आपल्या व्यवसायांच्या उभारणीत ते अत्यंत व्यस्त असतात.

◆

- एखाद्या कंपनीच्या उभारणीसाठी नशीब लागतं, ही कल्पना उद्योजकांनी आणि लीडर्सनी आपल्या प्रवासाच्या कोणत्याही टप्प्यावर मनातून काढून टाकली पहिजे. 'नशीब नसणं' हा आपल्या मार्गात पुन:पुन्हा निर्माण होणारा चिवट अडथळाही त्यांनी दूर केला पाहिजे.
- ज्या वेळी लोकांच्या व्यवसायाला उतरती कळा लागते किंवा त्यांचे वाईट दिवस

असतात त्या वेळी त्यांच्यासोबत रहा. ज्या वेळी त्यांना पुन्हा चांगले दिवस येतात त्या वेळी ते तुमच्यासमवेत असतील.

- तुम्हाला परवडणाऱ्या जोखमी पत्करा आणि नंतर ठाम निर्धाराने पुढे चला. उत्तम अंमलबजावणी आणि पूर्वनियोजन यांचं पाठबळ असेल तर मोठ्या जोखमींमधून मोठी बक्षिसं किंवा लाभही मिळतात. याचं नशिबाशी काही देणं-घेणं नसतं. ज्या वेळी वाईट किंवा चुकीच्या गोष्टी घडतात त्या वेळी त्यांचा संबंध दुर्दैवाशी नसतो. फक्त संधी स्वीकारा. तिचं पुनर्मापन करा, त्याविषयी इतरांशी संवाद साधा, चूक सुधारा, तिच्यातून धडे घ्या आणि पुढे चला.

- योग्य वेळी योग्य ठिकाणी असल्याचा फायदा घेण्यासाठी प्रभावी नियोजनाची आणि उच्चस्तरीय पूर्वतयारीची, खुलेपणाची आणि प्रगतशील मनोवृत्तीची गरज असते.

- इतरांशी तुलना करणं आणि इतरांकडे काय आहे किंवा काय नाही यावर आपलं मूल्यमापन करणं थांबवा. त्यामुळे तुमचा हेतू सफल होण्यास मदत होणार नाही; फक्त तुमचं लक्ष विचलित होईल. आणखी एक गोष्टही लक्षात ठेवा. ती म्हणजे विषमता. कमतरता किंवा भेद ही नैसर्गिक गोष्ट आहे. मात्र, ती नेहमीच संकटाची पूर्वसूचना नसते. तुम्ही तुमच्यातील त्या कमतरतेचा आव्हान म्हणून स्वीकार करा आणि पुढे चला. तुमच्या सकारात्मक दृष्टिकोनाने असमानतेच्या सगळ्या कल्पना नष्ट होऊ द्या. खरोखरच, उद्योजकता आपल्या विषमतेच्या किंवा कमतरतेच्या दंतकथेशी संघर्ष करण्यास आणि तिच्यावर मात करण्यास शिकवते.

◆◆◆

११
व्यवसायातून बाहेर पडताना...

ज्यांनी यशस्वीपणे आपल्या व्यवसायाला रामराम ठोकला आहे त्यांना तुम्ही विचारलं, तर ते तुम्हाला नक्कीच सांगतील, की व्यवसायातून बाहेर पडण्याची घटका तुम्ही ठरवू शकत नाही. धोरणं ठरवण्याची आवश्यकता भरभक्कम व्यवसायाच्या उभारणीसाठी असते, व्यवसायातून बाहेर पडण्यासाठी नसते.

२०१३ च्या अखेरीस माध्यमांच्या क्षेत्रातून मी बाहेर पडल्यावर मला कित्येक लोक भेटले आणि म्हणाले, "व्यवसायातल्या एक्झिटविषयी तुमच्याशी बोलायचंय." एक-दोनदा लोक म्हणाले तेव्हा मी दुर्लक्ष केलं. पण जेव्हा चार-पाच वेळा असं झालं तेव्हा, मला जरा वेगळं वाटलं. असं वाटून गेलं की मी खरंच अशी व्यक्ती आहे का? व्यवसायातल्या एक्झिटविषयी मला खूप माहिती असेल किंवा माझ्याकडे बोलण्यासारखं खूप असेल असं लोकांना का वाटतंय?

हे खरंय, की गेल्या कित्येक वर्षांत व्यवसायातून बाहेर पडण्याच्या संधी माझ्यासमोर नक्कीच आल्या होत्या. परंतु तेव्हा मला वाटायचं, की परिस्थितीचा अंदाज घेऊन, व्यवसायाची नेमकी परिस्थिती अभ्यासून त्यात आवश्यक त्या सुधारणा कराव्यात. प्रत्येक वेळी व्यवसायाच्या एक्झिटविषयीचं धोरण पूर्णपणे

अनियोजित स्वरूपाचं होतं याचं लोकांना खूपच आश्चर्य वाटतं. खरं तर बऱ्याचदा त्यांचा त्यावर विश्वास बसत नाही. माझ्या संपूर्ण उद्योजकीय प्रवासात कुठलाच व्यवसाय मी एक्झिट कधी घ्यायची या हेतूने सुरू केला नव्हता. जर माझ्या एखाद्या व्यवसायाने तीस वर्षं यशस्वीपणे पूर्ण केली असती, तर त्या क्षेत्रात मी किती तरी वर्षं प्रगती केली आहे, या कल्पनेने मला आनंदच झाला असता.

काही उद्योजक एखाद्या 'कूल' कल्पनेवरून दुसऱ्या 'कूल' कल्पनेवर टणाटण उड्या मारत राहतात. क्वचित मिळणाऱ्या यशाने हुरळून सातत्याने पदरात पडणाऱ्या अपयशांकडे दुर्लक्ष करण्याकडे त्यांचा कल असतो. काही व्यावसायिक एकाच व्यवसायात जिद्दीने उभे राहिलेले दिसतात. 'व्यवसायातून बाहेर पडणं म्हणजे अपयशाचं लक्षण आहे, किंवा जो व्यवसाय पिढ्यान् पिढ्या उभारलाय तो सोडणं म्हणजे त्या व्यवसायाशी प्रतारणा आहे', असं ते मानतात. या आपल्या जिवलग व्यवसायाला ते आयुष्यभर चिकटून राहतात. प्रत्येक उद्योजक आपापल्या नजरेने व्यवसायातील 'एक्झिट'कडे पाहतो. कोणाकडेही, कुठल्याच प्रकारे व्यवसायात 'एक्झिट' कसा घ्यावा याची दृष्टी नसते.

एक उद्योजक म्हणून तुमच्या प्रवासात 'जेव्हा तुमची कंपनी १०० टक्के तुमची राहिली नाही' अशी जाणीव होते तेव्हा तुमच्यापुढे एक ज्वलंत प्रश्न उभा राहतो, की 'बाहेर पडायचा मार्ग कुठे आहे?'

इथे तीन गोष्टी स्पष्ट व्हायला हव्यात:

पहिली गोष्ट म्हणजे बरेच लोक व्यवसायातून एक्झिट घेणं याचा अर्थ 'व्यवसायाचा त्याग करणं' असा लावतात. हे काही खरं नाही. जेव्हा असा एक्झिटचा पर्याय समोर उभा ठाकतो, तेव्हा आपल्या कंपनीसाठी, स्टेकहोल्डर्ससाठी आणि टीमसाठी सर्वोत्तम पर्याय काय आहे, हा विचार करूनच तुम्ही निर्णय घेता. तुमचं व्यवसायातून बाहेर पडणं, हे खरं तर तुमच्या दृष्टीने तुमचा व्यवसाय, तुम्ही उभा केलेला ब्रँड किंवा त्याच्या प्रगतीच्या टप्प्यावरचं एक स्थित्यंतर असतं. यामध्ये प्रगतीबाबतची एक आशाही असते. अर्थातच या प्रक्रियेत अनेकदा काही पुनर्रचना, फेरबदल केले जातात. पण या प्रसंगी, शर्यतीत जसं बॅटन एकाकडून दुसऱ्याकडे दिला जातो, तसा प्राथमिक विचार केला पाहिजे.

दुसरी गोष्ट म्हणजे तुम्ही तुमच्या गुंतवणूकदारांना आणि भागीदारांनाही बाहेर पडण्याचा मार्ग सुचवल्यामुळे तुमचा बाहेर पडण्याचा मार्ग नेहमी सूचित होतोच असं नाही. तुम्ही बाहेर पडल्यामुळे नेहमी फायदा होतोच असं नाही किंवा कंपनीची किंमत वाढतेच असं नाही. खरं तर बऱ्याचदा परिस्थिती उलट असते. लीडर म्हणून आपल्या स्टेकहोल्डर्ससाठी योग्य वेळी लिक्विडिटी इव्हेंट निर्माण करणं ही तुमची जबाबदारी आहे. संस्थापक म्हणून तुमच्या कंपनीची, टीमची, ब्रँडची दीर्घकालीन उभारणी करायची असेल तर तुम्हाला तिथेच राहून मूल्यांची रुजवण करायला हवी.

तिसरी गोष्ट म्हणजे तुम्ही व्यवसायाच्या एक्झिटच्या वेळी तुमच्या संपूर्ण टीमशी आणि सहकाऱ्यांशी स्पष्ट संवाद साधणं हा कळीचा मुद्दा आहे. हा योग्य संवाद साधण्यासाठी काटेकोर नियोजन, सुस्पष्टता, प्रामाणिकपणा आणि अनुरूप वेळ या गोष्टी आवश्यक आहेत. माझ्या दृष्टीने व्यवहारामध्ये 'संवाद' ही अत्यंत महत्त्वाची गोष्ट आहे. यामुळे कंपनीच्या पुढच्या प्रगतीमध्ये मूल्यं आणि संस्कृती टिकून राहते. या स्पष्ट संवादामुळे लोक आपापले निर्णय व्यवस्थित घेऊ शकतात. सुरळीत स्थित्यंतराची हमी देण्यासाठी घेतला गेलेला दृष्टिकोन, आपल्यासाठी व्यक्त केलेली आस्था आणि नियोजन त्यांना भावतं. जेव्हा उद्योजक कंपनीची परिस्थिती उत्तम ठेवण्याऐवजी उद्योगाच्या एक्झिटवर लक्ष केंद्रित करून उद्योगाची उभारणी करतात, त्या वेळी उद्योगात चैतन्य, सक्रियता या गोष्टी सुरळीत राहण्यासाठी निर्णय घेणं आणि त्याची अंमलबजावणी करणं खूपच अवघड बनतं. कंपनीची किंमत वाढवण्याचा एक मार्ग म्हणून 'एक्झिट'कडे पाहिलं जात असलेल्या काही मीटिंग्जना मी उपस्थित राहिलो आहे. 'आजपासून दोन वर्षांनी अमुक घडेल, तीन वर्षांनी तमुक घडेल... मग आपण... साठी अगदी तयार असू, वगैरे वगैरे.'

आता मी अगदी छातीठोकपणे असं म्हणू शकतो, की अशा प्रेझेंटेशनमध्ये सहभागी असलेला प्रत्येकजण हा कल्पनेच्या दुनियेत वावरत असतो. कारण मूळ मुद्दा असा आहे, की व्यवसायातल्या एक्झिटची घटका तुम्ही ठरवू शकत नाही. ज्यांनी यशस्वीपणे आपल्या व्यवसायाला रामराम ठोकला आहे अशा कोणालाही तुम्ही त्याबद्दल विचारा. ते एकच गोष्ट सांगतील, की मी असं नियोजन कधीच केलं नव्हतं किंवा माझा असा हेतूही नव्हता. मी तुम्हाला

पैजेवर सांगतो, की ९५ टक्के वेळा अशा परिस्थितीत येणारा गुंतवणूकदार आणि बाहेर पडणारा संस्थापक यांच्यासाठी समान लाभदायी परिस्थिती असते.

तुम्ही जर आपल्या व्यवसायाची उभारणी फक्त तुम्हाला व्यवसाय उभारायचा आहे म्हणून केली असेल आणि बाहेर पडण्याची निवड तुम्ही केलेली असेल, तर योग्य वेळी बाहेर पडण्याच्या कित्येक संधी तुमच्यासमोर असतील. ती एवढी साधी गोष्ट आहे.

वीस वर्षांपूर्वी जगात कुठेही तीन वर्षांत कंपनी विकून बाहेर पडण्यावर डोळा ठेवून काही उद्योजक व्यवसायांची उभारणी करत नव्हते. आजच्या इंटरनेटच्या संस्कृतीत क्षणार्धात जागतिक संवाद साधण्याच्या, ऑनलाइन सोशल ॲप्सच्या काळात पोस्ट केलेल्या ब्लॉग्जमुळे आणि प्रसारमाध्यमांत विचारांपलीकडे पैसा मिळतो. त्यामुळे सळसळत्या ऊर्जेने भरलेल्या, महत्त्वाकांक्षी उद्योजकांच्या नवीन पिढीची कल्पकता ढवळून निघाली आहे. ते काही यशस्वी लोकांच्या उदाहरणांचं अनुकरण करतात. अठरा महिन्यांत एखाद्या टीमने अब्ज डॉलर्सचा व्यवसाय उभारलेला असतो. नुकत्याच कॉलेजमधून बाहेर पडलेल्या पंचविशीतील तरुणाने आपल्या घरातल्या तळघराचं एका रात्रीत आंतरराष्ट्रीय सोशल नेटवर्किंग साइट हबमध्ये रूपांतर केलं. कॉलेजमध्ये जाणाऱ्या एखाद्या मुलाने आपल्या वसतिगृहातील खोलीत राहून GPS ॲप विकसित केलं. जणू काही अशा प्रकारच्या बाबी या अगदी सर्वसामान्य आणि ट्विटर अकाउंट ओपन करण्याएवढ्या साध्या असाव्यात अशा प्रकारे त्याबद्दल बोललं जातं; पण हे काही खरं नाही.

कोणत्याही द्रष्ट्या उद्योजकाला आणि लीडरला विचारा. मी तुम्हाला पैजेवर सांगतो, की ते तुम्हाला सांगतील, की त्यांना हवी असलेली गोष्ट मिळवण्यासाठी त्यांना कित्येक आव्हानांशी सामना करावा लागला, कित्येक प्रकारचे त्याग करावे लागले तेव्हा कुठे 'श्रीमंत' प्रेमिकांनी (गुंतवणूकदारांनी) त्यांचा अनुनय करण्यास सुरूवात केली. त्यांनी कित्येक वेळा सुटकेचे अयशस्वी प्रयत्न केले आणि धोकादायक अनियोजित प्रसंगांना तोंडही दिलं. त्या वेळी यशाची निश्चिती नक्कीच होती. परंतु त्यांनी निश्चित वेळी बाहेर पडण्याचा कोणत्याही प्रकारचा मोठा नियोजित आराखडा न आखता कठोरपणे चिकाटीने दीर्घ प्रयत्न केले. त्यांनी नेहमीच एक योग्य गोष्ट केली, ती म्हणजे ते नेहमीच चिकाटीने

आपल्या मार्गावरून चालत राहिले; मूल्याधारित व्यवसाय, उत्पादनं किंवा सेवांची उभारणी करत राहिले.

◆

मी व्यवसायांमधून बाहेर पडलो, तेव्हा बाहेर पडण्याचे मार्ग आपोआपच कसे तयार झाले ते मला आठवतं. मी आधीच उल्लेख केल्याप्रमाणे केबल टी.व्ही.ची सुरूवात केली. त्या काळाच्या मानाने बऱ्याच पुढे असलेल्या संकल्पनेवर आधारित व्यवसायाचा पाया घालण्याच्या कल्पनेने मी झपाटलेला होतो. केबल टी.व्ही. एक घरगुती उद्योग म्हणून भरभराटीला आला आणि स्पर्धा वाढली. पारदर्शकता कमी झाली. ते क्षेत्र पूर्णपणे नियंत्रित नसल्यामुळे प्रत्येकानेच स्वतःचे नियम तयार केले. काही वेळा या नियमांमुळे व्यवसायाच्या वाढीवर विपरीत परिणाम होत असले तरी काही मूलभूत नियमांमुळे व्यवसायाची निरोगी चौकट निर्माण होत होती.

केबल व्यवसायाने पाचवं वर्ष गाठलं. तोवर अशा अनियंत्रित वातावरणात आपल्याला पुढे जाणं कठीण असल्याची भावना माझ्या मनात निर्माण होऊ लागली होती.

आम्ही बाहेरून पैसा घेतलेला नव्हता आणि आमच्यावर बाहेर पडण्याची कोणत्याही प्रकारची सक्ती नव्हती. व्यवसायाचा अचूक अंदाज घेण्यासाठी दैनंदिन व्यवहारांपासून मी लांब राहिलो. या व्यवसायाला दिशा देता यावी, इतर उद्योगांसाठी मोकळा वेळ मिळावा, हा यामागचा हेतू होता. आम्ही व्यावसायिक दृष्टिकोनातून पूर्ण विचार केला. तरीही वर्षभरातच माझ्या लक्षात आलं होतं, की केबल टी.व्ही.च्या व्यवसायात मी दीर्घकाळ राहू शकत नाही. एक उद्योजक म्हणून 'बाहेर पडण्याचा मार्ग' (एक्झिट) या शब्दाचा विचार करण्याएवढा त्या वेळी मी परिपक्व झालो होतो असं मला वाटत नाही. त्या वेळी मला जर कोणी विचारलं असत, की 'एक्झिट' या शब्दाचा अर्थ काय असतो, तर मी त्याला नक्कीच सांगितलं असतं, की 'एक्झिट' म्हणजे नाट्यगृहाच्या बाहेर पडण्याचा दरवाजा. त्या वेळी सगळ्याच संधींचं स्वागत करण्यासाठी मी खुलेपणाने तयार होतो.

माझ्या तेव्हाच्या सासऱ्यांबरोबर माझ्या दोनदा किंवा तीनदा चर्चाही झाल्या. ते

माझ्या व्यवसायातले ज्येष्ठ भागीदार आणि सहसंस्थापक होते. मला बाहेर पडायचं होतं. योगायोगाने आम्ही नेमलेले सी.ओ.ओ. माझ्याकडे आले. एके दिवशी त्यांनी मला सांगितलं की त्यांना आमच्या कंपनीतून बाहेर पडायचं आहे. मला त्यांच्याशी बोलायचं होतं, म्हणून मी त्यांना बसायला लावलं आणि विचारलं, ''तुमची योजना काय आहे?''

''दक्षिण भारतातील एक मोठा ग्रुप हॉलिडे रिझॉर्ट्स आणि रियल इस्टेटच्या व्यवसायात आहे.'' ते म्हणाले, ''त्यांनी मला बोलावलंय. आणि त्यांच्याकडे केबल व्यवसाय मुळापासून सुरू करावा, तो राष्ट्रीय स्तरापर्यंत वाढवावा असं त्यांना वाटतंय.''

यावर मी म्हणालो, ''मला वाटतं की तुम्ही त्यांच्याकडे अवश्य जावं. पण जाताना एकटेच का जाताय? हा सर्व व्यवसायच आपण त्यांना विकत देऊ शकतो. इथला प्रत्येक माणूस नव्या व्यवसायाची सुरूवात करू शकेल.'' हे शब्द अक्षरश: अनपेक्षितपणे बाहेर पडले होते. यामुळे मी एका नव्या फायदेशीर ठरणाऱ्या संधीकडे निघालो होतो.

ते सी.ओ.ओ. त्यांच्या नवीन कंपनीच्या लोकांशी त्याविषयी बोलले. त्यांना तो प्रस्ताव पूर्णपणे आवडला. दोन महिन्यांच्या आतच आम्ही करार केला. यात काडीचंही पूर्वनियोजन नव्हतं. मला हे सगळं नवीन होतं.

खरं तर व्यवसायातल्या कित्येक गोष्टी अशा सहजपणे घडत आणि उलगडत जातात.

◆

विविध व्यवसायांतील माझ्या २५ वर्षांच्या कारकीर्दीत आमच्या कित्येक भागीदारांनी आणि गुंतवणूकदारांनीही कंपन्या सोडल्या, परंतु मी अगदी क्वचितच इन्व्हेस्टमेंट बँकरचा वापर केला, हे स्पष्ट करतो. मला वाटतं, की इनव्हेस्टमेंट बँकर्स हे तांत्रिकदृष्ट्या विचार करता मध्यस्थाचं काम करतात; परंतु माझ्या दृष्टीने मला ते नेहमीच स्वत:च्या फायद्यासाठी संघर्ष करत असल्याचं वाटतं. त्यांच्यापैकी बहुतेक लोक आपण हितचिंतक असल्याचं दाखवण्यासाठी अचानकच कुठल्याही गोष्टीला प्रोत्साहन देतात, कोणत्याही गोष्टीचे तज्ज्ञ बनतात. अंतिमतः त्यांच्यामुळे बरीच दिरंगाई होते. उत्पादन किंवा सेवा महाग होत जातात.

तुम्ही प्रथमच गुंतवणूकदार किंवा भागीदारांच्या शोधात असाल तर मध्यस्थ हा तुम्ही ज्या लोकांपर्यंत पोहोचू शकत नाही त्यांच्यापर्यंत जाण्याचे दरवाजे उघडू शकणारा देवदूत असतो, आणि माझ्या मते इथूनच संघर्षाला सुरूवात होते. इन्व्हेस्टमेंट बँकर्सचं नेहमीच उत्तम प्रकारचं जाळं असतं. ते त्यांचं कामच असतं. बहुतेक वेळा संभाव्य गुंतवणूकदार हा इन्व्हेस्टमेंट बँकरचा पूर्वीचा किंवा भविष्यातला ग्राहक असतो. म्हणूनच हा संघर्ष निर्माण होतो.

इन्व्हेस्टमेंट बँकरची भूमिका दुहेरी असते. उद्योजक म्हणून तुम्ही किती वाकू शकता याचा अंदाज घेणं आणि त्याच वेळी संभाव्य गुंतवणूकदार जास्तीत जास्त किती चांगली किंमत देऊ शकतो ते समजून घेणं, या दोन्ही गोष्टी तो करत असतो. त्यामुळे तुमच्यासाठी तो गुंतवणूकदार उत्तम ठरावा अशा प्रकारे संभाव्य भागीदारीची योजना ठेवतो. त्याच्या दृष्टीने दोन्ही बाजूंना लाभदायक ठरणारा तो प्रस्ताव असतो. प्रत्यक्षात मात्र तो इतरांशी फारशी फिकीर न करता स्वत:च्या फायद्यासाठी केलेला प्रस्ताव असतो.

असे व्यवहार फारसे ते योग्य नसतात. तुम्ही आपल्या कंपनीचे प्रस्ताव इतरांसमोर उत्तम प्रकारे मांडण्यासाठी इन्व्हेस्टमेंट बँकरला नेमता. त्याला जो प्रस्ताव योग्य वाटेल तोच उत्तम आणि दोन्ही बाजूंसाठी योग्य आहे असं तुम्हाला वाटलंच पाहिजे यासाठी तुम्ही त्याला नेमलेलं नसतं, हे नीट लक्षात घ्या. तुम्ही आणि तुमच्या कंपनीत येणारा गुंतवणूकदार थेट वाटाघाटी करून जे मूल्य ठरवाल ते इन्व्हेस्टमेंट बँकरमार्फत ठरवलेल्या मूल्यापेक्षा १०-२० टक्के अधिक असेल, असं मी तुम्हाला अगदी पैजेवर सांगतो. हे शंभरपैकी ९५ वेळा तरी घडेल.

तुमचा व्यवसाय नवीन असेल, तुम्हाला गुंतवणूकदार किंवा भागीदारांची गरज असेल तर इन्व्हेस्टमेंट बँकरचा जरूर वापर करून घ्या, परंतु या गोष्टींकडे लक्ष द्या-

१. दुसऱ्या पार्टीशी थेट वाटाघाटी करा. (बँकरला नियंत्रणात ठेवा.)

२. काही विशिष्ट मुद्द्यांच्या संदर्भात बँकरच्या खांद्यावरून गोळी चालवा.

३. अजेंड्यानुसार सगळ्या चर्चा पार पाडणं आपल्याच हातात ठेवा आणि सगळ्या मुद्द्यांबाबत साधकबाधक चर्चा करा. महत्त्वाचं म्हणजे निर्णय तुम्ही स्वत: घ्या.

फक्त योग्य ओळखी घडवून आणल्याबद्दलची फी द्या. त्याहून अधिक देऊ नका. या गोष्टी पहिल्या भेटीच्या वेळेस महत्त्वाच्या असतात. त्या सांभाळा. आता डाव तुमच्या हातात असेल. मात्र, एक लक्षात घ्या- तुमच्या सगळ्या अपेक्षा इन्व्हेस्टमेंट बँकरला सुरूवातीला तुम्ही सांगून टाकल्या तर तुम्ही खेळ हरल्यातच जमा असण्याच्या शक्यताच जास्त असतात. मग तुमच्याकडे घासाघीस करण्यासाठी फारशी जागाच उरलेली नसते.

हे सगळं असलं तरी तुमच्या व्यवसायाकडे एक प्रकारची चुंबकीय शक्ती असावी लागते. शिवाय तुमचे भागीदार आणि गुंतवणूकदार हे मार्केटमधले तुमचे उत्तम मार्गदर्शक असावे लागतात; अन्यथा, तुमची फसवणूक होईल आणि कमी पैशांत तुम्हाला व्यवहार पार पाडावा लागेल.

◆

मी खूपच लवकर बाहेर पडतो आहे की काय, मी याहून अधिक चांगलं (किंवा वाईट) करू शकलो असतो का, असे विचार आत्मपरीक्षण करताना माझ्या मनात आले होते. ज्या उद्योजकांच्या बाबतीत त्यांची एखादी कल्पना अत्यंत वैयक्तिक गरजेतून निर्माण झालेली असते, त्यांच्या वैयक्तिक ब्रँडचा ती अविभाज्य भाग असते. ज्या कल्पनेच्या प्रेमात ते एवढे आकंठ बुडालेले असतात, की त्या कल्पनेला दुसऱ्या कोणी तरी अर्थसाहाय्य दिलं तर ते त्यांना विचित्र वाटतं. अशा व्यावसायिकांच्या बाबतीत व्यवसायातून बाहेर पडणं अत्यंत कठीण बनतं.

या गोष्टी आपण सोडून देतो. त्याचा लाभ घेता येत नाही. (असा लाभ मला घेता येत नाही आणि इतर कोणालाही घेता येत नसतो.) मी केबल टी.व्ही.चा व्यवसाय अखंड ठेवला असता तर आतापर्यंत आम्ही केबल टी.व्ही.च्या जगतात देशांतील सर्वांत मोठी कंपनी बनलो असतो. मी स्थापन केलेल्या आणि पुढची काही दशकं वाढ झालेल्या यूटीव्हीच्या व्यवसायात मी जर १९९२ साली प्रसारणाच्या पहिल्यावहिल्या लाटेवर आरूढ झालो असतो आणि तसाच पुढे गेलो असतो तर....

किंवा होम शॉपिंगच्या व्यवसायात मी तसाच स्थिरपणाने पुढे जात राहिलो असतो तर...

किंवा आग्नेय आशियात मी टिकून राहिलो असतो आणि अखिल आशियाईतल्या मोठ्या माध्यम कंपनीची उभारणी केली असती तर...

जर, जर, जर...

कदाचित काय घडलं असतं याविषयी गतस्मृतींना उजाळा देत आणि वारंवार किती चुकीच्या गोष्टी घडल्या यावरही दुःख करत मी दिवस-दिवस बसू शकतो. नक्कीच! परंतु त्यापैकी एखाद्या व्यवसायाला उतरती कळा लागली असती तर त्या दिवसांच्या 'रम्य' आठवणी उरल्या नसत्या. त्याऐवजी फक्त अत्यंत वाईट दृश्य दिसत राहिलं असतं. एक भीतिदायक दृश्य!

आयुष्य आणि व्यवसाय या दोन्ही गोष्टी कधीही ठरलेल्या नसतात. एखादी समस्या किती जटिल बनणार आहे ते समजत नाही. असंख्य अनपेक्षित घटनांची पूर्वचिन्हंही दिसत नाहीत. शिवाय त्यांच्यामध्ये कित्येक अनुमान न बांधता येण्याजोगी वळणं आणि अचानक कलाटण्याही असतात. लोक परिपूर्णतेच्या शोधात असतात आणि ती परिपूर्णता कधीच नसते. ज्या व्यवसायात कसलाही त्रास होणार नाही आणि प्रचंड पैशाचा वर्षाव होईल, असा व्यवसाय असावा. या व्यवसायाचा सहज विस्तार करावा अशी त्यांची इच्छा असते. परंतु मी त्यांना सांगतो, की जमिनीवर या, वास्तववादी बना.

बाहेर पडणं म्हणजे कशाचा त्याग करणं किंवा एखादी गोष्ट सोडून देणं नव्हे, तर संधी साधणं होय. तुम्ही व्यवसाय सोडून निघता त्या वेळी आपण कशाचा तरी त्याग करत आहोत असा विचार जर तुमच्या मनात आला तर तुम्ही स्वतःचीच फसवणूक करताय. आपण उद्योजक का बनलो होतो हे तुम्ही विसरताय, असा याचा अर्थ होतो.

◆

कौटुंबिक व्यवसायांमधील पुढच्या पिढ्यांनी व्यवसायातून बाहेर पडावं की नाही, या विषयावर आज भारतात सर्वाधीक चर्चा सुरू आहे. कुटुंबांनी चालवलेले लाखो मध्यम ते मोठे व्यवसाय हे भारताच्या आर्थिक यंत्रणेचा कणा आहेत. या कित्येक वर्षांच्या जुन्या व्यवसायांच्या परंपरागत वारशांकडे सध्याची उद्योजकांची पिढी आश्चर्याने पाहत असते. आपल्या पणजोबांपासून चार पिढ्यांपर्यंत परंपरेने चालत आलेल्या एखाद्या व्यवसायातून किंवा

व्यवसायाच्या एखाद्या भागातून बाहेर पडण्याची योग्य वेळ ठरवणं ही गोष्ट अवघड असते. एखाद्या कंपनीच्या मुख्य कार्यकारी अधिकाऱ्याला घ्याव्या लागणाऱ्या कोणत्याही निर्णयाएवढीच! तुमच्या मनात प्रत्येकाच्या भल्याचा विचार असतोच. तरीही आपण बाहेर पडल्यामुळे त्याचा कुटुंबावर अनिष्ट परिणाम होईल अशी चिंता वाटू शकते. कारण काहीही झालं तरी तो व्यवसाय हा तुमच्या इतिहासाचा एक भाग असतो, समाजातल्या तुमच्या स्थानाचं प्रतीक असतो.

पहिल्यांदा एक गोष्ट लक्षात घ्या, की हा निर्णय फक्त आणि फक्त तुमच्या एकट्याच्याच हातात असतो. तुम्ही जर तो शुद्ध मनाने घेतला तर तुमच्यासाठी, तुमच्या कुटुंबासाठी आणि तुमच्या व्यवसायासाठी जे उत्तम असेल तेच तुम्ही करणार असता. अशा पद्धतीने बाहेर पडण्याविषयीचे प्रश्न आज मोठ्या प्रमाणात निर्माण होत आहेत. खरं तर साधारणत: दर दहा वर्षांनी जग पाचपटीने बदलत असतं. तुमच्या आजोबांना त्यांच्यानंतरही चाळीस किंवा तीस किंवा अगदी वीस वर्षांनीही जग कसं असेल याची कल्पना नव्हती. कमी तंत्रज्ञानावर आधारित उत्पादन करणारा व्यवसाय, स्टील व्यवसाय, एखादा व्यापार किंवा वितरणाचे व्यवहार, किराणा दुकान, फार्मसी किंवा कुटुंबाने सुरू केलेलं रेस्टॉरंट आपण चालवत राहतो. हे सगळे स्थिर व्यवसाय आहेत. परंतु ज्या वेळी उद्योजकतेचं भव्यदिव्य दृश्य तुम्ही पाहता त्या वेळी तुम्हाला या व्यवसायांत भव्य संधी असल्याचं जाणवतं.

या पार्श्वभूमीवर तुमचा व्यवसाय कुठे आहे? एक व्यवसाय म्हणून विचार करायचा झाला तर तुमचा कौटुंबिक व्यवसाय आज कालबाह्य असूही शकेल. व्यवसायवाढीसाठी त्याला ऑनलाइन विक्री किंवा इतर एखाद्या माध्यमातून ग्राहकांशी थेट संपर्क साधला जाण्याची गरज असू शकेल. कदाचित तुमच्या कौटुंबिक गरजा आरामशीरपणे भागण्याइतपत रोख पैसे त्यांमधून मिळत असतील, पण त्याहून अधिक काही मिळत नसेल. तुमचा व्यवसाय नको इतका सरकारी नियम आणि नियंत्रणांवर अवलंबून असेल आणि ती सगळी उठाठेव करणं तुम्हाला जमत नसेल. कदाचित तुम्हाला त्या व्यवसायात काम करायला मनापासून उत्साह वाटत नसेल. रोज सकाळी उठल्याबरोबर धावत जाऊन काम सुरू करावं असं त्या व्यवसायाविषयी तुम्हाला वाटत नसेल. यांपैकी

काहीही कारण असेल तरी उत्तम किमतीला तो व्यवसाय विकून टाकून तुम्ही धाडसी हीरो बनू शकता.

'परंतु हा व्यवसाय तर पिढ्यान्‌पिढ्या चालत आला आहे. तो विकला तर त्याचा माझ्या कुटुंबावर कसा परिणाम होईल?' असं तुम्हाला वाटत असेल तर स्वतःला पुढील प्रश्न विचारा : आपल्या कुटुंबाचा वारसा सांभाळण्याची तुम्हाला अनिवार ओढ नसेल तर आणखी पाच वर्षांनी तुम्हाला काय वाटेल? उठाव कमी झाल्यामुळे किंवा बाजारपेठ आकसल्यामुळे व्यवसाय वरच्या पातळीवर पोहोचला नाही तर तुम्ही आपल्या कुटुंबीयांना कशी मदत करू शकाल? किंवा त्याहूनही वाईट गोष्ट म्हणजे तुम्हाला त्या व्यवसायाविषयीची तीव्र ओढच नसल्यामुळे असं घडलं तर? फक्त जुनाट विचार करत, रेंगाळत, रडत-खडत काम करताय का? तुम्हाला ज्यात खरंच आवड आहे अशा आणखी किती संधी तुम्ही हातच्या जाऊ देणार आहात?

आयुष्य पुढेच जात असतं. उत्पादनापासून सेवांपर्यंत, तिथून तंत्रज्ञानापर्यंत, तिथून...कोणास ठाऊक कशापर्यंत! ज्या वेळी बाहेर पडण्याचा प्रश्न येतो, त्या वेळी तुमच्या आणि व्यवसायाच्या दृष्टीने जे उत्तम असेल ते करा. तुमचे कुटुंबीय तुमचे खरंच मनापासून आभार मानतील.

◆

मुलांसाठी सुरू केलेल्या 'हंगामा' या वाहिनीमुळे डिस्नेशी आमचं नातं जुळलं. 'हंगामा'मधून आम्ही बाहेर पडलो, त्या वेळी आम्ही काय केलं त्याकडे लोकांची नजर होती. ज्या वेळी या वाहिनीची कल्पना प्रथम स्फुरली होती, त्या वेळी आमच्या टीमपैकी कोणीही असं म्हटलं नव्हतं, की 'चला, आपण वाहिनी उभी करू या, त्यानंतर पहिल्या क्रमांकाचं स्थान पटकावू या आणि मग दोन ते तीन वर्षांत ती विकून टाकू या.' अशा प्रकारचं काहीही घडलं नव्हतं. खरं तर डिस्नेचा प्रस्ताव आम्हाला विनासायास, सहजपणे मिळाला होता.

भारत आणि मलेशियात आम्ही 'हंगामा' वाहिनीची उभारणी केली होती. मलेशियात या वाहिनीला 'सेरिया' असं म्हटलं जायचं. मलेशियन ब्रॉडकास्टरने हंगामामध्ये २६ टक्के गुंतवणूक करण्याचा प्रस्ताव आम्हाला दिला. आम्ही त्या करारावर स्वाक्षरी करणार, तेवढ्यात प्रसारमाध्यमांनी ती गोष्ट जगजाहीर केली.

मी २६ टक्के गुंतवणुकीच्या प्रस्तावाला तत्त्वतः मान्यता दिली. त्यानंतर दुसऱ्याच दिवशी मी लॉस एंजेलिसला गेलो. 'फॉक्स'बरोबर 'द नेमसेक' या सिनेमात आम्ही सहनिर्माते होतो. त्या संदर्भातलं हे काम होतं. तिथेच मला डिस्‍ने इंटरनॅशनलचे अध्यक्ष अँडी बर्ड यांचा फोन आला. आम्ही दोघंही आंतरराष्ट्रीय प्रसारणाच्या परिषदेत बोललो होतो त्याला दहा वर्षं उलटून गेली होती. तरीही त्यांचा फोन आल्याचं ऐकून मला आश्चर्य वाटलं.

''तुम्ही 'हंगामा'चा २६ टक्के भाग विकत असल्याचं नुकतंच मला बातम्यांमधून समजलं,'' ते म्हणाले. कित्येक दशकं प्रसारमाध्यमं आणि मनोरंजन क्षेत्रात असूनही चांगल्या आणि वाईटही बातम्या किती झपाट्याने पसरतात याचं मला नेहमीच आश्चर्य वाटतं. ''आम्ही भारतात आमची डिस्‍ने वाहिनी चालवत आहोत, हे तुम्हाला माहिती आहेच. आम्ही प्रचंड आवडीने 'हंगामा' पाहत असतो. तुमच्याकडे सुंदर कल्पना आणि प्रोग्रॅमिंग आहे. तर ती वाहिनी तुम्ही आम्हालाच विकत देऊ शकता का? तुमचा काय विचार आहे?'' त्यांनी विचारलं.

मी तत्काळ प्रतिसाद दिला, ''नाही. आम्ही वाहिनी विकण्याचा विचार का करावा? आम्हाला फक्त गुंतवणूकदार हवा आहे. त्याहून अधिक काहीही नको आहे. आणि त्या दृष्टीने एक चांगला प्रस्ताव आमच्यासमोर आहे.''

चिकाटी हा अँडींचा एक चांगला गुण आहे. मी त्यांना एवढ्या सहजतेने झटकून टाकू शकणार नाही ते मला माहीत होतं. ''मी लॉस एंजेलिस विमानतळावरून बोलतोय. मी बाहेर जातोय. पुढच्या आठवड्यापर्यंत आपण यावर विचार करून बोललो तर? तुम्ही पुन्हा कधी लॉस एंजेलिसमध्ये याल त्या वेळी इकडे या. आपण भेटू या.'' मी मुंबईत आहे असा त्यांचा समज होता.

''मी सध्या लॉस एंजेलिसमध्येच आहे.'' मी त्या योगायोगाची मज्जा घेत म्हणालो.

''फारच छान! आमच्या धोरणात्मक विभागाचे प्रमुख केविन मेयरना तुम्ही भेटाल का? चर्चा करून बघा. ही चांगली संधी वाटते का ते पहा. तुम्हाला वाहिनी विकण्याची इच्छा नाही हे मी मान्य करतो. फक्त त्यांच्याशी बोलून तर बघा. त्यांना काय म्हणायचं आहे ते पहा. फक्त चर्चा केल्यामुळे लगेच काही ठरत नाही.''

दुसऱ्या दिवशी मेयर यांच्याशी माझी दोन तास चर्चा झाली आणि एकापाठोपाठ एक गोष्टी घडत गेल्या. ''ठीक आहे, मग त्यासाठी काय करावं लागेल?'' त्यांनी विचारलं. अनौपचारिक हास्यविनोद आणि संभाषण झाल्यावर त्यांनी पुन्हा एकदा आपला मुद्दा पुढे रेटला होता. अँडी आणि मेयर या वेगळ्याच व्यक्ती होत्या. मुळातच ते दोघंही दुसऱ्याचं मन वळवण्यात अत्यंत वाकबगार होते. म्हणूनच तर डिस्नेसारख्या बलाढ्य कंपनीत ते उच्च स्थानावर होते. डिस्नेला 'हंगामा' विकण्याविषयी मेयर जेवढं जास्त बोलू लागले, तेवढंच यूटीव्हीच्या दृष्टीने याला कितपत महत्त्व आहे याचा मी विचार करू लागलो.

खरं सांगायचं तर त्यांच्याशी झालेलं संभाषण मला आवडलं. आम्ही ती पहिली मीटिंग संपवली. मी स्पष्टवक्ता आहे. थेट मुद्द्यावर येतो. केविन मेयरही जाणकार आणि सुज्ञ आहेत. त्यामुळे आम्ही छान मोकळी चर्चा केली. आमच्यासमोरचे सगळे पर्याय मोकळे झाले. ''आम्हाला यूटीव्हीचं मॉडेल आवडतं. आम्ही भारतात आहोत आणि आम्हाला विस्तार करायचा आहे. 'हंगामा'ची विक्री सोडून ट्रेडिंगविषयी आपण विचार करू या.'' केविन स्मित करत म्हणाले.

एकत्रितपणे प्रस्ताव तयार करून माझ्याकडे पाठवण्यासाठी त्यांना सुमारे १५ दिवस हवे होते. या दरम्यान आमच्या वाहिनीच्या भागविक्रीचा संभाव्य व्यवहार आम्ही स्थगित ठेवावा, अशी विनंतीही त्यांनी केली. मलेशियन ब्रॉडकास्टरबरोबर आम्ही २६ टक्के भागविक्रीचा व्यवहार केला असता तर डिस्नेबरोबरचा आमचा व्यवहार वादग्रस्त ठरला असता. आम्ही ते मान्य केलं आणि आपापल्या मार्गाने निघून गेलो.

आमच्या भागीदार आणि मित्र असलेल्या मलेशियन ब्रॉडकास्टरला याची माहिती देणं ही माझी पहिली जबाबदारी होती. घटनांनी घेतलेल्या या वळणामुळे ते निराश झाले, परंतु तरीही अंतिमतः त्यांनी आम्हाला पाठिंबा दिला. आमच्यासाठी ती एक मोठी संधी होती हे त्यांना समजलं. 'सेरियाला' आम्ही पाठबळ देत राहू याची हमी आम्हीही त्यांना दिली होती.

अँडी बर्डबरोबरच्या बोलण्याला आणि केविन मेयरबरोबरच्या मीटिंगला पंधरा दिवस झाल्यानंतर आम्हाला डिस्नेकडून रात्री उशिरा फोन आला. त्यांनी

'हंगामा' वाहिनी विकत घेण्याचा स्पष्ट आर्थिक प्रस्ताव दिला होता. त्यांना हंगामा वाहिनी पूर्णपणे १०० टक्के विकत घ्यायची होती. तसंच यूटीव्हीत अतिरिक्त १४ टक्के गुंतवणूकही करायची होती. त्यांना या व्यवहारातून नक्की काय मिळणार आहे याचं आश्चर्य करत बसण्याची आम्हाला गरज नव्हती. याशिवाय डिस्नेशी व्यवहार म्हणजे सध्याच्या आणि भविष्यकाळाच्या दृष्टीनेही काय असेल हे प्रथमच आमच्या लक्षात आलं होतं.

आम्ही मुलांची लोकप्रिय वाहिनी तयार केली होती, परंतु ती स्वतंत्र वाहिनी होती आणि आमच्या इतर वाहिनींच्या गटात तिचा सहभाग नव्हता. ही संभाव्य गुंतवणूक खूप महत्त्वाची होती. ती केवळ धोरणात्मक रूक्ष चर्चा नव्हती. वाहिनीविक्रीविषयीची ही चर्चा नव्हती, तर एक भव्यदिव्य चित्र रंगवण्याची संधी होती. अखेरीस धोरणात्मक भागीदार, वाहिनीच्या विक्रीतून स्रोत, कंपनीत नवीन समभाग या सर्वच बाबतीत आम्ही बोललो. आमच्या व्यवसायाच्या सर्वांगीण वाढीची संधी अक्षरश: चालून आली होती.

त्यानंतर हा व्यवहार पूर्ण झाला.

खरोखर, कुठलीही गोष्ट निश्चित होण्याआधी काहीही निश्चित नसतं. हा व्यवहार सुरळीतपणे आणि वेळेवर पार पडावा यासाठी आपण सगळेच कागदपत्रं तयार करण्यात कित्येक तास खर्ची घालतो; परंतु दोन्हीपैकी एका बाजूला कोणताही छोट्यातला छोटा तपशील जरी खटकला तरी तिथेच सगळं संपतं. त्याविषयी तुम्ही काहीही करू शकत नाही. हे वास्तव आहे. आणि मला विचाराल तर ते योग्यच असतं. कोणतीही गोष्ट गृहीत धरू नका.

आता जरा आमच्या प्रकरणात शिरू या : रात्री ११ वाजता फोन आला. आम्ही सगळ्यजणांनी एका बड्या किमतीला मान्यता दिली होती. त्या आधारावर आमच्या इतर प्रस्तावांचा मी विचार करत नव्हतो. अर्थातच त्यानंतरचे तीन ते चार आठवडे डिस्नेने आपल्या आर्थिक आणि कायदेशीर कामाला सुरूवात केली होती. त्यांनी वादाचा किंवा चिंतेचा कोणताही बारीकसारीक मुद्दाही राहू नये यासाठी सर्वांशी चर्चा करण्याचा निर्णय घेतला. केविन आणि डिस्ने यांच्याबरोबर झालेल्या फोनवरच्या बोलण्यातून जे मुद्दे समोर आले ते माझ्या दृष्टीने पायाभूत मुद्दे होते. त्यानंतर जे घडत होतं त्यामुळे पुन्हा एकदा चर्चेला सुरूवात होणार होती. बाकी सर्व ठीक होतं, पण आम्हाला मिळू पाहणारी किंमत

अपेक्षेपेक्षा बरीच कमी होती. आमच्या आधीच्या मीटिंगमधे मला जाणवलेले सकारात्मक उत्साही मुद्देही मला दिसत नव्हते.

अखेरीस मी हे बोलणं थांबवलं. ''आम्हाला वाटाघाटी करायच्या नाहीत,'' असं सांगून मी ती चर्चा थांबवली. खरं तर आम्ही योग्य प्रकारे प्रतिसाद देऊन सर्वंकष प्रस्तावाला मान्यता दिली होती, पण त्या वेळी किमतीबाबत कोणतीही चर्चा केली नव्हती. त्यामुळे किमतीबाबत नव्याने काही बोलण्यात काहीच हशील नव्हतं. दहा सेकंदांच्या आतच जगभरातील २५ लोकांनी आपापला वेळ दिल्याबद्दल एकमेकांचे आभार मानले आणि फोन ठेवून टाकले. माझ्या बाजूने वित्त अधिकारी रोनाल्ड आणि व्यवसाय विकास आणि धोरण विभागाचे प्रमुख अमित चर्चेत सहभागी झाले होते. शिवाय मी आणि झरिना होतोच. माझी प्रतिक्रिया मी अत्यंत लहरीपणाने, बेपर्वाईने दिली होती, असं रोनाल्ड आणि अमित यांना वाटलं होतं. त्या मधल्या वेळेत बाहेर जाऊन दारूचे एकाहून अधिक पेले रिचवून त्यांनी त्याविषयी चर्चा केली आणि निराशा दूर करण्याचा प्रयत्न केला, असं मला नंतर केव्हा तरी समजलं. झरिना आणि मी मात्र दुसऱ्या दिवशीची नवीन सकाळ किती उत्साहवर्धक असेल याविषयी उत्साहाने बोलत नवीन उमेदीने घरी परतलो होतो. आता ते प्रकरण संपलं, असं समजून त्या रात्री मला गाढ झोप लागल्याचं मला आठवतं.

केविनच्या सगळ्या कामाबद्दल आणि सहनशीलतेबद्दल आभार मानण्यासाठी दुसऱ्या दिवशी दुपारी मी त्याला फोन केला. तो त्या रात्रीच लंडनला गेला होता. माझ्या निर्णयाविषयी माझ्या मनात शांतता असली, तरी ज्याप्रमाणे तो फोन संपला होता त्याप्रमाणे आमचे संबंधही अचानकच संपुष्टात यावेत असं मला वाटत नव्हतं. केविनने आणि मी पुन्हा गप्पा सुरू केल्या. आमचे संबंध आधीपासूनच चांगले होते. शिवाय आमच्या मनांत परस्पर आदरही होता. आम्ही बोलत राहिलो. थोड्याच वेळात आम्ही आमच्या वेगळ्या विषयावर बोलू लागलो आणि पुन्हा एकदा रुळावर आलो. आमचा कॉल संपला त्या वेळी योग्य कराराद्वारे पुढे जाण्याचं आम्ही दोघांनीही ठरवलं.

ठरवून एक्झिट घेताना नेमकं असं घडतं.

आता मी ही गोष्ट सांगत असतानाही मला या सगळ्यात एक प्रकारचा सारखेपणा दिसतो असं लक्षात येतं. मी टूथब्रशचा व्यवसाय कसा विकला...

केबल टी.व्ही.ची स्थापना केली, तोही विकला. विजय मल्यांकडून विजय टीव्ही विकत घेतला. व्यवसाय वाढवला. स्टार टीव्हीमधील भागीदारी घेतली आणि नंतर ती विकून टाकली. त्यानंतर दुसरी वाहिनी सुरू केली आणि अठरा महिन्यांनी ती विकली.

परंतु 'हंगामा'च्या विक्रीच्या वेळी आम्ही संधीचा फायदा घेतला. दूरदृष्टीने विचार करून मलेशियात मुलांची वाहिनी सुरू करण्याचा विचार केलेला होता. मुलांची वाहिनी नसती, मलेशियन भागीदार नसता, त्यांचा पहिला प्रस्तावही नसता, जर २६ टक्के भाग विकून भागीदारी घेण्याची इच्छा आम्ही व्यक्त केली नसती तर आम्हाला आमची वाहिनी विकत घेण्याच्या डिस्नेच्या प्रस्तावावर वाटाघाटी करताच आल्या नसत्या.

'चला, आपण आता मुलांची वाहिनी सुरू करू या आणि तीन वर्षांनंतर निकेलोडियन किंवा डिस्ने ती विकत घेईल,' या विचारांनी कधीच कोणती गोष्ट चालू शकत नाही. डिस्ने किंवा निकेलोडियनला पाहायला आवडण्याजोग्या गोष्टी आम्ही करण्याचा प्रयत्न केला असता तर नक्कीच आम्हाला एका संकटाला तोंड द्यावं लागलं असतं. स्वत:ला पटेल ते न करता दुसऱ्याला आवडेल ते करत राहणं याहून नवं, वेगळं चाकोरीबाह्य असं काहीही हातून घडत नाही. 'हंगामा' हे वेड्यासारखं वाटणारं नावही आम्ही दिलं नसतं. डिस्नेमधील सर्वांनाच 'हंगामा'च्या नावाचा उच्चार करणं एवढं अवघड वाटत होतं की ते उच्चारण्यासाठी त्यांना महिना लागला. आम्ही त्या वाहिनीला काही तरी पाश्चात्त्य धाटणीचं नाव दिलं असतं. जपानी ॲनिमेशनऐवजी यातून जास्तीत जास्त पाश्चात्त्य पद्धतीचं प्रोग्रॅमिंग केलं असतं. आम्हाला हवी असलेली वाहिनी आम्ही तयार करू शकलोच नसतो. असं केलं असतं तर 'हंगामा' वाहिनी ही दुसऱ्या कोणाच्या तरी कल्पनेतील व्यवसायाची उभारणी करून, लाळघोटेपणा करत, मार्केटमध्ये उतरणाऱ्या वाढत्या गर्दीतील एक चेहरा ठरला असती.

हंगामाच्या व्यवहारानंतर कित्येक वर्षांनी आमच्यात पुन्हा एक व्यवहार झाला. यू.टी.व्ही. विकत घेण्याच्या डिस्नेच्या कल्पनेचं श्रेय मी एकटाच घेऊ शकत नाही. तो व्यवहार झाला, कारण डिस्ने हा एक महत्त्वपूर्ण भागीदार होता. भारतात त्यांचं स्वत:चं भक्कम पायावर उभं असलेलं ऑफिस होतं. यूटीव्हीच्या भवितव्याविषयी आम्ही भरपूर विचार केला. आम्ही एकत्रितपणे आगामी दहा

वर्षांत काय काय करू शकू याविषयीच्या कित्येक कल्पना लढवल्या. डिस्नेसारख्या कंपन्या या दूरदृष्टीच्या असतात. त्यांच्याकडे पाच, दहा, पंधरा वर्षांचं नियोजन असतं. त्यामुळे भारतात दीर्घकाळासाठी यूटीव्ही आणि डिस्ने मिळून काय काय करू शकतील याविषयीच्या आपल्या चर्चांमध्ये मला त्यांनी आनंदाने सहभागी करून घेतलं. डिस्नेबरोबरच्या आमच्या भवितव्याची आम्ही जेवढी अधिक चर्चा करू लागलो, तसतसं समान संधीच्या क्षेत्रात काम करणाऱ्या, समांतर दृष्टिकोन असलेल्या आम्ही दोन स्वतंत्र कंपन्या होतो हे स्पष्ट होऊ लागलं. आम्ही भविष्याच्या व्यापक चित्राकडे पाहू लागल्यावर आमच्या लक्षात आलं की आम्ही एकत्रितपणे काम करू शकू. विचारविनिमयाच्या लाटा एकमेकींवर आदळल्या. व्यवहाराचं श्रेय मी घेत नाही. समान उद्दिष्टापर्यंत पोहोचण्यासाठी सुमारे डझनभर बुद्धिमान लोक भरपूर परिश्रम करत होते. त्याची ती फलनिष्पत्ती होती.

कंपनी सुरू करायची, कालांतराने ती विकायची व त्यातून बाहेर पडायचं असं मी अनेकदा केलं; पण मी स्थापन केलेली प्रत्येक कंपनी नंतर अधिकाधिक सामर्थ्यशाली बनत गेली.

केबलने व्यापक, प्रचंड उद्योगाचं स्वरूप धारण केलं. माझी कंपनी ही त्याच्या महत्त्वपूर्ण इतिहासाचा भाग बनून गेली.

टूथब्रश व्यवसायही समर्थ हातांत गेले आणि अत्याधुनिक तंत्रज्ञानासह आपल्या बहुविध ग्राहकांना सेवा पुरवत राहिले.

विजय टीव्हीच्या अनुभवाद्वारे विविध भाषांचा विचार करून आम्ही एक वेगळा रस्ता निवडला आणि ती वाहिनी अत्यंत स्पर्धात्मक बाजारपेठेत स्वत्व टिकवून राहिली.

'हंगामा' वाहिनी डिस्नेसाठी रातोरात डाव पालटवणारी वाहिनी ठरली. ते मुलांच्या वाहिनीच्या क्षेत्रातील लीडर बनले. त्यानंतर डोरेमॉन हा 'हंगामा'चा सर्वाधिक यशस्वी कार्यक्रम डिस्ने वाहिनीकडे आला आणि ती वाहिनी पहिल्या क्रमांकावर पोहोचली.

द वॉल्ट डिस्ने कंपनीत यूटीव्हीचे विलीनीकरण पूर्ण झालं. या संयुक्त कंपनीने व्यापक प्रमाणावर उत्तम कामगिरी करून दाखवली. माध्यमांच्या नकाशावर

अनेक वाहिन्यांच्या भाऊगर्दीत त्यांची उपस्थिती उठून दिसली, आगळीवेगळी भासली. आणि त्याहूनही महत्त्वाचं म्हणजे कंपनीची ही टीम सर्व दृष्टींनी प्रबळ आहे. ही संयुक्त कंपनी कशा प्रकारे उभारणी करेल हे आताच सांगणं थोडं घाईचं ठरेल. हे आपले मायबाप रसिक प्रेक्षकच ठरवतील... आणि काळच ते निश्चित करेल. परंतु डिस्नेला दूरदृष्टी आहे.

◆

माझ्या पहिल्या डावांमध्ये प्रसारमाध्यमं आणि मनोरंजन उद्योगातून मी बाहेर पडलो. तोपर्यंतच्या काळात आम्ही कित्येक गोष्टींचा पाया घातला होता. प्रत्येक गोष्ट कायमस्वरूपी उभारली. बाहेर पडण्याच्या योग्य संधी आम्हाला मिळाल्या. त्या कालावधीत आम्हाला काही गुंतवणूकदार लाभले. त्यांच्यामध्ये वॉरबर्ग पिंकस, कॅनेडियन पेन्शन फंड (सीडीपीक्यू), आई.एल.एन्ड.एफ.एस.सारखे प्रमुख भारतीय गुंतवणूकदार, मित्सुईसारखे जपानी गुंतवणूकदार; सिलिकॉन व्हॅली इनव्हेस्टर्स वॉल्डन अँड ड्रेपर यांचा समावेश आहे. शिवाय न्यूज कॉर्प/फॉक्स, डिस्ने आणि ब्लूमबर्ग यांच्यासारख्या व्यूहरचनाकारांचाही त्यात समावेश आहे. ही यादी लांबलचक आहे. एवढा अनुभव असल्यावर व्यवसायाच्या बाहेर पडण्याचा मार्ग कसा असावा? त्याचा उपयोग काय? अशा गोष्टींत मी हुशार आहे. या विषयांचं आकलन मला असलंच पाहिजे, हो ना? बरोबर? चूक, साफ चूक!

प्रामाणिकपणे सांगायचं झालं, तर बाहेर पडण्यावर डोळा ठेवून आज मी व्यवसाय सुरू केला तर कुठून सुरूवात करावी हे मला समजणार नाही. मला जबरदस्तीने विचार करावा लागेल, की 'ठीक आहे, आता निदान पुन्हा एकदा माझ्या पायावर मी उभा आहे. काय चाललंय ते मला माहीत आहे. हाच डाव मी पुन्हा खेळलो आहे. बाहेर पडण्याच्या खेळातून भरभराटीला आलो आहे. वाईट गोष्टींतून तगलो आहे. आता कदाचित काही अनुभवांतून मी अगदी काटेकोर, चपखल नियम शोधून काढू शकेन.'

तुम्ही २३ वर्षांचे तरुण असाल, आपल्या पहिल्या उद्योजकीय जोरदार संधीच्या शोधात असाल, पिकलेल्या केसांचे अध्वर्यू असाल किंवा नेहमीच्या चाकोरीबद्ध नोकरीतून बाहेर पडून स्वतःची स्वप्नं सत्यात उतरवण्याच्या प्रयत्नांत असाल, तर तुमच्या उद्योजकीय प्रवासात तुमच्यासमोर असे प्रश्न

येतील की तुम्ही त्या वेळी स्वतःलाच विचाराल, ‘मी बाहेर पडू की इथेच राहू?’

माझ्या अनुभवाने फक्त मला एकच गोष्ट शिकवली आहे. ती म्हणजे व्यवसायाच्या बाहेर पडणं ही गोष्ट किंमत वाढवण्याशी आणि मग तिथून बाजूला होण्याशी संबंधित असते.

यावरून असं वाटू शकतं की मी व्यवसायाशी प्रामाणिक नाही. परंतु वाईट वेळी बाहेर पडणं हे जेवढं वाईट आहे, तेवढंच वेळेवर बाहेर पडणं हा उद्योजकाने घेतलेला उत्तम निर्णय ठरू शकतो.

◆

- बहुतांश वेळा ‘व्यवसायाच्या बाहेर पडणं’ ही गोष्ट अनियोजित असते. आपल्याकडे त्याचं अचूकतेनं भाकीत करण्याची दूरदृष्टी नसते.
- आपण सर्वचजण बाहेर पडण्याकडे आपल्या स्वतःच्या विशिष्ट नजरेने पाहत असतो. परंतु एक गोष्ट लक्षात ठेवा- व्यवसायातून बाहेर पडणं म्हणजे व्यवसायाचा त्याग करणं किंवा तो व्यवसाय सोडून देणं नव्हे. रिलेत ज्याप्रमाणे आपण आपल्या हातातील बॅटन दुसऱ्याकडे देतो आणि आपल्या जागी तो पळू लागतो, त्याप्रमाणेच खरं तर उद्योगाच्या भविष्यातल्या वाढीसाठी आपल्या हातातली सूत्रं आपण दुसऱ्याच्या हाती सुपूर्द करत असतो.
- आपल्या पिढ्यान्‌पिढ्या चालत आलेल्या कौटुंबिक व्यवसायाची सूत्रं तुम्ही हाती घेत असाल तर तुम्ही स्वतःलाच कठोर प्रश्न विचारले पाहिजेत. व्यवसायासाठी जे उत्तम असेल ते केलं पाहिजे. फक्त वारसा टिकवणं, एवढ्याच एकमेव उद्देशाने तो व्यवसाय तसाच पुढे चालवत राहू नका.
- तुमच्या एक्झिटच्या वेळी संपूर्ण टीमबरोबर स्पष्ट आणि खुला संवाद साधणं महत्त्वाचं असतं. लीडर किंवा उद्योजक म्हणून प्रबळ टीमची, ब्रँडची आणि दीर्घकालीन व्यावसायिक धोरणांची उभारणी करणं हे तुमचं काम असतं.

◆◆◆

१२
दुसरा डाव

दुसरा डाव म्हणजे एखादी गोष्ट नव्याने सुरू करणं नव्हे. आयुष्य हे सातत्याचं नाव आहे, पुनर्शोधाचं नव्हे. आयुष्याचा संबंध चिकाटीने दीर्घ प्रयत्न करण्याशी आणि बुद्धिमत्तेचा शोध घेण्याशी असतो, आत्मसंतुष्टतेशी नसतो.

खेळाप्रमाणेच आयुष्यातही तुमचा दुसरा डाव तुमच्या पहिल्या डावावर; तुम्ही काय शिकलात आणि काम करत असताना त्या शिकलेल्या गोष्टींपैकी किती अंगी बाणवलं, त्याचा किती उपयोग करून घेतला आणि पुढे किती उपयोग करून घेणार आहात यावर मोठ्या प्रमाणात अवलंबून असतो. आपल्या पहिल्या डावात तुम्ही संपत्ती मिळवलेली असेल किंवा आपला ठसा उमटवला असेल तरच तुमचे दुसरे डाव अर्थपूर्ण ठरतात, हा एक गैरसमज आहे. तसं अजिबातच नसतं. तुमच्या नियोजनाप्रमाणे कदाचित तुमचा पहिला डाव संपला नसेल. कदाचित समस्यांमुळे आपल्या आवडत्या प्रकल्पातून किंवा व्यवसायातून तुम्हाला नाइलाजाने बाहेर पडणं भाग पडलं असेल. तुम्ही केलेल्या कामाचा कुठलाही ठसा न उमटता कदाचित तुम्हाला दिवाळखोरीच्या संकटाला सामोरं जावं लागलं असेल. कदाचित एखाद-दोन वर्षं तुम्हाला दीर्घ आजाराशी झगडत राहावं लागलं असेल आणि त्यामुळे आपल्या कारकिर्दीमध्ये काही पायऱ्या तुम्ही खाली उतरला असाल. आता तुम्हाला पुढे

जाणं भाग असल्यामुळे तुम्ही पुन्हा एकदा सुरूवात केली असेल. किंवा व्यावसायिक म्हणून दहा वर्षांच्या उत्तम कामगिरीनंतर आता तुम्हाला स्वतःच्या मालकीचं असं काही तरी करायचं असल्यामुळे तुम्ही दुसऱ्या डावात उडी मारली असेल. पार्श्वभूमी यापैकी काहीही असू शकते.

दुसरा डाव हा फक्त वयाच्या पंचेचाळिशीनंतरच सुरू करावा, असं मी वारंवार ऐकलं आहे; परंतु ते खरं नाही. हे पुस्तक वाचणारे आणि आपल्या आयुष्यातील पुढील डावाची तयारी करणारे तुमच्यापैकी काहीजण तिशीतही असू शकतील. दुसरा डाव एखाद्या बुकमार्कसारखा असतो, त्याहून अधिक काहीही नसतो. चित्रपटांप्रमाणे किंवा खेळांप्रमाणे आयुष्यात ठरलेल्या वेळेप्रमाणे, आखल्याप्रमाणे मध्यंतर येत नाही. खरं तर आयुष्य हे एकसंध, गूढ, अनाकलनीय, एकमेकांना छेद देणाऱ्या रस्त्यांचं आणि चढ-उतारांवर तीव्र वळणं असलेलं असतं. आत्मपरीक्षणाच्या वेळीच आपण त्याचा शोध घेतो. सध्याच्या या आयुष्याला कलाटणी देणाऱ्या क्षणाला आपण दुसरा डाव का म्हणतो? काहीही झालं तरी माझ्या कित्येक वर्षांच्या व्यावसायिक आयुष्यात कित्येक चढ-उतार आले, कलाटण्या आणि वळणंही आली. मात्र, मी पुढे जात असताना प्रयत्न आणि कष्ट करतच राहिलो. ते सगळं स्वतंत्र तुकडे, म्हणजे एकाच भल्या मोठ्या गोधडीला लावलेली ठिगळं होती हे माझ्या लक्षात आलं होतं.

प्रसारमाध्यमं आणि मनोरंजन क्षेत्रात कंपनीची निर्मिती करण्याच्या प्रयत्नांचा मी एक भाग होतो हे मी माझं भाग्य समजतो. भारतातील नवजात उद्योगाची उभारणी करण्यात व तिला नवीन आयाम देण्यास, तसेच त्या प्रक्रियेत तरुण पिढ्यांवर प्रभाव टाकणाऱ्या कित्येक व्यवसायांचा मी एक भाग होतो याचा मला अभिमान वाटतो. रोजच्या रोज शून्यातून कशाची तरी निर्मिती करण्याचा, कोणत्या ना कोणत्या नवीन वाटेचा आणि चाकोरीबाह्य कल्पनेचा शोध घेण्याचा मोठा आनंद माझ्या व्यावसायिक जीवनातून मला मिळाला. इतर कोणत्याही गोष्टीपेक्षा माझ्या व्यावसायिक जीवनात मला या गोष्टींचा अधिक आनंद वाटला आहे.

आता माझ्या आयुष्यातील तो कालखंड संपला आहे आणि माझ्या आयुष्याचं नवीन प्रकरण मी सुरू करत आहे. इतक्या वर्षांत मी जे काही शिकलो, शिकलो

नाही, दुसऱ्यांदा शिकलो, यशस्वी झालो, अयशस्वी झालो, अशा सगळ्याच अनुभवांचं गाठोडं घेऊन मी आता व्यावसायिक आणि सामाजिक मार्गांचा शोध घेतो आहे.

आधीच्या प्रकरणांमध्ये मी उल्लेख केल्याप्रमाणे कोणत्याही प्रकारची हमी देऊन व्यवसायातील किंवा आयुष्यातील बऱ्याचशा गोष्टींची आखणी करता येत नाही. तुम्ही आपल्या व्यावसायिक जीवनाविषयी पुढच्या काळात पुस्तक लिहिणार आहात का, असं जर तुम्ही मला अठरा महिन्यांपूर्वी विचारलं असतं तर मी तुम्हाला वेड्यात काढलं असतं. तुमच्यात आणि तुमच्या विचारांत, तुमच्या प्राधान्यक्रमांत आणि आयुष्याच्या उद्दिष्टांत काळ आणि लाटा बदल घडवतात, तुमचा कायापालट घडवून आणतात. एकदा तुम्ही आपला संरक्षणात्मक पवित्रा मागे घेतला आणि विचारांना मोकळीक दिली की तुम्ही कुठे आहात, तुम्हाला कुठं जायचं आहे आणि तुम्हाला खरोखरच कशामुळे आत्यंतिक उल्हसित आणि आनंददायी वाटतं, या गोष्टींचा तुम्हाला अधिक प्रमाणात शोध लागतो.

मला आठवतं त्याप्रमाणे अलीकडच्या काळात २०१४ मध्ये प्रथमच मला थोडं थांबून अंतर्मुख होता आलं, आत्मपरीक्षण करता आलं, आढावा घेता आला. पंचवीस वर्षांपूर्वी मी व्यावसायिक ट्रेडमिलवर पाऊल ठेवलं होतं. तिथून मागे वळून पुन्हा एकदा त्या आधीच्या आयुष्याकडे मला पाहता आलं. स्फूर्ती मिळवण्यासाठी महिन्याभरासाठी हिमालयात जाण्याची गरज मला भासली नाही. अर्थातच काही वेळा या सगळ्या गोष्टी साध्या-सहज असत्या तर बरं झालं असतं असं मला वाटतं.

माझ्या एका मित्राने या वर्षाच्या सुरूवातीला मला विचारलं, ''आता तू एका महत्त्वाच्या टप्प्यावर आहेस. आता तू फक्त आराम करून थोडा वेळ या सगळ्यापासून दूर राहून आनंद का घेत नाहीस?'' हा प्रश्न वाटतो त्याहून अधिक सखोल आहे. दीर्घकाळ हा प्रश्न मी स्वतःला विचारला नव्हता. गेल्या संपूर्ण वीस वर्षांत मी केलं नव्हतं एवढं चिंतन २०१४ मधील त्या काही महिन्यांत मी केलं. हे कदाचित उपरोधिक वाटेल. परंतु मला आता श्वास घ्यायला थोडी उसंत मिळाली आहे, तेव्हा मी जिथून सुरूवात केली होती तिथेच परतलो आहे. उद्योजकाचं जीवनचक्र – दुसरं काय?

या प्रश्नाच्या उत्तराचा शोध घेत असताना मी स्वतःलाच विचारलं, 'मला आता पुन्हा एकदा तीच कवायत करायची आहे का? व्यवसायाची वाढ, टीमची बांधणी, नावीन्यपूर्ण कल्पना, आपत्कालीन व्यवस्थापन आणि आणखी बऱ्याच गोष्टींचा मला सातत्याने कठोरपणे मागोवा घ्यायचा आहे का?' तेव्हा तत्काळ माझ्या मनाने उत्तर दिलं, 'अर्थातच. हेच तर तू करत आला आहेस, आणि तू पुन्हा एकदा हे आव्हान स्वीकारावंस.'

आधी कधीही नसतील एवढ्या गोष्टी मी एकाच वेळी करत होतो. कित्येक संधी माझ्यासमोर होत्या. मला ताजंतवानं करणारे आणि सतत कामात गुंतवून ठेवणारे हुशार आणि सळसळत्या उत्साहाचे सामर्थ्यवान लोक माझ्यासमवेत होते. फक्त एकच बदल होता, तो म्हणजे मी म्हणेन किंवा ठरवेन ती गोष्ट आता मी करू शकत होतो. ती एक सुखद भावना होती.

प्रभाव निर्माण करणं ही गोष्ट तुमच्या उत्कट इच्छेशी निगडित असते. ज्या वेळी जगात अमर्याद संधी होत्या; त्या माझ्या ग्रँट रोडवरच्या सुरूवातीच्या दिवसांपासून आतापर्यंत जे मी करत होतो त्याविषयीची माझी उत्कट इच्छा किंचितशीही कमी झाली नव्हती. खरं तर आणखी थोडं जर रेटलं असतं, तर मी म्हणालो असतो, की आता ती आणखी थोडी वाढलीच आहे. एखादी गोष्ट निर्माण करणं, त्यामधून बाहेर पडणं आणि पुन्हा शून्याच्या केंद्रस्थानी जाऊन उर्वरित आयुष्य काढणं ही एक दंतकथाच होती. यशस्वी असोत वा त्यासाठी जोरदार संघर्ष करणारे असोत, खरे उद्योजक सहजगत्या गायब होत नाहीत. सगळ्यात पहिली गोष्ट म्हणजे काही तरी महत्त्वाची गोष्ट मिळवायची असेल तर तुम्ही त्यासाठी उद्युक्त झालं पाहिजे. ते तुमच्या रक्तातच असतं. त्यामुळे एक अध्याय संपतो त्या वेळी दुसरा मोठा (किंवा छोटा) अध्याय सुरू होतो. आणखी एकदा जग जिंकण्याच्या अद्‌भुत भावनेवर पुन्हा एकदा पकड मिळवण्याची संधी मिळते.

त्यामुळे तुमच्या जीवनशैलीत कदाचित प्रचंड बदल घडतील असं तुम्हाला वाटत असेल किंवा वाटतही नसेल, किंवा निदान माझ्यासाठी ते घडणार नाहीत. नव्याने सुरूवात केल्यामुळे मला वाटत असलेल्या विविध प्रकारच्या गोष्टींमध्ये उत्सुकता वाढते, त्यापैकी एक म्हणजे मी गेल्या वीस वर्षांत आतापर्यंत जे काही शिकलो आहे त्याचा वापर करण्याची संधी मला मिळणार आहे. त्यापैकी

कित्येक शिकलेल्या गोष्टी आतापर्यंत या पुस्तकातून मी तुम्हाला सांगितल्या आहेतच. शिवाय नवीन क्षेत्रात मला स्वतःलाच आव्हान देता येणार आहे.

◆

वॉल्ट डिस्ने कंपनीबरोबर मी सहा वर्षं भागीदारीत काम केलं. त्यानंतर संयुक्त डिस्ने यूटीव्ही इंडिया कंपनीचा व्यवस्थापकीय संचालक म्हणून मी दोन वर्षं काम केलं. ती सगळी वर्षं मला खूप काही शिकवून गेली. माझ्या दृष्टीने ती वर्षं अत्यंत स्फूर्तिदायक होती. त्यामुळे व्यवसायाच्या गुणात्मक आणि संख्यात्मक वाढीवर आणि व्याप्तीवर, प्रगतीवर, तसंच ब्रँड, नावीन्यपूर्णता आणि ठरवलेल्या मार्गावर ठामपणे चालत राहणं यावरचा माझा विश्वास आणखी दृढ झाला. 'हंगामा' विकत घेण्यासाठी आलेल्या फोनपासूनच डिस्ने इंटरनॅशनलचे अध्यक्ष अँडी बर्ड यांच्याबरोबरचे माझे संबंध सुरू झाले होते. ते कंपनीच्या संचालक मंडळात आलेल्या वर्षापासूनच माझे आणि यूटीव्हीचे एक अत्यंत महत्त्वपूर्ण सहकारी आणि मार्गदर्शक होते. डिस्नेमधील एक व्यावसायिक, असा माझ्यात झालेला बदल मला विचित्र वाटत नाही किंवा मला त्यामुळे अवघडलेपण जाणवत नाही. या सुरळीत आणि योग्य बदलाबद्दल मला अँडींचे आभार मानले पाहिजेत. यूटीव्ही हा डिस्नेचा एक भाग बनला, त्या वेळी मी त्यांना फोन करून त्याचा वृत्तान्त पाठवला आणि त्यांचं कौतुकही केलं. तेव्हापासून आजतागायत मला त्यांच्याविषयी तेवढाच आदर आणि कौतुक वाटत आलं आहे.

दुसऱ्या वर्षाच्या मध्यावर मी स्वतःलाच एक गंभीर प्रश्न विचारला, की आगामी पाच वर्षं किंवा त्याहून अधिक काळ डिस्नेचे भारतात कार्यक्रम राबवण्यासाठी मी खरोखरच योग्य उमेदवार आणि व्यावसायिक होतो का? मी या प्रश्नाचं सकारात्मक उत्तर देऊ शकलो नाही. म्हणून मग हा व्यवसाय सोडण्याच्या आणि बाहेर पडण्याच्या वेदनादायक निर्णयाप्रत येण्यास मी सुरुवात केली. माझ्या कारकिर्दीतील तो एक सर्वाधिक कठीण निर्णय होता. वर्षभरापूर्वी यूटीव्हीतून बाहेर पडण्याचा निर्णय मी घेतला. ज्या कंपनीची मी मुळापासून सुरुवात केली होती आणि वीस वर्षं एका अत्यंत उत्तम टीमसमवेत तिची उभारणी केली होती, तिच्यातून मी बाहेर पडत होतो. माझ्या टीममधील अनेक सहकारी या व्यवसायात उच्च पदावर पोहोचले आहेत हे सांगताना मला अत्यंत

आनंद होत आहे. काही वेळा मी विचार करतो, की यूटीव्हीतील माझी व्यावसायिक, आर्थिक गुंतवणूक (स्टेक) विकून टाकणं, एका मोठ्या कंपनीत काम करत राहणं आणि ज्या व्यवसायात प्रौढपणीच्या माझ्या आयुष्यातील माझा बहुतेक काळ मी व्यतीत केला, माझे बहुतांश श्वास ज्यासाठी वेचले, त्या व्यवसायातून पूर्णपणे बाहेर पडण्याचा अंतिम निर्णय घेणं या दोहोंपैकी माझा कोणता निर्णय अधिक बिकट आणि वेदनादायक होता?

परंतु डिस्नेचे मुख्य कार्यकारी अधिकारी आणि अध्यक्ष बॉब आयगर यांनी मला निरोपाची मेल पाठवून माझा निर्णय सोपा बनवला. बॉब हे सर्वच दृष्टींनी लीडर आहेत. त्यांच्या मनात लोकांविषयी नितांत आदर आहे. त्यांच्याकडे लोकांचं सबलीकरण करण्याची आणि त्यांना स्वातंत्र्य देण्याची क्षमता आहे; सहकार्याचं सर्जनशील चैतन्य आहे. ते लोकांना स्फूर्ती देऊ शकतात. सक्रिय आणि आघाडीवरून नेतृत्व करण्याची क्षमता त्यांच्याकडे असून ते एक अव्वल दर्जाचे विचारवंत आणि धोरणकर्तेआहेत. बॉबनी म्हटलं होतं,

रॉनी,

मला माहिती आहे की काम करण्यासाठी मोठे व्यवसाय ही अत्यंत सोपी जागा नाही. परंतु तुम्ही आमच्याबरोबर होतात, त्यामुळे आम्ही स्वतःला भाग्यवान समजतो. आपल्यात झालेले संवाद व व्यवहार मला नेहमीच सुखावून गेले. डिस्नेमध्ये आम्हाला तुमची नेहमीच आठवण येत राहील. आगामी वर्षांत भारतात आम्ही भरभराट करू शकू अशी मला खात्री वाटते.

तुम्हाला शुभेच्छा!

बॉब.

"तुमच्यात आणि माझ्यात काही सामाईक गोष्टी आहेत." एकदा विमानप्रवासात बॉबनी मला म्हटलं होतं. "अल्पसा काळ का असेना, परंतु माझ्या करियरची सुरूवात मी एबीसीच्या हवामान संघाचा एक सदस्य म्हणून कॅमेऱ्यासमोर काम करून केली होती. डिस्नेने एबीसी आणि ईएसपीएन विकत घेतल्यावर मी डिस्नेमध्ये आलो." एक चकित करणारी विलक्षण सुरूवात आणि नंतर काही श्रेणींमधून वर चढत जगातील सर्वाधिक प्रशंसनीय दहा ब्रँड आणि कंपन्यांचे ते प्रमुख बनले होते. त्या कंपनीचे चित्रपट, टी.व्ही. वाहिन्या, थीम पार्क्स,

हॉटेल्स, प्रवासी जहाजं आणि उत्पादनं या सगळ्या उपक्रमांत सर्जनशीलता आणि कल्पकता चेतवण्याचं काम ते करत होते. एक लाखांहून अधिक लोकांच्या टीमला एकसंधपणे, एकत्रितपणे काम करण्याची स्फूर्ती ते देत होते आणि डिस्ने ज्यासाठी ओळखली जात होती ती कंपनीची जादू त्यातूनच तयार होत होती. या सगळ्या यशांमुळे बॉब आयगर नेहमीच आपल्या टीमचे लीडर ठरले.

◆

माझ्या आयुष्याच्या त्या वळणावर चोखंदळ राहण्याची चैन मला परवडणारी असल्यामुळे आपल्या दुसऱ्या डावात मला एकदम 'हटके' आणि आयुष्य बदलवून टाकणारं परिणाम करणारं काही तरी करायचं होतं. आमच्या स्वदेस फाउंडेशनशी आमची तीव्र बांधिलकी आहेच. त्याशिवाय मी इतर अनेक आघाड्यांवरही काम करत होतो. त्याचं एक स्पष्ट उदाहरण होतं ते कबड्डीचं.

सर्वच दक्षिण आशियाई देशांमध्ये हा प्राचीन खेळ माहिती आहे. गेल्या शतकापासून सर्वच स्थानिक क्लब्जमध्ये तो खेळला जात आहे. (कदाचित १९३६ च्या ऑलिंपिक्समध्ये तो सर्वाधिक प्रभावीपणे जगासमोर आला असावा.) परंतु हा खेळ उपेक्षित राहिला आणि त्याला त्याचं योग्य स्थानही मिळालेलं नाही. हा खेळ कमी वेळाचा, जलदगतीचा आणि जोशपूर्ण असल्यामुळे टी.व्ही.वरून त्याचं प्रक्षेपण करणं सहजशक्य असतं.

त्या वेळी मी परदेशांत होतो. मुंबईत एका खासगी मेजवानीच्या वेळी महिंद्रा ग्रुपच्या आनंद महिंद्रा यांच्याबरोबर झरिना एकाच टेबलावर जेवायला बसली होती. आनंद यांना कबड्डीची आत्यंतिक ओढ असल्याचं आणि कबड्डी लीग सुरू करायची असल्याचं त्यांनी सांगितलं. त्यावर झरिनाने त्यांना सांगितलं, "रॉनीला ही कल्पना नक्कीच आवडेल. त्याला चांगलं आव्हान पेलायला आणि ज्यांना कधी संधी मिळाली नाही त्यांच्या बाजूने उभं राहायलाही आवडतं." झरिनाने त्या रात्री मला फोनवरून तिच्या या संभाषणाविषयी सांगितलं. त्या संधीविषयी ऐकून मी आनंदाने उडीच मारली. मी परत येण्याच्या आधीच आनंदबरोबर मी फोनवरून बोललो. त्यानंतर एकापाठोपाठ एक गोष्टी घडत गेल्या. टीमसाठी आणि लीगसाठीही पहिल्यांदा 'होय' म्हणणारे आम्ही असल्यामुळे आम्हाला मुंबई मिळाली.

लीग आकाराला आल्यावर आमच्या नवीन क्रीडा विभागासाठी आम्ही नावाची निवड केली- यू स्पोर्ट्स (तो भाग सोपा होता. त्याच प्रकारे मी यू.टी.व्ही. आणि युनिलेझरची आधी निवड केली होती). आमच्या टीमचं नाव मुंबईसाठी यू-मुंबा ठेवलं. (कारण मुंबईचे मूळ नाव मुंबाच होते). आठवड्याच्या आतच आम्ही आमचा सुंदर लोगो तयार केला आणि खेळाच्या दुनियेत आमच्या ब्रँडच्या उभारणीची सुरूवात करण्यास आम्ही तयार झालो.

त्यामुळे आता टीम तयार झाली होती आणि सांस्कृतिक नकाशावर क्रीडाप्रकारही आला होता.

माझ्या नवीन डावात कबड्डी हा अत्यंत रोमहर्षक आणि गमतीचा भाग आहे. गल्लत करून घेऊ नका. या व्यवसायात उतरण्याचा संबंध फक्त हा खेळ आणि त्यामागच्या जबरदस्त, आगळ्या-वेगळ्या द्रष्ट्या लोकांशी आहे. आठ संघ आणि त्यांचे आठ मालक, लीगचे प्रवर्तक आणि स्टार टीव्हीने या प्राचीन खेळावर राष्ट्रीय स्तरावरचा प्रकाशझोत टाकला. देशाच्या गल्लोगल्लींत हा खेळ खेळला जावा आणि पुढच्या पिढीने आपणहूनच हा खेळ स्वीकारावा, हा त्यामागचा त्यांचा हेतू होता. दोन महिन्यांच्या अल्प काळात कबड्डीविषयी राष्ट्रीय पातळीवर उत्सुकता निर्माण झाली आणि तो भारतातील दुसऱ्या क्रमांकाचा लोकप्रिय खेळ बनला.

काही दशकांपासून ही कल्पना आमच्यासमोर होती. परंपरेला चिकटून न राहणाऱ्या स्वतंत्र विचारांच्या काही मूठभर व्यक्तीच्या पाठिंब्याची त्यासाठी आवश्यकता होती. ज्या वेळी एवढी गंमत असलेलं काही तरी तुम्ही हाती घेता आणि त्याचा व्यवसाय तयार करता त्या वेळी उद्योजकतेचं चित्रवलय पूर्ण होतं.

◆

आपण कोण म्हणून ओळखलं जावं असं तुम्हाला वाटतं? आपण लोकांच्या स्मरणात कसं राहावं अशी तुमची इच्छा आहे? कोणत्या प्रभावी उद्योगाचा तुम्हाला पुरस्कार करावा असं वाटतं?

हे प्रश्न विचार करायला लावणारे आहेत. क्वचितच तुम्ही त्यांची तत्काळ उत्तरं देऊ शकता. परंतु या प्रश्नांवर चिंतन केल्यामुळेच माझ्याविषयी आणि मी उभारलेल्या कंपन्यांविषयी माझ्या मनात स्पष्टता निर्माण होण्यास मदत झाली.

हे प्रश्न आणि ते देत असलेली त्यांची उत्तरं यांचा परिणाम कळत-नकळतपणे तुमच्या कंपनीच्या ब्रँडवरही होत असतो. यावर थोडा विचार करा. मात्र, एक गोष्ट लक्षात ठेवा, की त्यांची उत्तरं म्हणजे काळ्या दगडावरची रेघ नाही. तुम्ही जसे स्वतःत बदल करत जाता, तशी तीसुद्धा बदलू शकतात आणि बदलतील परंतु सतत या प्रश्नांचा विचार करत राहणं खूपच छान असतं. तुमचं वय काय आहे आणि आयुष्याच्या कोणत्या टप्प्यावर तुम्ही आहात यामुळे त्यात काहीही फरक पडत नाही.

◆◆◆

१३
स्वत:चं स्वप्नं स्वत: पहा

या लेखनाच्या निमित्ताने बारीकसारीक तपशील आठवताहेत. भूतकाळातील रम्य आठवणीत मी रमतोय. ग्रँट रोडवरचे माझे सुरूवातीचे दिवस आणि तेव्हापासूनचा माझा व्यावसायिक प्रवास मला आठवतो. तिथपासूनचा इथपर्यंतचा मार्ग हा द्राविडी प्राणायामाचा, गमतीजमतीचा, बऱ्याच वेळा निराशाप्रद आणि काही वेळा बेभानपणाचा पण सततच आव्हानात्मक राहिला आहे. ती आव्हानं मी प्रामाणिकपणे, सचोटीने स्वीकारली. इतक्या वर्षांत ज्या ज्या लोकांबरोबर मी काम केलं त्यांना न्याय्य आणि आदराने वागवलं. आधीच्या प्रकरणांत मी उल्लेख केला आहे त्याप्रमाणे या मार्गावर तुमच्या कल्पनेपेक्षाही अधिक वेळा तुम्हाला तडाखे बसतील. सगळ्याच लीडर्ससाठी कठोर परिश्रम आणि अनिश्चितता या असतातच. महत्त्वाकांक्षा, उत्कट इच्छा आणि क्षमता यांच्या बळावरच यश मिळतं. शून्यातून काही तरी उभं करण्यात रोमहर्षकता असते. दर वेळी समोर आलेल्या कसोटीच्या क्षणांशी सामना करून, त्यांच्यावर मात करून, अडथळ्यांचं रूपांतर नवकल्पना आणि चाकोरीबाह्य कल्पनांसाठी करून तुमची पावलं अज्ञात वाटेकडे वळत असतात. एखाद्या क्षेत्रात तुम्ही प्रवेश केलात की तिथे तुमच्या भविष्यात अमर्यादा शक्यता आणि संधी हात जोडून उभ्या असतात.

एक रुंद कोरा कॅनव्हास तुमच्या प्रतीक्षेत असतो, ज्यावर तुम्ही तुमच्या आत्मविश्वासातून साकारलेलं एक मनमोहक चित्र तुमच्या दृष्टिकोनातून उमटणार असतं...

माझी स्वतःची स्वप्नं रंगवण्याची निवड मी स्वतः केली होती आणि मला या गोष्टीचा कधीच पश्चात्ताप झाला नाही.

◆

उद्याच्या बाजारपेठांत थेट उडी मारणाऱ्या लीडरसमोर कोणती आव्हानं असतील ते ठळकपणे मांडण्यासाठी या संपूर्ण पुस्तकात इतक्या वर्षांत मूर्खपणाने केलेल्या चुकांची, तडाख्यांची, हुकलेल्या संधींची आणि शिकलेल्या धड्यांची मी चर्चा केली आहे. मी चिकाटीने मार्ग न सोडण्याचं, संकटं आणि प्रवाह ओळखण्याचं, अपयश आणि नशिबाची भूमिका (तुम्हाला आठवत असेल तर ती फारशी नसते, असं मी म्हटलं आहे.) यांचं परीक्षण केलं आहे. आता यात आणखी तीन शब्दांची भर मी टाकू इच्छितो. मला माहीत आहे, की येत्या दोन दशकांत किंवा त्याहूनही मोठा काळ, म्हणजे जोवर मी काम करेन तोवर हे तीन शब्द मला मार्गदर्शन करत राहतील. ते शब्द आहेत :

एकाग्रता, योग्य निवड आणि समरसता.

एकाग्रता :

तुमची प्रगती होत जाते तसं तुमचं चित्त एकाग्र असावंच लागतं. उद्योजकता किंवा नेतृत्व यासाठी ही गोष्ट वेगळी उरत नाही. तुमच्या व्यावसायिक आयुष्यात 'ते आपोआप घडत जातं' असं काही नसतं. सुरूवातीच्या काळात कित्येक गोष्टी करून पाहणं योग्य आणि चांगलं असतं. तुम्ही प्रयोग करून पुरावे गोळा केल्याखेरीज काय चालतं आणि काय चालत नाही ते तुम्हाला खरोखरच समजत नाही; परंतु लक्ष केंद्रित केल्यामुळे तुमच्या प्रयत्नांना आकार येतो आणि त्यांना स्पष्टता व निश्चिती लाभते. तुम्ही नीट लक्ष केंद्रित करा. मग चुंबकाकडे लोखंडाचा कीस आकर्षित होतो, त्याप्रमाणे तुमच्याकडे कित्येक छान व मोठ्या कल्पना, हुशार लोक आणि विश्वासू टीम सदस्य आकर्षित होतील.

एकाग्रतेची प्रक्रिया ही वर्तमानातच घडत असते. माझ्या मते आपण

पश्चातबुद्धीने भूतकाळावर लक्ष केंद्रित करू शकत नाही. भूतकाळातला क्षण काळाच्या ओघात निघून गेलेला असतो. कोण जाणे, कदाचित तुम्ही वेगळा मार्ग पत्करला असता, वेगळी कृती केली असती तर वेगळंच फळ मिळालं असतं. भूतकाळाविषयी चिंता करत बसण्याने फक्त वर्तमानकाळातील वेळेचा अपव्यय होतो, आणि 'वेळ' ही सर्वाधिक अनमोल मालमत्ता असते.

परंतु जर मी भूतकाळात मागे जाऊ शकलो असतो आणि त्या काळातील एखादी गोष्ट बदलू शकलो असतो तर त्या परिस्थितीत ती माझी एकाग्रतेची गोष्ट असती.

आता मला जे माहिती आहे, ते त्या वेळीच माहिती असतं तर, बरोबर?

जर लक्ष केंद्रित करण्याचा परिणाम मला कित्येक वर्षं आधीच्या त्या काळात समजला असता तर...

जर मिळणाऱ्या फळाचा विचार न करता एकाच कल्पनेवर पूर्णपणे लक्ष केंद्रित करण्यास सांगणारा अनुभवी मार्गदर्शक माझ्याकडं असता तर आणि त्याच्या अनुभवांवरून त्याने मला तसं सांगितलं असतं तर मला आणखी काही छान धडे शिकता आले असते...

जर, जर, जर...

कदाचित सगळ्याच गोष्टी पूर्णपणे वेगळ्याच घडल्या असत्या.

अगदी क्षणभरसुद्धा मला पश्चात्ताप होत नाही. मला मुळात असं काही वाटतंच नाही. एकाग्रतेविषयीचं माझं चिंतन मी भविष्यातील प्रत्येक प्रयत्नासाठी वापरणार आहे. मला असं वाटतं, की एखादा निसटता विचार म्हणून एखाद्या कल्पनेकडे पाहण्यापेक्षा तिचा अधिक चांगला वापर करा. त्यामुळे भविष्यातील येऊ घातलेल्या एखाद्या समस्येपूर्वीच तुम्ही स्वतःला वाचवू शकाल. यातून आपण वेळेचा सुयोग्य वापर केला असं तुम्हाला वाटेल.

योग्य निवड :

आयुष्यात निवडींनाही खूप महत्त्व असतं. प्रत्येक तडाख्याबरोबर, आव्हानाबरोबर किंवा चुकीबरोबर तुमची अंतःप्रेरणा अधिकाधिक परिपक्व होत जाते. त्यामुळे कोणताही भक्कम व्यवसाय उभारण्यासाठी कठोर निवडी

कराव्या लागतात, हे तुमच्या लक्षात येत असतं. आपला लीडर किंवा संस्थापक म्हणून तुमची टीम तुमच्याकडे कित्येक गोष्टींसाठी पाहत असते. त्यापैकी मूलभूत गोष्ट म्हणजे तुम्ही योग्य निवड करावी असं त्यांना वाटत असतं. काही वेळा असे निर्णय आणि त्यांचे परिणाम (तुमचं बरोबर असलं तरी) यामुळे तुम्ही एकाकी पडता. व्यवसायाचं स्वरूप असंच असतं.

दिवसेंदिवस आयुष्याकडे एक प्रवाह म्हणून पाहण्यास आपण विसरत चाललो आहोत. परंतु आयुष्य हे खरं म्हणजे निवडींची मालिका असते. पुस्तकाच्या पानाप्रमाणे प्रत्येक निवड ही दुसरीवर आधारलेली असते. ज्या वेळी आपण मागे वळून पाहतो त्या वेळी लहान किंवा मोठ्या अशा त्यांच्यापैकी प्रत्येक कल्पनेमुळे आपल्यात किती बदल घडवून आला ते आपल्या लक्षात येतं. असं म्हणतात, की फुलपाखराच्या पंखांच्या विशिष्ट हालचालींमुळे पृथ्वीच्या दुसऱ्या टोकाला वादळ निर्माण होऊ शकतं, त्याप्रमाणेच काही निवडी फारसा विचार न करताही आपण केल्या असल्या, तरी आपण केलेल्या निवडींचे सकारात्मक तरंग उमटतात, तर काही वेळा असे निर्णय आपल्याला एखाद्या अंधाऱ्या गल्लीत नेऊन सोडतात. पण...आयुष्याकडे रिवाइंडचं बटन नसतं.

समुद्राकडे, डोंगरांकडे, ताऱ्यांकडे...जे काही तुम्हाला आवडत असेल त्यांच्याकडे पाहत रहा. तुमचं आयुष्य अधिक चांगलं बनण्यासाठी तुमच्या निवडींमुळे तुमच्या आयुष्याला कशा प्रकारे निश्चिती येते आणि बदल होतात त्याचा विचार करा. अखेरीस आपण केलेल्या निवडींवरच यश किंवा मिळणारे फटके, विश्वासार्हता आणि नावलौकिक, प्रतिष्ठा या गोष्टींची उभारणी होत असते.

समरसता :

मी सहानुभूतीविषयी बोलत नाही, हे मी इथे आधीच स्पष्ट करतो. सहानुभूती म्हणजे एखाद्याविषयीची कणव किंवा दया किंवा दुःख. समरसता ही एक सक्रिय गोष्ट आहे. तुमची टीम कशा प्रकारे परिस्थिती हाताळेल याविषयी आणि आपल्या टीमला मदत करण्याची आणि तुमच्या व्यवसायाला पुढे नेण्याची तुमची कितपत इच्छा आहे याचं सखोल आकलन यात अंतर्भूत असतं. मी अगणित वेळा धडपडून उभा राहिलो आहे, त्यामुळे गेली कित्येक वर्षं लोकांविषयी आणि परिस्थितीविषयी माझ्या मनात समरसता आहे. तुम्ही

एखाद्या व्यवसायात दीर्घकाळ राहिलात की तुम्हाला फारसं कशाचंच आश्चर्य वाटेनासं होतं. व्यावसायिक अनुभवाचं अविभाज्य अंग असलेला एकाकीपणा आणि दारूण नैराश्य यांच्याशी संलग्नता साधून तुम्ही समरसता विकसित करता.

स्वतः अनुभव घेतल्याखेरीज तुम्ही अनुभवी व्यक्ती बनूच शकत नाही. स्वतः मेल्याशिवाय स्वर्ग दिसत नाही, म्हणतात तेच खरं! तुम्हाला तुमचं कुटुंब, सहकारी, सल्लागार आणि गुंतवणूकदार यांच्याकडून उत्तम (किंवा उत्तम हेतूचा) सल्ला मिळू शकतो. मात्र, अखेरीस प्रामाणिकपणे यश मिळवण्यासाठी किती वचनबद्ध असावं लागतं आणि किती त्याग करण्याची गरज असते हे त्यांना माहिती नसतं.

टीमचे सदस्य, पुरवठादार, ग्राहक आणि स्पर्धक यांच्या बाबतीत समरसता विकसित करण्याने व्यवसाय आणि आयुष्य यांच्याकडं पाहण्याचा तुमचा दृष्टिकोन अधिक परिपक्व आणि माणुसकीपूर्ण बनतो. समरसतेमुळे स्वत:ला शहाणं समजण्याची भावना आणि आपल्याला सारं काही माहिती असल्याचा (अर्थातच चुकीचा) तुमचा दृष्टिकोनही दूर होतो. निर्णय घेताना इतर सगळ्यांना सहभागी करून घेण्याच्या आड येणारा तुमचा अहंभाव आणि जर तुम्हाला भरभराटीस यायचं असेल तर तुम्हाला न परवडणारा उद्धटपणाही नष्ट होतो. तुम्हाला माझं बोलणं अति नाटकी असल्यासारखं वाटेल, तरीही सांगतो, की अखेरचा निर्णय, अखेरचा शब्द हा तुमचाच असतो आणि तुमच्या टीमसाठी, व्यवसायासाठी आणि ग्राहकांसाठी कोणती गोष्ट उत्तम आहे हे तुम्हालाच माहिती असतं. त्यामुळे जर तुम्ही आपले निर्णय संवेदनक्षमतेने, समरसतेने घेतले तर तुम्ही यशस्वी होण्याची शक्यता असते.

समरसता आयुष्य बदलवून टाकते. तुम्ही एका उद्योगाचे निर्माते बनता तेव्हा (आणि संभाव्य विनाशकर्तेही) त्या मार्गावर प्रगती करताना आपल्या किती स्पर्धकांना तुम्ही गारद करून टाकलं यावर आपल्या यशाचं मोजमाप तुम्ही करणारच नाही. त्याऐवजी आपण सगळेजण एक आहोत आणि एकाच इकोसीस्टिमचा भाग आहोत, त्यामुळे सहअस्तित्व महत्त्वाचंच असतं, हे तुमच्या लक्षात येईल.

◆

आधीच्या काही प्रकरणांमध्ये तुम्ही प्रतिकूल परिस्थिती कशा प्रकारे हाताळू शकता याची मी चर्चा केली आहे. अशा परिस्थितीत माझ्या मनात नेहमीच एक प्रश्न येतो, 'माझ्यावर सर्वाधिक वाईट प्रसंग कधी गुदरला होता?' एकदा मला त्याचं उत्तर सापडलं की हळूहळू उपाययोजना समोर येतात.

मी फक्त चावून चावून चोथा झालेल्या एकाच गोष्टीची चर्चा केलेली नाही, ती म्हणजे सर्वाधिक वाईट प्रसंग स्वीकारणं नेहमीच साधं-सोपं नसतं. (ते 'सोपं' तर कधीच असणार नाही, परंतु तुम्ही ते 'साधं' बनवू शकता किंवा बनवावं.) एक प्रश्न विचारून त्या परिस्थितीला भिडा. 'माझ्याकडे कोणता पर्याय आहे?' नाण्याची दुसरी बाजू निरुपयोगी असेल, पक्षाघात झाल्याप्रमाणे असेल, कड्यावर पडण्यासारखी असेल.

माझ्या अनुभवाप्रमाणे लीडर्स आणि संस्थापक अपयशी ठरतात त्या वेळी नेहमीच त्यांच्या लक्षात एक गोष्ट येते, ती म्हणजे पडण्याची 'शंका' ही प्रत्यक्ष पडण्यापेक्षा नेहमीच अधिक तणावपूर्ण असते. म्हणूनच अत्यंत वाईट भासणारा प्रसंगही जेवढा तो वाईट भासतो तेवढा वाईट असत नाही.

अर्थातच गोष्टी अवघड बनू शकतात. आपले व्यवसाय वाचवता वाचवता कित्येकजण व्यवसायातून बाहेर पडले. कित्येकांनी आपल्या भीतीसमोर आणि असुरक्षिततेसमोर शरणागती पत्करली. काहीजण गर्तेत कोसळले आणि तिथेच लोळत पडले. परंतु आशेचा एखादा छोटासा किरण शोधा, म्हणजे तुम्ही त्याला धरून राहाल आणि त्याला वाढवण्याचा व चमकत ठेवण्याचा प्रयत्न कराल.

एके दिवशी वरिष्ठ कार्यकारी अधिकाऱ्यांच्या अंतर्गत प्रशिक्षण सत्रातील माझ्या व्याख्यानाच्या आधी साधारणपणे तासभर मी सहजपणे एका मीटिंगला जाऊन बसलो. त्या सत्राचा नियामक भीतीशी सामना करण्यावर प्रात्यक्षिक देत होता. आपला मुद्दा पटवून देताना तो तिथेच ठेवलेल्या निखाऱ्यांसमोर जाऊन उभा राहिला. त्यानंतर त्याने तिथे उपस्थित असलेल्या सगळ्यांना आपल्या पायांतील शूज आणि मोजे काढायला सांगितले. त्यानंतर त्याने प्रेक्षकांना एका पाठोपाठ एक याप्रमाणे त्या निखाऱ्यांवरून चालायला सांगितलं.

प्रत्येकजण हातांची घडी घालून उभा राहून त्या नियामकाकडे तसाच एकटक आश्चर्याने पाहत होता. जणू काही त्याला दोन डोकी होती! "मित्रांनो, काय

झालं?'' मी विचारलं. ''तो आपल्याला निखाऱ्यांवरून चालायला सांगतोय. चला, आपण निखाऱ्यांवरून चालू या.''

''परंतु हा काही टी.व्ही.वरचा रोमहर्षक रिॲलिटी शो नाही. तो काही गंमत करत नाही. आम्हाला असं कसं करावंसं वाटेल?'' मागच्या बाजूला बसलेला एकजण म्हणाला.

मी खांदे उडवले. अनवाणी पायांनी पुढे गेलो आणि त्या निखाऱ्यांवर पाऊल ठेवलं. उष्णता तीव्र होती परंतु सहन करण्यायोग्य होती. नियामकाने मला प्रोत्साहन दिलं- फक्त चालत रहा. काही सेकंदांतच ते सारं संपलं. तो प्रयोग अजिबातच धोकादायक नव्हता, परंतु अव्यवहार्य कल्पनांच्या भीतीमधून बाहेर पडण्याचा संदेश देणारा होता. परिस्थितीच्या निखाऱ्यांमुळे काही वेळा मनावर अनाकलनीय विसंवादी परिणाम होऊ शकतो.

विशेषतः तुम्हाला ते अपेक्षित नसतं तेव्हा तर तसं होतंच. मात्र, यामधून भीतीवर मात करण्याबरोबरच तुम्ही लोकांवर विश्वास ठेवायला आणि नेतृत्व करायला शिकता.

युगानुयुगं चालत आलेली ही द्विधा मनःस्थिती किंवा पेचप्रसंग आहे. तुम्हाला जगण्याची उत्तम संधी असते याची हमी यातून मिळते. 'गंभीर दुखापत होऊ न देता आपण निखाऱ्यावरून कसं काय चालू शकू?' असं वाटल्यामुळे आपण निखाऱ्यावरून चालून पाय भाजून घ्यावा की लज्जास्पद वाटलं तरी हलूच नये, याचा विचार तुमचा उजवा मेंदू करतो. (मतदान घेतलं तर निखाऱ्यावरून चालण्यापेक्षा लाजेने मरण पसंत करणारेच कित्येकजण असतील.) त्याच वेळी दुसऱ्या बाजूला तुमचा डावा मेंदू सुखरूप पोहोचण्यासाठी आवश्यक असलेली प्रत्येक बाब तुमच्यासमोर आणतो. तुमच्या डाव्या मेंदूकडून मिळणारा तो आशेचा किरण आणि उजव्या मेंदूचं टप्प्याटप्प्याने आपली योजना पार पाडण्याचं तत्त्वज्ञान यांच्यासह तुम्ही आपला हेतू साध्य करता. एकदा का तुम्ही सुरक्षितपणे आणि सुखरूपपणे हे पार पाडलंत की याची स्मृती तुमच्या आठवणीत कायमची कोरली जाते.

दुसऱ्या बाजूला पोहोचेपर्यंत तुम्ही बरेचसे धडे शिकलेले असता. भीती आणि अनिश्चिततेला कसं हाताळावं, निर्णयप्रक्रियेची विभागणी कशी करावी आणि भविष्यातील लाभासाठी तातडीच्या वर्तमानकाळावर लक्ष कसं केंद्रित करावं या

त्या गोष्टी होत. थोडक्यात, तुम्ही आयुष्याविषयीचे धडे तुम्ही शिकलेले असता.

यश मिळवण्यासाठी काय करावं लागतं ते तुम्हाला आता माहिती आहे.

पुढच्या वेळी निखाऱ्याचा खड्डा समोर येईपर्यंत तुमची तयारी झालेली असेल, आणि माझ्यावर विश्वास ठेवा, की असे निखाऱ्याने भरलेले भरपूर खड्डे समोर येत राहतील.

◆

कठोर निर्णय, आपत्कालीन व्यवस्थापन किंवा सर्वाधिक वाईट प्रसंग यांचा प्रश्न येतो त्या वेळी योजना क्र. २ किंवा प्लॅन 'बी' वर माझा फार विश्वास नाही. आत्यंतिक बिकट प्रसंगांत काम केलंच पाहिजे, या माझ्या आधीच्या विधानाशी हे विसंगत वाटू शकेल. माझ्याविषयी गैरसमज करून घेऊ नका. प्लॅन 'बी'वर काम करणं ही वाईट गोष्ट आहे असं मी म्हणत नाही. तुम्हाला 'असं झालं तर काय' याचा विचार करावा लागतो. तुमच्याकडे तेव्हा भरपूर वेळ असतो आणि प्लॅन सुरक्षितपणे बाजूला ठेवण्याचा पर्यायही असतो, त्या वेळी नियोजनाच्या पातळीवर तो मदतही करतो.

परंतु प्लॅन 'ए'वर तुमचा ठाम, स्थिर विश्वास असण्याची गरज असते. मात्र, बॅकअप प्लॅन असल्यामुळे तुमचा हा विश्वास तितकासा ठाम राहत नाही. हा प्लॅन तुमच्या उद्दिष्टापासून तुमचं लक्ष विचलित करतो आणि तुमच्यासमोर व तुमच्या टीमसमोर तुम्ही पडलात तर सुरक्षा जाळे असल्याचा आभास निर्माण करतो. अर्थातच तो आभास असल्यामुळे फसवाच असतो. प्लॅन 'ए' म्हणजे तुमच्या उद्दिष्टांवर तुमची तीक्ष्ण नजर स्थिर करणं होय. प्लॅन 'बी'मुळे तुमचा एक डोळा बाहेर पडण्यावर असतो आणि हा प्लॅन 'ए' ज्या वेळी खूपच महत्त्वाकांक्षी, खूपच चाकोरीबाह्य असतो त्या वेळी नेमकं हेच घडतं. तुम्हाला अर्जुनाची गोष्ट आठवते? त्याच्या हातात धनुष्य आणि बाण होता. त्या वेळी त्याच्या गुरूंनी त्याला विचारलं, की दूरवरच्या झाडावरच्या पक्ष्यावर त्याने नेम धरला होता त्या वेळी त्याला नेमकं काय दिसत होतं? ''डोळा!'' त्याने उत्तर दिलं होतं. त्याने फक्त पक्ष्याच्या डोळ्यावर लक्ष एकाग्र केलं होतं.

निर्धार आणि एकाग्रता. तिथे प्लॅन 'बी' नव्हता. त्यामुळे आपल्या मार्गावरच

चालत राहणं तुम्हाला भाग पडतं आणि 'करा आणि मरा' परिस्थिती हाताळावी लागते. प्रत्येक नवीन दरवाजा उघडला की आपण योग्य मार्गावर असल्याच्या भावनेतून तुम्हाला पुनःपुन्हा नवचैतन्य मिळत राहतं. हा मार्ग कधीच सरळ किंवा साधा नसेल. परंतु तो मार्ग तुम्ही निष्कर्षापर्यंत पोहोचेपर्यंत, अखेरपर्यंत चालत राहण्यासाठी निवडलेला असतो.

आपत्कालीन परिस्थितीत उद्योजक आणि नेता म्हणून तुमची व्याख्या करणारे, तुम्हाला प्रस्थापित करणारे कठोर प्रश्न स्वतःला विचारा. एकदा खरोखरचेच फासे टाकल्यावर प्लॅन 'बी'मुळे लक्ष विचलित होणं तुम्हाला नको असतं. आपत्कालीन स्थितीत स्वतःवर अजोड विश्वास असावा लागतो आणि या स्थितीच्या दबावाखाली घेतल्या गेलेल्या निर्णयांच्या अंमलबजावणीवर लक्ष एकाग्र करण्याची गरज असते. या दोन्ही गोष्टींसाठी आपल्या टीमच्या सदस्यांशी, स्टेकहोल्डर्सशी तुम्ही थेट, वेळेवर संवाद साधून त्यांचा विश्वास संपादन करण्याची आणि आपल्या कंपनीला आपद्‌ग्रस्त परिस्थितीतून यशाकडे नेण्याची आवश्यकता असते. अशा परिस्थितीमध्ये तुम्ही किंवा तुमच्या सहकाऱ्यांनी किंवा बाह्य सल्लागारांनी बनवलेला प्लॅन 'बी' तुमच्या निर्धाराला दुर्बल बनवतो. बाह्य सल्लागाराला तुमच्या कंपनीची प्रत्येक बाजू माहिती नसते किंवा भविष्यातील वळणं आणि कलाटण्या हाताळताना त्याविषयी प्रतिक्रिया व्यक्त करण्यासाठी तो तुमच्याबरोबर कधीच नसतो. हा माझा अनुभवांवर आधारित वैयक्तिक दृष्टिकोन आहे. तुमच्याकडे भुयारातून बाहेर पडण्यासाठी फक्त एकच मार्गच आहे यावर विश्वास ठेवून तुम्ही वागता, त्या वेळी तुमचं मन, शरीर आणि निर्धार काय वाटेल ते करू शकतात, ही आश्चर्यकारक गोष्ट असते.

एक उदाहरण घेऊन मी या मुद्द्यावर थोडा भर देतो, कारण तो मला महत्त्वाचा वाटतो. एकदा फासे टाकल्यानंतर यशस्वी होण्यासाठी आवश्यक असलेला निर्धार योग्यच आहे याची खात्री वाटली पाहिजे. समजा, तुमची कंपनी गंभीर आपत्कालीन परिस्थितीतून जात आहे आणि ही परिस्थिती हाताळण्यासाठी तुम्ही तीन पर्याय निवडले आहेत:

१. व्यवसाय विकून टाकून स्वतःची संपूर्ण सुटका करून घेणं किंवा व्यवसायाचे काही भाग हळूहळू विकत राहणं.

२. कोणीही खरेदीदार पुढे आला नाही तर व्यवसाय बंद करणं. तुम्हाला जे काही वाचवायचं असेल तेवढं तुम्ही वाचवा. तुमच्या कर्जांपैकी शक्य असेल तेवढं देऊन मोकळं व्हा आणि पुन्हा नव्याने सुरूवात करण्याच्या आशा बाळगून बाहेर पडा.

३. तुमच्या टीममधील अनेकजणांना काढून टाका, खर्चात कपात करा आणि तुमच्या व्यवसायाचा सर्वांत फायदेशीर असलेला भाग विकून टाका. त्यामुळे तुम्हाला थोडा अवधी आणि योग्य किंमत मिळेल.

आता तुमचा प्लॅन 'ए' काय असेल ते पाहू या.

आपत्कालीन परिस्थितीत सहकारी, गुंतवणूकदार आणि इतर लोक तुम्हाला या तिन्ही पर्यायांचा उपयोग करून पाहण्याचा सल्ला देतील. 'तीनही पर्याय चालवून पहा आणि तुम्हाला उत्तम फळ कशातून मिळतं ते ठरवा,' असं ते तुम्हाला सांगतील. आपण काय बोलतो आहोत ते आपल्याला जणू काही समजत असल्याचा त्यांचा आविर्भाव असेल. परंतु तुमच्याबरोबर सगळ्या मीटिंग्जना ते आलेले नसतील आणि तुमच्याबरोबर तो कठीण निर्णय त्यांनी घेतलेला नसेल तर त्यांना त्याविषयीचा अंदाज असणार नाही. अवघड परिस्थितीला दिल्या जाणाऱ्या तार्किक प्रतिसादासारखा त्यांचा दृष्टिकोन भासत असला, तरी बाहेरून भासणारी सत्य स्थिती ही लीडरच्या तीव्र आकलनाशी क्वचितच जुळणारी असते. अशा प्रकारचं आपत्कालीन व्यवस्थापन हे व्यवसाय प्रशिक्षण संस्थांमध्ये अभ्यासासाठी दिली जाणारी समस्या म्हणून सोडवण्यासाठी किंवा व्यवस्थापकीय मंडळाच्या सैद्धांतिक चर्चेच्या वेळी उपयुक्त असतं. अखेरीस, तात्त्विक किंवा पुस्तकी निर्णयांनी व्यवसाय वाचवता येत नाहीत. ज्या लोकांना आपल्या संस्था अंतर्बाह्य माहिती असतात आणि आपल्याकडच्या उपलब्ध असलेल्या उत्तम माहितीच्या आधारे जे लोक निर्णय घेतात त्या लोकांमुळेच संस्था वाचतात.

तुम्हाला जो पर्याय अधिक योग्य वाटेल, अर्थपूर्ण वाटेल तोच स्वीकारा असं मी तुम्हाला सुचवेन. ज्या पर्यायामुळे तुम्ही आपल्या संस्थेला, व्यवसायाला संकटातून बाहेर काढू शकाल आणि ज्याच्या फलनिष्पत्तीमुळे तुम्ही तगून राहू शकाल असं तुम्हाला वाटेल तोच पर्याय तुम्ही स्वीकारा. एक गोष्ट लक्षात ठेवा, काही वेळा कदाचित उत्तम पर्यायामुळे तुम्ही तग धरून राहू शकणार नाही.

म्हणूनच व्यवसायातील कित्येक परस्पर विसंगत बाबींवर तुम्हाला स्वतःच्या मनातील अटींनुसार, विचारांनुसार मार्ग शोधावा लागेल.

प्रयत्न करत रहा... अथक प्रयत्न करा... आणि बाकीच्या सगळ्या गोष्टी अपयशी ठरल्या आणि आता व्यवसाय बंद केला पाहिजे असं तुम्हाला वाटलं आणि सारं काही विकून टाकल्यामुळे आणि व्यवसाय बंद केल्यामुळेच तुम्ही जगू शकाल असं तुम्हाला वाटलं तर त्याचीच निवड करा. परंतु ती निवड 'तुम्ही' करायची आहे आणि ती फक्त तुम्ही एकट्यानेच करायची आहे. उद्योजकतेची कठोर वास्तवता अशी आहे, की सल्लागारांच्या किंवा स्टेकहोल्डर्सच्या सल्ल्यानुसार तुम्ही प्लॅन 'बी' बनवला असेल आणि तुम्ही उत्तम नियोजन करून तोही फसला तर तुमच्याबरोबर कोणीही दोषारोप पत्करण्यास तयार होत नाही. तुम्ही सगळ्यांचा सल्ला विचारात घेऊन सारं काही केलेलं असलं तरी त्या सगळ्याची जबाबदारी फक्त तुमच्यावर असते. फक्त तो प्लॅन 'बी' आहे म्हणून तो काम करेलच असं काही नसतं. खरं तर कोणत्याही युद्धसदृश परिस्थितीत त्यांची चाचणीच घेतली गेलेली नसल्यामुळे त्यांच्यापैकी काही थोडेच प्लॅन वेळेच्या आणि इतिहासाच्या कसोटीवर उतरतात. आणि म्हणूनच निष्कर्ष म्हणून मी धाडसाने सांगतोय, की प्लॅन 'बी' हा धोरणात्मक सल्लागार आणि व्यवसाय प्रशिक्षण संस्थांसाठी उत्तम धडा म्हणून बाजूला ठेवून द्या. तुम्ही आपल्या निर्णयप्रक्रियेवर काम करत असताना अभ्यासाचा एक भाग म्हणून हा प्लॅन डाव्या मेंदूला द्या. इतिहास समजून घेण्यावर माझा मोठा विश्वास आहे. इतिहास आपल्याला असं सांगतो, की पॅटन, माँट्गोमेरी, नेपोलियन आणि इतर महान लोक युद्धावर जाताना कायमच प्लॅन 'बी'खेरीज जात असत. या धोरणामागचं तत्त्वज्ञान अगदी निर्दोष आहे. शक्य असेल तर अशी कल्पना करा की तुम्ही नॉर्मंडीच्या किनाऱ्यावर उतरला आहात. तिथे कठोर गोळीबार सुरू आहे. भयंकर रक्तपात होतो आहे. तुमच्या आजूबाजूचे लोक एकापाठोपाठ एक धारातीर्थी कोसळत आहेत.

त्या वेळी तुमच्या मनात पहिल्यांदा कोणता विचार येईल? 'आपली दुसरी योजना काय आहे ते पुन्हा एकदा मला सांगा,' असा विचार येईल का?

त्याऐवजी तुम्ही असा विचार कराल, की 'मला डोकं शांत ठेवलं पाहिजे आणि आव्हान स्वीकारून माझ्यासमोर येणारे अडथळे दूर केले पाहिजेत. युद्ध

जिंकण्यासाठी आवश्यक असलेलं माझ्या वाट्याचं काम करण्यासाठी मी इथे आलो आहे.' आपत्कालीन परिस्थितीतलं खरं आयुष्य असं असतं.

♦

स्वतःशी सदैव प्रामाणिक रहा.

तुम्हाला मी पुनःपुन्हा तेच दळण दळत असल्यासारखं वाटेल, पण न राहवून सांगतो, की ही सोपी गोष्ट नाही. बहुसंख्य वेळा तुम्ही स्वतःचीच फसवणूक करत असल्याची शक्यता असते.

ज्या वेळी मी तुम्हाला स्वतःशी सदैव प्रामाणिक राहण्याचा सल्ला देतो, त्या वेळी मी सचोटीविषयी बोलत नाही. तुम्हाला तुमच्या वास्तवाशी तुमच्या विश्वासाचा समतोल साधून यशस्वी होण्यासाठी स्वतःशी प्रामाणिक रहा असं सांगतो आहे. उद्योजक आणि लीडर म्हणून अत्यंत भीषण परिस्थितीतही आपल्या रक्तातच सकारात्मकता असते. (आपण अति आशावादी नसावं एवढंच!) चांगल्या बातम्या लक्षात घेऊन वाईट बातम्यांकडे दुर्लक्ष करण्याकडेच आपला कल असतो. परंतु 'सकारात्मकता' आणि 'वास्तव' या दोन गोष्टींना एक सूक्ष्म रेषा वेगळं करते. लक्ष केंद्रित करणं, कठोर परिश्रम आणि उत्कट इच्छा या गोष्टी आपल्याला इच्छित फळ देण्यासाठी पुरेशा असतात, असं आपल्याला ठामपणे पटलेलं असल्यामुळे आपल्या समोर असलेल्या वास्तवाकडे आपण दुर्लक्ष करतो, त्यावेळी आपण ती रेषा ओलांडतो. परंतु इच्छित फळासाठी तेवढ्याच गोष्टी कधीही पुरेशा नसतात.

त्याहूनही वाईट गोष्ट म्हणजे आपण सगळेचजण आपल्या अपयशाचं समर्थन करण्यात वाकबगार असतो, आणि व्यवसाय जेवढा चांगला चालला पाहिजे तेवढा का चालत नाही, याच्यासाठी जेवढी म्हणून असतील- नसतील ती सगळी कारणं आपण देत राहतो, त्यांना धरून ठेवतो. परिस्थिती, आर्थिक धोरण, मॉन्सून, व्यापारातील मंदी... इत्यादी इत्यादी इत्यादी... एकूण काय, तर 'त्यात माझा कोणताही दोष नसतो, माझी काहीही चूक नसते.'

यांच्यापैकी एखादं कारण तुमच्या व्यवसायाच्या वाढीवर कदाचित परिणाम करत नसेलही, हुशार लीडर्स हे आपल्याला तोंड द्याव्या लागणाऱ्या आव्हानांविषयी कमालीचे प्रामाणिक असतात. त्यांच्या कृती आराखड्यांमध्ये

त्यांनी आधीच अशा सगळ्या संभाव्य आकस्मिक घटनांची नोंद घेतलेली असते आणि त्या दृष्टीने त्यांनी अधिक समर्थपणे आणि दूरदृष्टीने या सगळ्याला तोंड देण्याची तयारी करून ठेवलेली असते. बाकीचे सगळे या जागतिक अरिष्टांना तोंड देत असताना आपण जणू काही एकटेच दु:खाच्या माऊंट एव्हरेस्टवर चढाई करत आहोत असा आव आणतात. यशस्वी लोक आणि शर्यत सोडून पळालेले किंवा पराभूत यांच्यामध्ये हाच प्रमुख फरक असतो.

वॉरन बफे इतका प्रदीर्घ काळ सगळ्यांच्या पुढे, आघाडीवर राहण्यात कसा काय यशस्वी ठरला असं तुम्हाला वाटतं? यशस्वी उद्योजक बनण्यासाठी आवश्यक असलेल्या एकाग्रता, प्रगतीची पारंपरिक मनोवृत्ती, शिकण्याची उत्कट इच्छा आणि उच्चस्तरीय जिज्ञासा या चार मूल्यांखेरीज वॉरन बफेकडे आणखी एक महत्त्वपूर्ण बाब होती आणि मला वाटतं, त्याच्या यशाला तीच प्रामुख्याने कारणीभूत ठरली.

त्याच्याकडे 'उत्तम टीम्स' होत्या. त्या नेहमी एकमेकींशी अत्यंत प्रामाणिक राहणाऱ्या टीम्स होत्या. त्याने जाहीरपणे म्हटलं होतं, ''आयुष्यात तुम्ही कित्येक चुकीच्या गोष्टी न करण्यापेक्षाही फक्त थोड्याच योग्य गोष्टी करण्याची गरज असते.'' जगभर आणि भारतातही अशा काही उद्योजकांची कित्येक उदाहरणं आहेत. संपत्तीचे खरे निर्माते म्हणून ते उभे राहिले. त्या सर्वांना एकाच साध्या नियमाचा लाभ मिळाला-

'स्वत:शी सदैव प्रामाणिक रहा.'

◆

आता थोडंसं मागे वळून भारताच्या भवितव्याविषयीच्या माझ्या दृष्टिकोनाने मी या प्रकरणाची सांगता करतो आहे.

आपल्या देशाचा आणि त्याच्या खऱ्या क्षमतेचा मला अत्यंत अभिमान आहे. या महान देशाच्या चैतन्यावर आणि लवचिकपणावर माझा गाढ विश्वास आहे. तरीही आपण जागतिक व्यासपीठावर निदान अद्याप तरी मोठ्या प्रमाणात पोहोचलेलो नाही याबद्दल मला अधिकाधिक काळजी वाटते. काही दुर्मिळ अपवाद वगळता आपला देश खऱ्या अर्थाने महान ठरण्यासाठी आपल्याला बरीच वाटचाल करावी लागेल.

भारतासमोर सध्या अनेक आव्हानं आहेत. आपली अर्ध्याहून अधिक लोकसंख्या दुर्गम ग्रामीण भागात राहते आहे. संपूर्ण देशापासून ते लोक तुटलेले आहेत. भविष्याचा प्रामाणिकपणे अंदाज बांधणाऱ्या काही शेकडो किंवा लाखो तरुण, सुशील, प्रज्ञावंत व्यक्तींच्या हाती यापुढील बदलाचं नियंत्रण असू शकेल. मात्र, भवितव्याच्या नव्या उद्दिष्टांसाठी संपूर्ण लोकसंख्याच नवीन विचारपद्धती आणि कृती यांनी भारून गेली पाहिजे. दुर्गम, ग्रामीण भागातील उर्वरित अर्ध्या लोकसंख्येला जेव्हा आपणही या बदलाचा भाग आहोत असं वाटू लागेल तेव्हाच आणि तेव्हाच हे घडून येईल.

अशा बदलाला कुठलंही सरकार जबाबदार असू शकत नाही. देशांतील 'लोक' बदल घडवून आणतात. तुम्ही बदल घडवून आणता, आपण सगळे बदल घडवून आणतो आणि इतरांच्या आयुष्यांवर प्रभाव पाडतो. म्हणूनच मला 'रंग दे बसंती' या सिनेमातलं ते दृश्य आवडतं. या दृश्यात मुलं ऑल इंडिया रेडिओ स्टेशनमध्ये अडकतात आणि संपूर्ण देशाला उद्देशून करण म्हणतो, ''कोई भी देश परफेक्ट नहीं होता, उसे परफेक्ट बनाना पडता है।''

सत्तर वर्षांपूर्वी, म्हणजे आमच्यापैकी कित्येकांच्या पालकांच्या आणि आजी-आजोबांच्या काळात आपल्याला स्वातंत्र्य मिळालं. जर्मनी आणि जपान यांचा विनाश झाला होता. ते पराभूत झाले होते. त्यांची परिस्थिती लाजिरवाणी होती. एवढ्या मोठ्या जबरदस्त तडाख्यातून ते देश बाहेर पडले ते काही थोड्याच नेत्यांच्या शब्दांमुळे नव्हे, तर संपूर्ण लोकसंख्येच्या विचार आणि कृती यांमध्ये सुसंवाद होता आणि त्यांना सामाईक उद्दिष्ट गाठायचं होतं म्हणून ते बाहेर पडले. तिथल्या प्रत्येक सर्वसामान्य नागरिकाने मान मोडून अथक परिश्रम केले आणि आपल्या देशाला पुन्हा एकदा महान बनवण्यासाठी आपापला वाटा उचलला.

आपण या उदाहरणाचं अनुकरण करण्याची गरज आहे. संधी, भरवशाची प्रचंड स्थानिक बाजारपेठ आणि उत्तम प्रशासन आपल्याला उच्च जागतिक दर्जापर्यंत घेऊन जाईल अशा भ्रमात राहून आपणच आपल्याला आता किती काळ मूर्ख ठरवणार? 'मी एकट्याने करून काहीही फरक पडणार नाही. जाऊ दे ना... सगळ्यांबरोबर जाऊन काय होतंय ते बघू या,' असा विचार करणंही आपल्याला यापुढे परवडणार नाही. यापुढे आपल्याला फक्त तक्रारी करणं आणि स्वतःला असहाय समजूनही चालणार नाही. दुसऱ्या कोणी तरी

पहिल्यांदा पाऊल उचलण्याची वाट पाहत बसूनही चालणार नाही.

अभूतपूर्व बदलासाठी, क्रांतीसाठी, प्रगतीसाठी त्याग, महत्त्वाकांक्षा आणि जबाबदारी यांची गरज असेल. आपण कोणत्याही क्षेत्रात असू. उद्योजक, डॉक्टर, शेतीतज्ज्ञ, व्यापारी, शिक्षक, सरकारी नोकर, संशोधक किंवा वैज्ञानिक यांच्यापैकी कोणीही असू; आपण सर्वांनीच आपल्या अधिक चांगल्या भवितव्यासाठी कटिबद्ध असण्याची गरज आहे. कारण आपण आता संधी चुकवली तर त्या संधीला कायमचेच पारखे होऊ, याचं भान आपण ठेवलं पाहिजे.

◆

१.३ अब्ज लोकसंख्येचा देश असूनही जागतिक व्यासपीठावर क्रीडा क्षेत्रात मात्र आपलं अस्तित्व क्वचितच दिसतं. संभाषणादरम्यान मी ही वस्तुस्थिती मांडतो त्या वेळी टर उडवली जाते आणि विधान केलं जातं, ''खेळावर कशाला लक्ष केंद्रित केलं पाहिजे? विज्ञान आणि तंत्रज्ञानाच्या क्षेत्रात जागतिक स्तरावर भारतीय वंशाच्या कित्येक लोकांनी मोठाच ठसा उमटवला आहे, त्याचं काय? अनेक भारतीय वंशाचे लोक जगातील सर्वाधिक आदरणीय कंपन्यांचेही प्रमुख आहेत.'' ''थँक यू. माझा मुद्दा स्पष्ट केल्याबद्दल मनापासून आभार,'' मी म्हणतो. आपल्याकडे नक्कीच प्रज्ञा आणि बुद्धिमत्ता आहे. परंतु प्रामाणिकपणे बोलायचं झालं तर जागतिक व्यासपीठावर जे चमकतात आणि फॉर्च्युन ५०० कंपन्यांमध्ये जे झळकतात आणि ज्यांच्याकडे अधिक सत्ता असते त्यांनी ते सगळं वैयक्तिक क्षमतेवर केलेलं असतं. आपल्या स्वतःच्या बुद्धिसामर्थ्यामुळे ते वर आलेले असतात. या यशाचा भारतावर कदाचित चांगला परिणाम होतही असेल; परंतु आपल्या क्षमतांचा योग्य वापर करण्याचा प्रयत्न करणाऱ्या असंख्य भारतीयांना आणि गेली काही दशकं आपण ज्या औद्योगिक क्रांतीची कल्पना करतो आहे त्यासाठीही या यशाचा फारसा उपयोग होत नाही.

मी एक रुपयाच्या पैजेवर सांगू इच्छितो, की (एक रुपया ही माझी पैजेची कमाल रक्कम आहे, आणि एवढी रक्कम मी हरेन या भीतीपोटी नाही.) ज्या दिवशी भारताला ऑलिंपिक्समध्ये मोठी बक्षिसं जिंकता येतील, म्हणजे वीसहून अधिक सुवर्णपदकं मिळतील आणि भारत हा क्रीडा क्षेत्रातील जागतिक दर्जाचा देश बनेल, त्या वेळी, त्याआधीच आपण आर्थिक महासत्ता बनलेले असू.

जागतिक व्यासपीठावरील देशाचा ठसा किंवा प्रभाव हा देशाच्या क्रीडा क्षेत्रातील यशावरून मोजणं हे कदाचित विचित्र वाटू शकेल, परंतु हा संबंध नाकारता येत नाही. काहीही झालं तरी बहुतांश यश हे आपल्या आनंदी आणि आत्मविश्वासू वृत्तीतून उसळी मारून मिळत असतं. स्वतःला विजयी आणि आत्मविश्वासू समजण्याने आपण काहीही मिळवू शकतो, असं म्हणण्याचं धाडसही मी करेन आणि अशा प्रकारच्या अत्यानंदांमध्ये खेळांतील विजयाचा नक्कीच वाटा असतो.

◆

आयुष्य चांगलं करण्यासाठी नव्हे, तर आयुष्यासाठी उपयुक्त ठरणारी उत्पादनं आणि सेवा तयार करण्यास आणि पुरवण्यास आपण शिकू या. त्यासाठी आपण दडपून टाकलेल्या आपल्या सर्जनशील क्षमता आपण मुक्त करण्याची आणि त्यांचा वापर करून घेण्याची आवश्यकता आहे. कदाचित जगातील नैसर्गिक स्रोत संपुष्टात आले तर सर्जनशीलता ही पुनर्वापर करता येण्याजोगी व्यापारी वस्तू किंवा विक्रीची वस्तू असेल. ती मुबलक प्रमाणात उपलब्ध आहे. त्यामुळे तिचं नियंत्रित वाटप करण्याची गरज नाही. काहीजण विचार करतात त्याप्रमाणे सर्जनशीलतेचा संबंध फक्त कलांशी नाही. खरं तर सर्जनशीलता ही प्रत्येक क्षेत्रात अस्तित्वात असते. तिच्यातूनच शोध लागतात, अमर्याद शक्यता निर्माण होतात. सर्जनशीलतेची व्याप्ती स्वप्नांच्या साम्राज्यापासून बाजारपेठांच्या वास्तवापर्यंत असते. ज्या दिवशी आपल्या सर्जनशील क्षमतेचा आपण वापर करून घेऊ त्या दिवशी कोणीही आपल्या प्रगतीच्या आड येणार नाही. जर आपल्या क्षमतांचा वापर करून घेण्यात आपण अयशस्वी ठरलो तर आपणच कुठेही पोहोचू शकणार नाही.

एक राष्ट्र म्हणून पुढच्या दशकापर्यंत आपल्याला हे शोधून काढावं लागेल. स्वतःला अल्पकालीन उद्दिष्टांशी संलग्न करण्यापेक्षा आपण दीर्घकालीन उद्दिष्टांचा विचार केला पाहिजे. ती आवाक्यात आणण्याचे प्रयत्न केले पाहिजेत. फक्त व्याख्यान देण्याऐवजी आपल्यापैकी प्रत्येकाने पूर्ण सामर्थ्यानिशी वाटचाल करत राहिलं पाहिजे. आपल्या मार्गावरून पुढे पुढे चालत राहिलं पाहिजे.

सुरूवात करण्यासाठी आणखी एक दिवसही वाट पाहू नका. तुम्ही टेकडी चढून जावं म्हणून कोणीही तुमच्यासाठी तुतारी वाजवणार नाही. स्वतःची तुतारी स्वतः आणा आणि धावण्यासाठी स्वतःचे शूज आणा. तुमची दृष्टी शिखरावर स्थिर करा आणि इतर कोणत्याही गोष्टीवर समाधान मानून तिथेच थांबू नका. तुमच्या कल्पना, तुमची उत्कट इच्छा आणि तुमचा दृष्टिकोन यांचा वापर करा आणि तुम्ही बदल घडवून आणू शकता हे जगासमोर सिद्ध करून दाखवा.

आपल्याला आणखी एक संधी आहे. प्रतिकूल परिस्थितींचा ढिगारा आपल्यासमोर साचला आहे, परंतु तो दूर करण्यासाठी आपल्याभोवती आपला विलक्षण देश आहे. जगातील सर्वाधिक तरुण, ऊर्जेने भारलेल्या व उत्कट इच्छाशक्तीच्या लोकांबरोबर सकारात्मकता आणि आशा यांच्या जिवावर आपण हे करू शकतो.

ते सगळं शक्य आहे.

फक्त तुम्ही स्वतःची स्वप्नं पहा. आणि तुम्ही ज्या वेळी तसं कराल त्या वेळी आपले डोळे उघडे ठेवून ती स्वप्नं पहा.

❖❖❖

परिशिष्ट
नेहमी पडणारे प्रश्न

'स्वत:चं स्वप्नं पहा' या अखेरच्या प्रकरणाने माझ्या या पुस्तकाची सांगता होत असली, तरीही अजूनही तुमच्या मनात असलेल्या काही व्यवहार्य चिंतांना आणि तुमच्या मनातील अगदी महत्त्वाच्या विशिष्ट मुद्द्यांना मी उत्तरं दिलेली नाहीत हे मला माहीत आहे. शिकलेल्या बऱ्याच गोष्टी मी तुम्हाला सांगितल्या आहेत. परंतु तरीही सहकारी, लीडर्स आणि सहकारी उद्योजकांकडून संस्कृती, टीमची बांधणी आणि टीमच्या लोकांची नेमणूक, दृष्टिकोन, सल्लागार, निधीची उभारणी, ब्रँड आणि व्यवसायाची बांधणी आणि वाढ इ. विषयी वरच्यावर विचारल्या जाणाऱ्या अनेक प्रश्नांची उत्तरं मी इथे देणार आहे. आपल्या स्वप्नांसह वाटचाल करत असताना आपल्याला सर्वांनाच तोंड द्याव्या लागणाऱ्या काही मुद्द्यांना माझ्या अनुभवांतून आणि त्यांच्याविषयीच्या माझ्या दृष्टिकोनांतून उत्तरे देण्याचा प्रयत्न मी थोडक्यात परंतु स्पष्टपणे आणि मनापासून केला आहे. यांपैकी कोणत्याही प्रश्नाचं उत्तर एखाद-दुसऱ्या पानातून पूर्णपणे देता येईल असं क्षणभरासाठीसुद्धा मी म्हणून शकणार नाही, किंवा माझी उत्तरं हीच पुढे जाण्याचा एकमेव मार्ग आहे, असंही मी म्हणणार, नाही. माझ्या उत्तरांमधून तुम्हाला नव्या आणि जुन्या क्षेत्रांचा, प्रदेशांचा शोध घेण्यास प्रोत्साहन मिळेल एवढीच मला आशा आहे. माझा स्वत:चा प्रवास सुरू करण्याआधी कोणी तरी मला ज्या प्रश्नांची उत्तरं दिली असती तर बरं झालं असतं असं मला वाटतं ते हे प्रश्न आहेत. आता मला जे माहीत आहे ते त्या

वेळीच माहिती असतं तर माझा शिकण्याचा काळ थोडा कमी झाला असता. तर आता आपण जरा वायुवेगाने पुढची स्वप्नं पाहू या.

प्रश्न क्र. १

एखाद्या कंपनीत किंवा संघटनेत संस्कृतीचं किती महत्त्व असतं? कंपनीच्या वाटचालीच्या कोणत्या टप्प्यावर तिची बांधणी करणं उत्तम ठरतं? कंपनी वाढू लागली की तिची संस्कृती मी तशीच चैतन्यमय, जिवंत आणि निरोगी स्वरूपाची कशी काय राखू शकेन? लीडर्स संस्कृतीची प्रथा पाडू शकतात का? संस्कृती उत्तम प्रकारे प्रस्थापित झाली आहे, हे दर्शवणारे उत्तम इंडिकेटर्स कोणते आहेत?

उत्तर क्र. १

संस्कृतीविषयी माझा कायमच विशेष आग्रह असतो. संस्कृतीच्या आधारावरच कंपन्या यशस्वी होतात किंवा अपयशी ठरतात. संस्था किंवा संघटना या लोकांच्याविषयी असतात. लोक संस्कृतीला प्रतिसाद देतात. लोक आणि संस्कृती हे दोन्ही अभेद्य घटक आहेत. आपल्या संस्थेत जेवढ्या लवकर तुम्ही संस्कृती बिंबवू शकाल तेवढं ते अधिक चांगलं ठरेल. कंपनी ठरलेल्या उद्दिष्टापर्यंत वाढली की मी कंपनीच्या संस्कृतीमध्ये 'मूल्य' हा शब्द वापरू लागतो.

कंपनीच्या संस्कृतीकडे एखादा जलाशय म्हणून पहा. त्याची प्रत्येकाकडून बांधणी केली जाते. प्रत्येक टीम सदस्याचा त्यात वाटा असतो आणि त्यावर विश्वासही असतो. टीमचा प्रत्येक सदस्य नेहमीच आणि विशेषतः संकटाच्या काळात या जलाशयातून पाणी काढू शकतो आणि गरजेनुसार पुन्हा तो जलाशय भरूही शकतो. हा प्रत्येकाचा जलाशय असतो. उत्तम कंपनीची संस्कृती अशा प्रकारे काम करते.

संस्थेगणिक संस्कृतीचं स्वरूप बदलत राहतं. प्रत्येक स्वरूप नैसर्गिक असतं आणि तिथे बनवल्या गेलेल्या टीमशी ते अनुरूप असतं. संस्कृती लादता येणं शक्य नसतं, किंवा फक्त एचआर विभागाचं काम म्हणून तिच्याकडे पाहता येत नाही. कंपनीच्या अधिकाधिक हिताची अपेक्षा मनात असलेल्या आणि टीमच्या प्रत्येक सदस्याच्या मनात मालकीची भावना रुजवण्याचा प्रयत्न करणाऱ्या वरिष्ठ लीडर्सकडून झिरपत ती खालपर्यंत येते. लीडर म्हणून 'तुम्ही' संस्कृती

रुजवत असता. ज्या कंपनीची संस्कृती उत्तम आणि जिवंत, चैतन्यमय असते त्यांची कामगिरी अशी संस्कृती नसलेल्या इतरांहून शंभर टक्के अधिक चांगली असते.

उत्तम संस्कृतीचा एक भाग म्हणजे उत्तम ऑफिस होय. याचा अर्थ ते गुगलच्या ऑफिससारखं असलं पाहिजे किंवा तिथे मोफत न्याहारी आणि व्हिडिओ गेम्स, महागडे रेस्टॉरंट, गुबगुबीत उशा असलेल्या खुर्च्या, खासगी शॉवर्स अशा सुविधा असल्या पाहिजेत असा नाही. त्याऐवजी तिथे जिवंतपणा, चैतन्य आणि ऊर्जा असली पाहिजे. काही वेळा उत्तम कार्यालयांमध्ये कामाच्या व्यवहारांची एवढी गर्दी झालेली असते की त्या सगळ्या पसाऱ्यात व्हिडिओ गेम्सच्या चैनीला जागाच नसते. परंतु महत्त्वाच्या प्रकल्पांवर काम करण्यासाठी टीमच्या सदस्यांमध्ये उत्तम संवाद घडण्यास आणि सहकार्याने काम करण्यास उत्तेजन मिळत राहतं. ते विचारांची देवाणघेवाण करतात आणि महत्त्वाचे प्रकल्प परस्पर सहकार्याने पूर्ण करतात. माझ्या वीस वर्षांच्या कारकिर्दीत आमची कार्यालयं छोटी आणि नीटनेटकी होती. आमच्याकडे ऑफिससाठी मोठ्या जागा नव्हत्या; परंतु त्या कामांच्या ठिकाणी मला 'नेहमीच' ऊर्जा मिळत गेली आणि काम करण्यातील गंमत जाणवत राहिली.

अशा प्रकारच्या मोकळ्या वातावरणात वाईट बातम्या झटपट पसरतात. औपचारिक वातावरणात वाइट बातम्या दडपल्या जातात. औपचारिकतेतून लाल फितीचा व्यवहार सूचित होतो आणि लाल फितीचा व्यवहार याचा अर्थच गती मंदावणं होय. एकविसाव्या शतकात अशा औपचारिकतेला जागाच नाही.

'धाडस' हा उत्तम व्यावसायिक संस्कृतीचा एक महत्त्वाचा गुणधर्म आहे. निर्णय घेण्यासाठी लोकांना प्रोत्साहन मिळावं अशा प्रकारचं कामकाजाचं वातावरण निर्माण झाल्याची खात्री करून घ्या. चुका होणं हा प्रक्रियेचा भाग असतो. फक्त त्या पुन्हा पुन्हा होता कामा नयेत. किंवा एकच चूक परत परत व्हायला नको. टीमला धाडस आणि आत्मविश्वास दाखवू द्या. नाही तर तुम्ही कधीच सक्षम रचनेची उभारणी करू शकणार नाही. त्याऐवजी मग 'कातडी बचाव' प्रकारची किंवा 'प्रस्ताव किंवा सूचना वरिष्ठांसमोर मांडा आणि त्यांच्याकडून मिळणाऱ्या हिरव्या कंदिलाची वाट पहा' (बॉसला विचारा!) या प्रकारची संस्कृती तयार होईल.

संस्कृती निर्मितीची प्रक्रिया ही सातत्याने घडत असते आणि एखाद्या अचानक घडलेल्या घटनेप्रमाणे जादूच्या कांडीने ती एकदम अस्तित्वात आणता येत नाही. ती असंख्य क्षणाक्षणांमधून तयार होत असते. सर्वोच्च पातळीवरच्या लीडरकडून ती तयार केली जाते आणि खालपर्यंत झिरपत येते आणि सगळ्यांकडून ती अवलंबली जाते. मध्यम आकाराच्या किंवा मोठ्या कंपन्यांना जरी स्वतःचा पुनर्शोध घ्यायची इच्छा असली तरी ते प्रथम संस्कृतीवर हल्ला चढवतात. संस्कृती हे कोणत्याही कंपनीचं एक अत्यंत बळकट, सामर्थ्यशील हत्यार असतं.

प्रश्न क्र. २

तुम्ही संवादावर खूपच भर देता. कोणत्याही व्यवसायात बळकट संस्कृतीची (आणि इतर गोष्टींचीही) उभारणी करण्यात संवादाला कितपत महत्त्व असतं?

उत्तर क्र. २

माझ्या दृष्टीने प्रत्येक प्रयत्नाची सुरूवात करताना अगदी पहिल्या दिवसापासून संवादाची संस्कृती प्रस्थापित करणं ही गोष्ट महत्त्वाची असते. मग ती गोष्ट एखाद्या लाल रेषांच्या नोटपॅडमधून का केलेली असेना! असं नोटपॅड मी गेली पंधरा वर्षं टीमच्या सदस्यांचं लक्ष वेधून घेण्यासाठी वापरतो आहे. (एखाद्या ओळीच्या किंवा कृती आवश्यक असलेल्या विनंतीसाठी असं नोटपॅड अगदी चपखल ठरतं.) फोनवरून उत्तरं देणं आणि लगेच मेल तपासणं या गोष्टी वेळेवर करून त्यातून तुम्ही ती प्रस्थापित करू शकता. टीमला वेळोवेळी सूचित करणं किंवा विविध विभागांच्या लोकांना मार्गदर्शन करूनही हे केलं जातं. अगदी सुरूवातीपासून ते अखेरीपर्यंत उत्तम प्रकारे संवाद साधल्याखेरीज कोणताही उद्योजक यशस्वी होऊ शकत नाही.

संवादाची माझी एक अभिनव कृती म्हणजे वर्षअखेरीला संपूर्ण टीमला पाठवली जाणारी मेल. गेल्या दशकापासून त्याची सुरूवात झाली आहे. जानेवारीच्या पहिल्या किंवा दुसऱ्या तारखेला टीमला मी लांबलचक मेल पाठवत असे. आदल्या वर्षीच्या बऱ्या-वाईट गोष्टींचा आढावा मी त्यात घेतलेला असे. त्या वर्षीची काही ठळक कामगिरी, अपयश आणि इतर सारंच मी त्यात नमूद केलेलं असे. २००९ मध्ये अचानक उद्भवलेल्या जागतिक आर्थिक आपत्तीच्या

प्रसंगी माझ्या मेलचं शीर्षक होतं, '२००९ च्या संकटकाळातून बाहेर पडणं अर्थात अभिनव विचारांची कास धरणं... परिस्थितीचा स्वीकार करणं आणि जग जिंकणं'. त्याच्या पुढच्याच वर्षी अर्थातच कोणीही त्यातून पूर्णपणे बाहेर पडलेले नव्हते. त्यामुळे त्या वर्षीचं शीर्षक होतं: 'तुम्हाला 'कठोर' वर्ष २०१० साठी शुभेच्छा!' अशा प्रकारच्या संवादामुळे संघटनेचा किंवा कंपनीचा आवाज तयार होतो, लय-ताल साधला जातो.

ही एक सतत चालणारी प्रक्रिया आहे. जानेवारी २०१० मधील त्या दुसऱ्या मेलनंतर प्रत्येकजणच 'कठोर' हा शब्द वापरू लागला आणि आमच्या विचारप्रक्रियेतही कठोरपणे उद्दिष्टं गाठण्याचे विचार डोकावू लागले. उदाहरणार्थ, त्यानंतर काही आठवड्यांनी झालेल्या बैठकीत कोणी तरी म्हणालं, "होय, आम्हाला या मुद्द्याबाबत अडचण आहे, परंतु आपण तो सोडवत राहू या. त्याविषयी काळजी करू नका..." अशा प्रकारचं धाडस, धारिष्ट्य आणि थेट 'आपण हे करू शकतो' असा दृष्टिकोन यामुळे पुढच्या वर्षासाठी खरोखरच संस्कृती तयार झाली होती. स्फूर्ती आणि विनोद यांचा थेट, प्रामाणिक, आश्चर्याला कमी जागा असलेल्या उत्पादक संवादाशी संगम झाला की ते अत्यंत उपयुक्त ठरतं.

खरं तर 'विनोद' हा संवादामध्ये नेहमी कमी लेखला जाणारा भाग आहे. विनोदाच्या उपयोगाकडे बऱ्याचदा दुर्लक्ष केलं जातं. मात्र, गेल्या कित्येक वर्षांत, कदाचित कित्येक वेळा माझी सहनशक्ती संपुष्टात आली तेव्हा टीमला माझं नैराश्य मी दिसू दिलं असेल, परंतु मी माझी विनोदबुद्धी मात्र कधीच गमावली नव्हती. टीमच्या बहुतांश सदस्यांना माझी विनोदबुद्धी दोन प्रकारांतून दिसून आली. वैयक्तिक किंवा कठोर नसलेली उपरोधिक विधानं आणि आम्हाला सर्वांना माहिती असलेल्या संदर्भाशी सद्यःस्थितीची गमतीशीर पद्धतीने केलेली तुलना. मी कधीच कोणाशीही लांबलचक वैयक्तिक चर्चा करणाऱ्यांपैकी नव्हतो. तसंच काम संपल्यानंतर 'पार्टी' करून लोकांना जवळ करणाऱ्यांपैकीही नव्हतो. परंतु, कामाशी संबंधित तयार होणाऱ्या विनोदांमुळे टीमचे सदस्य नेहमीच त्यांच्या हातातील कामावर लक्ष एकाग्र करू शकतात आणि बळकट व्यावसायिक बंधही निर्माण होतात.

उद्योजकांना एकाच वेळी विविध कामं करावी लागतात; परंतु तुम्ही कधीही

'संवाद' या घटकाशी तडजोड करता कामा नये. आपल्या टीमशी प्रामाणिक आणि थेट संवाद साधण्यातही कुचराई करता कामा नये. तुमच्या सहकाऱ्यांनी तुमच्या वेळेची जेवढी कदर करावी असं तुम्हाला वाटतं, तेवढीच त्यांच्या वेळेचीही तुम्ही कदर केली पाहिजे. 'सौजन्य' आणि 'आदर' या गोष्टी प्रभावी संवादाचा अविभाज्य भाग असतात. त्यामुळे मौनाची आणि वेळकाढूपणाची संस्कृती नष्ट होते आणि संस्थेला 'बंद डबा' बनवणाऱ्या, संवादाला काहीही किंमत नसलेल्या व संघटनेला झाकोळून टाकणाऱ्या वेळकाढू युक्त्या, डावपेचही बंद होतात.

प्रश्न क्र. ३

उच्च दर्जाच्या प्रज्ञावंतांना मी कशा प्रकारे आकर्षित करू, उत्तेजन देऊ आणि टिकवून ठेवू? कामगिरीचं मापन करून मी बक्षीस कसं देऊ? अल्पकालीन ध्येयं व दीर्घकालीन उद्दिष्टं यांच्यात उत्पादक समतोल कसा साधू?

उत्तर क्र. ३

प्रथम स्वतःला तीन प्रश्न विचारा :

माझ्या टीमला आणि माझ्या संभाव्य कर्मचाऱ्यांना मी सांगू शकेन अशा प्रकारचा दृष्टिकोन मी स्पष्टपणे प्रस्थापित केला आहे का?

कंपनीच्या भवितव्यासाठी माझ्या उत्कट इच्छा आणि योजना मांडण्यासाठी मी संवाद साधतो त्या वेळी मी इतरांना प्रेरणा देतो का?

कंपनीची संस्कृती मी निश्चित केली आहे का आणि ती आचरणात आणण्याचा प्रश्न येतो त्या वेळी माझ्या टीममधील काहीजणांची मान्यता, पाठिंबा मला लाभतो का?

दृष्टिकोन, महत्त्वाकांक्षा आणि संस्कृती यांच्याकडे उच्च प्रज्ञावंत आकर्षित होतात. तुम्हाला जे लोक आपल्या टीममध्ये असावेत असं वाटतं, त्यांनाही तुमच्याबरोबर प्रत्यक्षपणे असो वा अप्रत्यक्षपणे परंतु सहजगत्या काम करता यावं असं वाटत असतं. तुमच्याकडून रोज आपल्याला काही तरी शिकता येत आहे, असं त्यांना वाटण्याची आणि त्यांनी तुमच्याकडे लीडर म्हणून पाहण्याची गरज असते. जर त्यांना तुमच्या कंपनीत सहकार्याची आणि खुली परंतु तरीही अद्याप यशाची आसक्ती असलेली संस्कृती आढळली तर इथे आपले विचार

ऐकून घेतले जातील हे त्यांना समजेल आणि आपल्या वैयक्तिक वाढीसाठी इथे प्रचंड संधी आहे हेसुद्धा त्यांच्या लक्षात येईल.

योग्य लोकांना आकर्षित करण्यासाठी तुम्ही योग्य लोकांची नेमणूक करणं आवश्यक असतं. हे एक सकारात्मक प्रतिसादाचं वर्तुळ असतं. त्यामधून सकारात्मक संदेश जातो. परंतु जर तुम्ही निकृष्ट लोकांची नेमणूक केली तर ताबडतोब त्याची बातमी सर्वत्र पसरते. ज्या वेळी एक-दोन सदस्य नेमल्यावर लगेच तुमच्या कंपनीच्या वातावरणात ते वेगळे, एकटे पडतात किंवा तुमच्या अपेक्षांएवढी कामगिरी करत नाहीत त्या वेळी संपूर्ण कंपनीचंच लक्ष ते विचलित करू शकतात. वरिष्ठ जागांसाठी योग्य लोकांची नेमणूक करणं ही महत्त्वाची आणि तेवढीच अवघड बाब आहे.

टीममधल्या इतर सहकाऱ्यांशी जमवून घेण्याचं कसब, जबाबदारी घेण्याची क्षमता आणि उद्दिष्टं व फलनिष्पत्ती प्राप्त करण्याचा अनुभव असलेल्या लोकांना मी टीमचे सदस्य म्हणून प्राधान्य देतो. सक्षम आणि हुशार लोक उपयुक्त ठरतात. अर्थातच तुमच्या कंपनीशी ते सुसंगत ठरतात का तेही पहा. ती कदाचित रॉक स्टार असू शकेल; परंतु तिला टीममध्ये काम करणं जमत नसेल किंवा तुमच्या संस्कृतीशी किंवा मूल्यांशी ती सुसंगत नसेल तर त्यामुळे तुमचे संबंध अल्पकाळच टिकतील.

अखेरीस या गोष्टी तुम्हाला काही मुलाखती आणि बैठका घेतल्यावरच समजू शकतील. तुमच्या मुलाखतींसाठी उमेदवारांना पहिल्या औपचारिक भेटीनंतर विविध ठिकाणी भेटा. जेवणासाठी, फिरायला जाताना, जॉगिंगला जाताना वगैरे. वेगवेगळ्या वातावरणांत तुम्ही त्यांच्याशी संवाद साधला की तुम्हाला फक्त त्यांच्या रिझ्युमेचा नव्हे तर व्यक्तिमत्त्वाचा नेमका अंदाज येईल.

टीमचा संभाव्य सदस्य म्हणून तुम्ही निवडणार असलेली व्यक्ती फक्त बोलते की ऐकून घेते, तिच्याकडे कितपत आत्मविश्वास आहे, टीममध्ये ती कितपत आत्मविश्वास रुजवू शकेल, तिच्याकडे उच्चस्तरीय जिज्ञासा आहे का, आणि मनापासून तिला अधिक काही शिकण्याची इच्छा आहे का, या गोष्टी अशा मुलाखतींदरम्यान तुमच्या झटकन लक्षात येऊ शकतात. तुमच्या टीमच्या महत्त्वाच्या सदस्यांना उमेदवाराची थेट मुलाखत घ्यायला लावा. या सगळ्या गोष्टींचं वेळापत्रक आखणं ही नेहमीच सोपी गोष्ट नसते. परंतु त्या

व्यक्तीविषयीच्या तुमच्या स्वतःच्या मताची खातरजमा करून घेण्याचा हा मोठा महत्त्वाचा मार्ग आहे. हे काम पारदर्शकपणे करा. त्यामुळे आपल्या काही विश्वासू सहकाऱ्यांचे सडेतोड, भेदक दृष्टिकोन तुम्हाला समजतील. त्यातून तुमच्या टीमच्या सगळ्या सदस्यांपर्यंत असा संदेश जाईल, की तुम्ही समतोल आहात, सर्वांचा विचार घेता.

प्रश्न क्र. ४

मी कंपनीचा विस्तार करत आहे. माझ्या टीमचे सुरूवातीपासूनचे निष्ठावान असलेले काही सदस्य तेवढ्या कार्यक्षमतेने काम करू शकत नाहीत आणि तसं व्यवस्थापनही करू शकत नाहीत. ही परिस्थिती मी कशी हाताळू? नंतरही पुन्हा असं घडण्याची शक्यता आहे का?

उत्तर क्र.४

तुमच्या टीमच्या प्रज्ञेच्या किंवा बुद्धीच्या आवाक्याबाहेर कंपनीचा विस्तार करणं ही नेमकी समस्या आहे. ही समस्या फक्त नुकती सुरूवात करणाऱ्याच नव्हे, तर अनेक छोट्या आणि मध्यम आकाराच्या कंपन्यांना भेडसावते. तुमची निष्ठावान टीम ही तुमची मालमत्ता आहे. तिला कमी लेखू नका. फक्त संस्थात्मक अनुभवाच्याच नव्हे, तर अन्यही कित्येक प्रकारे हे सहकारी दूर सारण्यासारखे नसतात. कंपनी वाढत असताना मोठ्या अभिमानाने त्यांनी ती वाटचाल पाहिलेली असते.

परंतु अनेकदा आपण ज्या प्रकारे कल्पना करतो तशा गोष्टी घडत नाहीत. व्यवसाय आणि आयुष्य असंच असतं. तुम्ही ते आव्हान सरळ सरळ स्वीकारा. कंपनीबरोबर न वाढणारे लोक कंपनीबरोबर तसेच पुढेही राहिले, तर तुम्हाला आणि त्यांना स्वतःलाही ते अपायकारक ठरतात. पहिलं पाऊल उचलण्याची जबाबदारी दर वेळी तुमच्यावरच नसते. त्याचप्रमाणे उत्पादन आणि क्षमता यामधील वाढती दरी तुमच्याएवढ्याच झटपट तुमच्या सहकाऱ्यांच्याही लक्षात येते. यांपैकी कोणत्याही बाबतीत तुम्ही मोकळेपणाने त्यांच्याशी संवाद साधला पाहिजे. त्यांची वाढ मर्यादित असून सध्या आपल्याला तातडीने पुढे जाण्याची गरज आहे हे समजावून सांगा.

टीमच्या अनुभवी सदस्याला कंपनीबाहेर जाऊ दिल्यामुळे काही काळ

अस्वस्थता येईल, पण नंतर तुमच्याबरोबर प्रगती करू शकणारे लोक दिसून येतील. तुम्ही जर जुन्या सदस्यांना तसंच ठेवलं आणि नवीन सदस्य घेतले तर कदाचित ते नवीन भरती केलेल्या लोकांना नापसंत करतील. त्या व्यक्ती तुमच्या निर्णयाविषयी प्रश्नचिन्ह निर्माण करतील. जुन्या कर्मचाऱ्यांच्या अशा कृतीमुळे चैतन्य असलेल्या संस्कृतीचं रूपांतर उद्विग्नता, चीड व शत्रुत्व यामध्ये व्हायला वेळ लागत नाही.

भविष्यकाळासाठी व्यक्ती नेमणं आणि कंपनीच्या वाढीबरोबर वाढू न शकणाऱ्या जुन्या निष्ठावान सदस्यांना टाळणं यामुळे कदाचित विविध प्रकारची नवीन आव्हानं तुमच्यासमोर उभी ठाकतील. लीडर म्हणून काटकसर, तसंच आर्थिक बाबी यांच्याकडे काळजीपूर्वक लक्ष ठेवून तुम्ही कंपनीची उभारणी करता. तुमच्या कंपनीची सद्य:स्थिती पाहून त्याप्रमाणे तुम्ही नवीन लोकांची भरती करत असता. आत्यंतिक काटकसरीच्या संस्कृतीत तुम्ही तुमची कंपनी वाढवलेली असेल आणि आजचा विचार करून अगदी वेळेवर नवीन लोकांना घेतलं असेल तर कदाचित हाच दृष्टिकोन कंपनीच्या रक्तात भिनेल. कंपनीचा विस्तार, वैयक्तिक महत्त्वाकांक्षा आणि अखेरीस यशावरही त्याचा परिणाम होईल. अर्सेनाल फुटबॉल क्लबचं उदाहरण घेऊ या. त्यांच्याकडे कर्ज, पत निर्देशांक आणि इतर अनेक गोष्टींसाठी उत्तम आर्थिक स्थिती आहे, परंतु तरीही गेल्या वीस वर्षांत युरोपमधील लीग त्यांनी एकदाही जिंकलेली नाही. याविषयी मी बराच विचार केला तेव्हा मला असं वाटलं, की त्यांच्या काटकसरीच्या धोरणामुळे असं होत असावं. स्टार खेळाडूंना विकत घ्यायचं नाही किंवा त्यांना प्रीमियमही द्यायचा नाही, असं त्यांचं धोरण आहे. तुमची महत्त्वाकांक्षा आणि तुमच्या कंपनीची सद्य:स्थिती हे लक्षात घेऊन त्याप्रमाणे प्रज्ञावान आणि महत्त्वाकांक्षा असलेल्या टीमची निवड करा. हा अतिशय गुंतागुंतीचा तरीही अपरिहार्य निर्णय आहे.

प्रश्न क्र. ५

कंपनी सुरू करणं आणि प्रगतिपथावर जाणाऱ्या व्यवसायाची उभारणी करणं यांपैकी अधिक सोपी गोष्ट कोणती आहे?

उत्तर क्र. ५

व्यवसाय सुरू करणं अधिक सोपं आहे. नंतरच्या फेऱ्यांच्या वेळी भांडवल उभारणी करण्यापेक्षा सुरूवातीला पैशांची उभारणी करणं सोपं असतं असं मी कायम म्हणतो. (आणि या पुस्तकातही कित्येक वेळा मी त्याचा उल्लेख केला आहे.) बऱ्याच जणांना असं वाटतं, की 'एकदा मी व्यवसायाच्या प्रवेशद्वारात पाऊल ठेवलं की ज्या आवेगाने मी सुरूवात केली असेल त्यामुळे मला भविष्यात भांडवल मिळणं सोपं जाईल.' खरं म्हणजे ही परिस्थिती बरोबर विरुद्ध असते. व्यवसायाची सुरूवात करताना तुम्ही योग्य क्षणाची वाट पाहू शकता आणि आपलं अंथरूण पाहून पाय पसरू शकता. परंतु एकदा तुम्ही व्यवसायाची सुरूवात केली की व्यवसाय, ग्राहक, कटिबद्धता आणि टीम या सगळ्या गोष्टींसाठीचं काम सुरू होतं. मग तुम्हाला थांबणं परवडतच नाही. तुम्ही ट्रेडमिलवर असता त्या वेळी तुम्हाला चालावंच लागतं.

व्यवसाय सुरू करणं, त्याला सगळ्या बाजूंनी योग्य आकार देणं आणि तो एका दर्जापर्यंत आणणं ही एकच गोष्ट असते. उभारणी करण्याचा संबंध तिथेच ठामपणे पाय रोवून राहण्याशी आहे. तुम्ही सुरूवात करता तेव्हा विविध कल्पनांचा प्रयोग करण्याची आणि त्यांच्या अंमलबजावणीसाठी सर्जनशील उपाययोजनांचा शोध घेण्याची चैन तुम्हाला परवडू शकते. परंतु एकदा तुम्ही उभारणीच्या टप्प्यावर आलात की एकाग्रता ही गुरुकिल्ली असते. लक्ष केंद्रित केल्याखेरीज तुम्ही एका उंचीपर्यंत पोहोचू शकत नाही. खरी मूल्यं निर्माण करणं, एका उत्तम टीमचं नेतृत्त्व करणं किंवा एखाद्या अपवादात्मक दर्जाच्या व्यवसायाचं किंवा संघटनेचं नेतृत्त्व करणं या गोष्टी एकाग्रचित्ताशिवाय करता येत नाहीत.

सुरूवातीच्या टप्प्यात तुम्ही कित्येक लोकांसाठी कित्येक गोष्टी करत असता. थोडक्यात, तुम्हाला सगळ्या पातळ्यांवर लक्ष घालावं लागतं. या टप्प्यावर तुम्हाला (योग्य वेळी) योग्य जागी राहण्याची आवश्यकता असते. याचाच अर्थ असा, की संधी तयार करणं, त्यांचा शोध घेणं आणि विविध पातळ्यांवर सतत तयारीत राहणं या गोष्टी तुम्हाला कराव्या लागतात.

तुम्ही सुरूवात करता त्या वेळी कदाचित प्रत्येक ग्राहकाला तुम्हीच भेटता आणि संवाद साधता. एकदा तुम्ही उभारणीला सुरूवात केली, की तुम्ही आपल्या

टीमचं सक्षमीकरण करता आणि या जबाबदाऱ्या त्यांच्यावर सोपवता आणि ग्राहकांच्या व 'तिथे जो कोणी' असेल त्याच्या संपर्कात राहण्यासाठी तंत्रज्ञानाचा वापर करता.

आपण सुरू केलेल्या कंपनीची उभारणी करण्यासाठी आपण खरोखरच योग्य आहोत का, असा विचार खरं तर कित्येक उद्योजकांच्या मनात येत असतो. याचं उत्तर सोपं नसतं. वाढत्या कंपनीबरोबर तुम्हीही कशा प्रकारे वाढ करून घेता यावर ते खऱ्या अर्थाने अवलंबून असतं. त्याहूनही महत्त्वाचं म्हणजे तुम्ही आपल्या टीमची नेमणूक, उभारणी आणि सक्षमीकरण चांगल्या पद्धतीने केलं आहे का यावर ते अवलंबून असतं. हे शिवधनुष्य पेलल्यावर तुम्ही तुमच्या कंपनीची बांधणी करण्यासाठी आणि यशस्वी होण्यासाठी सज्ज आहात.

प्रश्न क्र. ६

कंपनी फक्त सुरू करतानाच नव्हे, तर ती वाढत असतानाही मेंटॉर महत्त्वाचा असतो, असं मला प्रत्येकजण सांगतो. मी मेंटॉरचा शोध कसा घेऊ? तो योग्य आहे हे मला कसं काय समजू शकेल? एकाहून अधिक मेंटॉर असतील तर त्यांचा उपयोग होतो का? व्यवसायाने एक विशिष्ट उंची गाठली किंवा तो आकाराला आला तर मी मेंटॉर बदलला पाहिजे का?

उत्तर क्र. ६

मेंटॉरचा अर्थ तुमच्यापेक्षा अनुभवी व्यक्ती. परंतु इथे एक असा प्रश्न उद्भवतो, की हा अनुभव कशातला असतो?

बहुतेक मेंटॉर व्यवसायाचं संपूर्ण व व्यापक चित्र तुमच्यासमोर उभं करू शकत नाहीत; परंतु ज्याच्याकडे अमूल्य ज्ञान किंवा माहिती असेल अशा मेंटॉरचा शोध घेणं तुम्ही कधीच सोडून देऊ नका. तुम्ही कशाचा शोध घेत आहात हे आधी जाणून घ्या आणि मग त्याची निवड करा. धोरण, भांडवल, निर्णयप्रक्रिया, बाजारपेठ, विस्तार, चाकोरीबाह्य कल्पना, नवकल्पना, लोकांची नेमणूक या प्रत्येक गोष्टीविषयी तुम्ही त्याच्याशी बोलू शकाल का? त्याने अगदी पाया खणण्यापासून एखाद्या मोठ्या कंपनीची किंवा संघटनेची उभारणी केली आहे, या कारणासाठी त्याला मेंटॉर म्हणून शोधता आहात का?

विपुल अनुभव असलेला मेंटॉर सहसा परिपक्व सल्लागार असतो. मेंटॉर हा

वयोवृद्ध असलाच पाहिजे असं नाही. त्याच्या वयाचा ज्ञानाशी संबंध असेलच असं नाही. मेंटॉरला तुमच्या जागी कल्पून तुम्हाला विचार करता आला पाहिजे आणि अनुभवावरून तर्क बांधता आला पाहिजे. त्याने काही दिवसांपूर्वी जे घडलं होतं ते आजच्या खूपच वेगळ्या व्यावसायिक वातावरणातही उपयुक्त ठरू शकेल असं मानता कामा नये. तुमचा सल्लागार काळाच्या गोंधळात अडकला तर तुम्हाला त्याच्या रूपाने भरपूर 'विद्वत्ता' मिळेल परंतु योग्य प्रकारचा सल्ला मात्र मिळू शकणार नाही. या दोन्ही गोष्टींची गल्लत करू नका.

तुमच्या कुटुंबातील सदस्याला मेंटॉर म्हणून नेमू नका. तुमचं कुटुंब तुमची आव्हानं ऐकून घेण्यासाठी किंवा तुम्हाला पाठिंबा देण्यासाठी असतं. परंतु कुटुंबाचा जोश हा फसवा असू शकतो. समजा, कुटुंबातील एखाद्या ज्येष्ठाने तुम्हाला सल्ला दिला तर तुम्ही तो ऐकावा अशी त्याची अपेक्षा असते. याशिवाय कुटुंबातील सदस्यांना तुम्ही कसे आहात ते जेवढं माहिती असतं त्यावरून आणि तुमची बलस्थानं, तुमच्या मर्यादा त्यांना माहिती असतात त्यावरून ते तुम्हाला सल्ला देऊ करतात. परंतु अखेरीस तो लवाजमा असतो, हे विसरू नका. त्यात 'सत्त्व' असेलच असं सांगता येत नाही.

माझं वैयक्तिक मत असं आहे की एकाच मेंटॉरचं ऐका. एकमेकांना वेळ द्या. एकमेकांशी योग्य लय साधून रहा आणि चूक झाली तर त्याविषयी प्रामाणिक रहा. कित्येक उद्योजक आपल्या मेंटॉरबाबत निराश होतात, कारण त्यांना खरोखरच एक उपदेशकर्ता हवा असतो. त्याने त्यांना उत्साह मिळवून द्यावा आणि त्यांचा आत्मविश्वास वाढवावा अशी त्यांची अपेक्षा असते. रोजच त्याने त्यांना प्रकाशाचा मार्ग दाखवावा असं त्यांना वाटत असतं. त्याच वेळी मेंटॉर असा विचार करत असतो, की 'एक मिनिट थांब. तुला जर हे सगळं हवं असेल तर तू माझ्याकडे सल्ल्यासाठी कशाला आलास? माझा सल्ला एकदम निर्भीड असेल. तू कशाविषयी बोलतो आहेस ते तुझं तुलाही कळत नाही!'

प्रश्न क्र. ७

व्यवसाय आणि आयुष्य यांच्यातील समतोलाचा प्रश्न मी वरिष्ठ लोकांची भरती करताना अपरिहार्यपणे पुढे येतो. कामाचा तणावामुळे वरिष्ठ कर्मचारी सोडून जाण्याचं प्रमाण वाढलं आहे. मलाही असं वाटतं, की मी आपल्या मित्रांना आणि

कुटुंबीयांना आपण योग्य न्याय देत नाही. पण हा योग्य समतोल म्हणजे नेमकं काय?

उत्तर क्र. ७

कितीही म्हटलं तरी व्यवसाय आणि आयुष्य यांच्यातील समतोल हा कोणत्याही व्यवसायाच्या यशासाठी महत्त्वाचा असतो. परंतु एक सर्वसाधारण गैरसमज असा असतो, की नुकतीच सुरूवात करणाऱ्या कंपन्यांमध्ये हा समतोल राखणं अधिक अवघड असतं. यातला मूलभूत मुद्दा असा आहे : सुरूवातीपासूनच तुमच्या कंपनीची संस्कृती ही 'कठोर परिश्रम करा, खूप मजा करा' अशी आणि 'आम्हाला कृती करणाऱ्यांहूनही अधिक प्रमाणात विचारवंत आणि नियोजनकर्ते हवे आहेत' अशी असेल, तर तुम्ही योग्य समतोल राखू शकाल.

अगदी सुरूवातीला टीमचे काही सदस्य आणि सहसंस्थापक ऊर्जा आणि उत्साहाची पुरेपूर मजा लुटतात. एक किंवा दोन वर्षं विविध प्रकारची कामं करण्यातही त्यांना चांगला आनंद मिळत असतो. परंतु आपल्या कंपनीची वाढ करण्यास तुम्ही सुरूवात केली, की लवकरच आयुष्य आणि व्यवसाय यांच्यातील समतोल हा आपल्या व्यावसायिक संस्कृतीचा एक भाग बनला पाहिजे, असं तुम्हाला वाटू लागतं.

बहुतेक वेळा हा समतोल तुमच्या वेळेच्या व्यवस्थापनाच्या कौशल्यावर अवलंबून असतो. संस्थापक आणि लीडर म्हणून तुमच्याकडे वेळेचं व्यवस्थापन करण्याचं कौशल्य नसेल तर संपूर्ण कंपनीची वाट लागेल. ताण खालपर्यंत पसरत जाईल. तुमच्या टीमच्या प्रमुख सदस्यांच्या वेळेच्या व्यवस्थापन कौशल्याकडे लक्ष ठेवा. तुमची कंपनी कितीही छोटी किंवा मोठी असली, तरीही मध्यवर्ती व्यवस्थापन टीममध्ये ताळमेळ राखून कामाच्या ठिकाणी उत्तम लय तयार करा. समजा, तुम्ही कंपनीचे संस्थापक असाल आणि तुमची कामं इतरांवर सोपवू शकत नसाल तर दोन गोष्टींची शक्यता आहे. एक तर तुम्हाला असं वाटत असेल (जे चुकीचं आहे), की प्रत्येक काम फक्त तुम्हीच उत्तम प्रकारे करू शकता, किंवा दुसरं म्हणजे तुम्ही चुकीच्या लोकांना टीममध्ये नेमलं आहे. या दोन्ही गोष्टींमुळे असं सिद्ध होतं, की तुम्ही दुसऱ्यांवर अधिकार सोपवू न शकणारी व्यक्ती आहात. आणि जर असं असेल तर तुमचा व्यवसाय व आयुष्य यांच्यातील बिघडलेल्या समतोलामुळे तुम्ही तणावाचे

शिकार होत जाता.

आठवड्यात रोज पंधरा-पंधरा तास काम करणारी कोणतीही कंपनी उत्पादकता किंवा क्षमता यांमध्ये उच्च स्थानी पोहोचू शकत नाही. याचा थोडासा विचार करू या. सध्याच्या दिवसांत प्रत्येकजणच झटपट व्यावसायिक संबंध तोडून निघून जायला तयार असतो. कंपनीला आपल्या वेळेची किंमत आहे असं कर्मचाऱ्यांना वाटावं लागतं. तारतम्य बाळगून आपल्या कामात संतुलन राखणं त्यांच्या सदसद्विवेकबुद्धीवर सोडून द्या. टीमच्या सदस्यांना अशा प्रकारचं स्वातंत्र्य द्या आणि मग 'मालकीच्या भावने'ची जादू पहा!

व्यवसाय-आयुष्य यांमधील समतोल हा फक्त कामाशीच संबंधित नसतो. वेळ काढण्याशी, सुट्टी घेण्याशीही त्याचा संबंध असतो. सुट्ट्या ही कामातून मन पूर्णपणे काढून घेऊन आराम करण्याची वेळ आहे, आणि सुट्ट्या आवश्यकच असतात. यू.टी.व्ही. स्थिरस्थावर झाल्यावर आम्ही असा नियम केला होता की सुट्टीची रजा ही पुढच्या वर्षीसाठी ठेवता येणार नाही. ती घेतली नाही तर तिच्या बदल्यात पैसेही दिले जाणार नाहीत. यातून मिळणारा संदेश स्पष्ट होता :

'तुम्ही तुमच्यासाठी वेळ काढावा असं आम्हाला वाटतं. तुम्ही स्वतःला पुन्हा एकदा उत्साही बनवा. तुमच्या अनुपस्थितीत तुमची टीम काम करत असल्याचं पाहण्याची आम्हाला इच्छा आहे. तशी गरजही वाटते. तीच तुमच्या प्रभावीपणाची खरी कसोटी असते. ताजेतवाने होऊन परत या आणि आपल्या अभिनव व चमकदार कल्पनांनी जग जिंकायला तयार व्हा. नवनवीन आव्हानं स्वीकारा.'

प्रश्न क्र. ८

माझ्या व्यवसायाला उतरती कळा लागलेली असताना माझ्या टीमला आणि कर्मचाऱ्यांना मी कसा टिकवू? त्यांना प्रोत्साहित कसा करू? आमच्या व्यवसायातील जीवनचक्रं सातत्याने बदलत राहतात. या बदलाचा तणाव त्यांना जाणवू न देता मी त्यांना माझ्याबरोबर कसा घेऊन जाऊ?

उत्तर क्र. ८

मी यासाठी तुम्हाला दोन महत्त्वाचे शब्द सांगतो- 'संवाद' आणि 'ठाम निर्णयाच्या' कृती.

मोकळा आणि पारदर्शक संवाद ही एकदाच करून संपण्यासारखी गोष्ट नाही. या पुस्तकाच्या अनेक प्रकरणांत मी आम्हाला तोंड द्याव्या लागलेल्या अनेक आपत्तींची आणि आम्ही त्यांमधून कसे बाहेर पडलो त्याची विस्तृत चर्चा केली आहे. त्या सगळ्याच आपत्तींमध्ये आम्ही नेहमी सगळ्या टीमला विश्वासात घेऊन, प्रामाणिकपणे चर्चा करून संघभावनेने एकत्र ठेवलं. (यामध्ये आम्ही विनोदाचा आधार कायमच घेतला.) हे सर्व करत असताना आमची देहबोली आणि चेहऱ्यावरचे हावभाव आमची टीम पाहत होती. टीमला योग्य संवाद ऐकण्याची आणि लीडरच्या एकूण बोलण्यातील आवाजाच्या चढ-उतारांवर आणि आत्मविश्वासावर विश्वास ठेवण्याची गरज वाटते. या गोष्टींमुळे सगळा बदल घडून येतो. त्यासाठी शब्दजंजाळ वापरण्याची गरज नसते. 'नेहमीच तुम्ही काय बोलता हे नाही तर कसं बोलता ते महत्त्वाचं असतं.'

जेव्हा कंपनीला उतरती कळा लागलेली असते किंवा कंपनीच्या भवितव्याच्या दिशेत बदल होत असतो, तीच धोरणं आणि कॉस्टिंग या दोन गोष्टींवर बोलण्याची आणि चर्चा करण्याची उत्तम वेळ असते. लहान गटांत संवाद साधला गेला पाहिजे. कितीही छोट्या-मोठ्या आपत्तींच्या किंवा बदलांच्या वेळची सर्वाधिक मोठी समस्या ही आतील गोटातून पसरणाऱ्या अफवांची असते. या फसव्या गोष्टी नष्ट करण्यासाठी तुमच्या हातात असलेल्या सत्तेतील प्रत्येक गोष्ट वापरा. गृहपाठ करा आणि तुमच्या टीमला काय ऐकण्याची गरज आहे ते जाणून घ्या. कोणतीही वाईट बातमी तुम्ही थोडी थोडी, अर्धवट सांगू नका. संकटाच्या वेळी आपल्याला संपूर्ण संकटाविषयीची माहिती मिळालेली आहे, असं टीमला वाटत असताना सुमारे तीन आठवड्यांनी आपल्या सगळ्या टीमला पुन्हा एकदा एकत्र बोलावून 'आणखी वाईट बातमी आहे' असं सांगावं लागणं ही आपत्कालीन परिस्थितीत लीडरला करावी लागणारी सर्वाधिक वाईट गोष्ट आहे.

खरोखरच्या आपत्कालीन परिस्थितीत तुमच्या टीममधील २० टक्के लोक निघून जातात. त्या वेळी लीडर म्हणून तुमची सुरूवातीची प्रतिक्रिया कदाचित अशीही असू शकेल, की 'अशा परिस्थितीत मला कर्मचाऱ्यांची गळती नको होती.' परंतु भूतकाळातील नातेसंबंध टिकवण्याची ती वेळ नसते. संस्थेत रुजवण्याच्या संस्कृतीचा एक भाग म्हणून ज्यांचा कंपनीवर विश्वास नाही

त्यांना तुम्ही जाऊ देणंच अधिक उचित ठरतं. त्याऐवजी कोणत्याही परिस्थितीत तुमच्यासोबत राहणाऱ्या सहकाऱ्यांवर लक्ष केंद्रित करा. आपत्तीच्या पहिल्या तडाख्यातच जे लोक पळ काढतात ते कधीच तुमचे निष्ठावान कर्मचारी नसतात. हा कडू घोट आधी पचवा आणि मग पुढे जा.

प्रश्न क्र. ९

सहसंस्थापक किती महत्त्वाचा असतो? मी एकाहून अधिक सहसंस्थापक घेऊ शकतो का? प्रत्येकाकडून मी योग्य प्रमाणात गुंतवणूक घेण्याची गरज आहे का? मित्र हे चांगले सहसंस्थापक बनू शकतात का? टीममधील सदस्य नंतरच्या काळात सहसंस्थापक बनू शकतात का आणि कंपनीला पुढे जाण्यासाठी त्यांचा उपयोग होऊ शकतो का?

उत्तर क्र. ९

संस्था सुरू करणं, चालवणं आणि वाढवणं हे एकाकीपणे करण्याचं काम आहे. तुमच्याकडे विश्वासू सहकारी असतील आणि त्यांचे दृष्टिकोन तुम्हाला महत्त्वपूर्ण वाटत असतील, तरीही निर्णायक आणीबाणीच्या वेळी तुम्ही एकटेच असता. आपल्या खांद्यावरचं ओझं हलकं करण्यासाठी कोणी तरी आपल्याबरोबर असणं हे केव्हाही चांगलंच असतं; मात्र, तरीही सहसंस्थापकाची निवड करणं हा गंभीर आणि दीर्घकालीन निर्णय असतो. तुम्हाला एखादा सहसंस्थापक नेमायचाच असेल, तर तुम्हाला त्या व्यक्तीबरोबर काही वर्षं एकत्र काम करण्याचा अनुभव असायला हवा. तुम्हाला दोघांनाही एकमेकांची बलस्थानं, दुर्बल स्थानं आणि एकमेकांचं वागणं, विचार करण्याच्या पद्धती माहीत असल्या पाहिजेत. जर तसं नसेल तर सहा महिन्यांचा कालावधी घ्या. ती व्यक्ती कसा विचार करते, कसा प्रतिसाद देते आणि भवितव्यासाठी नियोजन कसं करते या गोष्टींचं निरीक्षण करा.

तसं पाहायला गेलं तर संस्थापक किंवा संस्थापकीय टीम ही व्यवसायाच्या सुरूवातीपासून असते. गुंतवणूक किंवा वैयक्तिक त्याग या स्वरूपात त्यांनी वैयक्तिकरीत्या जोखीम पत्करलेली असते. कदाचित आधीचा व्यवसाय किंवा नोकरी सोडून देऊन किंवा कमी पगारावर ते तुमच्या संस्थेचा एक भाग बनण्यासाठी तुमच्यासोबत आलेले असतात. मी टूथब्रशचा व्यवसाय सुरू केला तेव्हा माझ्याबरोबर मनोज मेहरा हा सहसंस्थापक होता. मनोजने

समभागाच्या स्वरूपात सहभाग दिला नव्हता, परंतु तो सक्रिय व्यवस्थापक होता. यू.टी.व्ही.मध्ये झरिना (त्या वेळी मी तिच्याशी विवाह केलेला नव्हता.) आणि देवेन खोटे हे कंपनीचे पहिले दोन कर्मचारी होते. काही वर्षांनी मी त्यांना सहसंस्थापक होण्यासाठी बोलावलं आणि नंतर आम्ही अखेरपर्यंत एकमेकांसोबत राहिलो. सुरूवातीपासून संचालक मंडळावर असलेल्या टीमच्या सदस्यांना कालांतराने सहसंस्थापक बनवता येतं. त्यामुळे त्यांची जवळिकीची भावना वाढीस लागते. मात्र, अशा परिस्थितीमध्ये सहसंस्थापकाच्या उच्च जागेवर त्यांना पूर्णतया फक्त गुणवत्तेच्या आधारावरच बसवलं गेलं आहे याची खात्री करून घेतली पाहिजे. फक्त संस्थेत त्यांना टिकवून ठेवण्याच्या धोरणापोटी तो निर्णय घेतला गेलेला नसावा.

सगळेच संस्थापक पैशाच्या स्वरूपात सहभाग देत नाहीत, आणि ते ठीकही आहे. जर ते तसा सहभाग देत असतील तर त्यांच्या गुंतवणुकीच्या थेट प्रमाणात त्यांना कंपनीतील भागभांडवलाचा हिस्सा मिळतो. त्यांचा सहभाग समभागाच्या स्वरूपात नसेल तर व्यवसायासाठी निधी देणारा संस्थापक किती टक्के हिस्सा द्यायचा ते ठरवतो.

आता मित्रांना सहसंस्थापक बनवण्याविषयी विचार करू या. फक्त तुमचा मित्र असल्यामुळे तुम्ही जर दीर्घकालीन प्रवास सुरू करणार असाल तर मी त्यासाठी तुम्हाला उत्तर देईन, की 'नको!' खरं तर कुटुंबीय किंवा मित्रांचा समावेश करण्याच्या कोणत्याही व्यावसायिक निर्णयावर तुम्ही दहा वेळा तरी विचार करा. नातेसंबंध बदलतात, हळूहळू सुधारतात, बदलत बदलत घट्ट होत जातात. कोणतीही गोष्ट स्थिर राहत नाही. तुमच्या कामाच्या वर्तुळाच्या बाहेरचा तुमचा मित्र किंवा कुटुंबीय सहसंस्थापक बनला तर तुम्हाला हितसंबंधांच्या संघर्षाला तोंड द्यावं लागतं. आपण व्यवहारी आहोत असं तुम्हाला कितीही वाटलं तरीही ही गोष्ट बऱ्याचदा घडते आणि त्याला कित्येकदा अपवाद नसतो. दीर्घकालीन प्रवासात व्यवहार आणि आपला मित्र या दोन्हीही गोष्टी तुम्ही गमावून बसण्याच्या शक्यता असतात.

प्रश्न क्र. १०

कंपनीची व्हिजन निश्चित करणं कितपत महत्त्वाचं आहे आणि कोणत्या टप्प्यावर मी ती तयार करू? व्हिजन स्टेटमेंटसह काम करण्यासाठी मी करत

असलेल्या धडपडीचा परिणाम कंपनीबाबत मोठा, व्यापक विचार करणं, यशाच्या शिखरापर्यंत जाण्याचे प्रयत्न करणं आणि सातत्याने उत्तम दर्जा राखणं याविषयीच्या क्षमतांवर होईल का?

उत्तर क्र. १०

तुमच्या व्हिजन स्टेटमेंटमध्ये तुमच्या कंपनीची ओळख निर्माण करणं आणि टीमचे सदस्य, ग्राहक आणि सगळे स्टेकहोल्डर्स यांना तुम्ही कंपनी काढण्यामागचं कारण सांगणं या गोष्टी असतात. ते तीन ते चार ओळींचं असतं. हे व्यवसायाच्या सुरूवातीच्या काळात संस्थापकाच्या आणि मध्यवर्ती टीमच्या नजरेने पाहिलं गेलेलं कंपनीचं चित्र असतं. जॉइंट व्हिजन स्टेटमेंटस असावीत, असा सल्ला मी नक्कीच देणार नाही.

काही व्यापक प्रश्न विचारून आपल्या कंपनीच्या व्हिजनचा तक्ता तयार करा.

- मी हा व्यवसाय का सुरू केला?
- तो कशाचे प्रतिनिधित्व करतो?
- त्याची का गरज आहे आणि त्याचा काय परिणाम होईल?
- या व्यवसायातून आगळंवेगळं किंवा आयुष्य बदलवून टाकणारं असं कोणतं उत्पादन निर्माण होईल किंवा देऊ केलं जाईल?
- या मार्गावरून तीन ते पाच वर्षं वाटचाल केल्यावर व्यवसायाची कितपत प्रगती होईल किंवा विस्ताराचा कोणता टप्पा आम्ही गाठू शकू असं मला वाटतं?

याशिवाय भविष्यातील दृष्टिकोन अधिक स्पष्ट होईल असं वाटत असेल तर तुम्ही संस्कृती आणि मूल्यं यांवरच्या एखाद्या ओळीची भरही घालू शकता.

अगदी आगळंवेगळं व्हिजन स्टेटमेंट तयार करण्याच्या स्पर्धेत तुम्ही उतरलेले नाही. खऱ्या जगात अशा स्टेटमेंटमुळे तुम्हाला कोणता अव्वल दर्जाही मिळणार नाही. त्याऐवजी कंपनीच्या दृष्टिकोनातून कोणती गोष्ट योग्य आणि अचूक आहे ते मांडा. व्हिजन स्टेटमेंटला उच्च जागी मानण्याची आपल्याला सवय असते. या कारणामुळेच कित्येक कंपन्यांची व्हिजन स्टेटमेंट्स झटपट नियंत्रणाबाहेर जातात आणि उत्तम गोष्टींवर तीव्र लक्ष केंद्रित करणं हळूहळू कमी होत जातं. जर

व्हिजन स्टेटमेंटमध्ये कंपनीच्या दोन किंवा तीन महत्त्वाकांक्षांहून अधिक महत्त्वाकांक्षांचा उल्लेख असेल तर अलंकारिक भाषा आणि शब्दावडंबर यात ते अडकून पडण्याची अधिक शक्यता असते. तसं झालं तर रिसेप्शनमध्ये ते प्रदर्शनासाठी ठेवलं जाण्याची शक्यता आहे आणि त्यामधून कोणाच्याही शंका-कुशंका दूर होणार नाहीत.

व्हिजन स्टेटमेंट यशाची खात्री देत नाही ही गोष्ट लक्षात घ्या, परंतु ते नसेल तर अडथळा निर्माण होतो. त्यामुळे ते साधं, स्पष्ट आणि झटपट समजण्याजोगं असेल याची खात्री करून घ्या. त्याहूनही महत्त्वाची गोष्ट म्हणजे व्हिजन स्टेटमेंटमुळे स्फूर्ती मिळाली पाहिजे. कंपनीच्या महत्त्वाकांक्षांचा टप्पाही त्याच्यामुळे निश्चित झाला पाहिजे.

इथून सुरूवात करा तुमची दृष्टी विकसित करा आणि मोठी स्वप्नं पहा.

प्रश्न क्र. ११

'मूल्यनिर्मिती' म्हणजेच 'व्हॅल्यू क्रिएशन' या शब्दाचा कोलाहल सध्या सगळीकडे ऐकू येतो आहे. मी जर नफा मिळवणाऱ्या कंपनीची उभारणी केली आणि उत्पन्न वाढवलं तर मी मूल्यनिर्मिती करत असतोच. बरोबर? परंतु खरोखरची मूल्यनिर्मिती म्हणजे काय?

उत्तर क्र. ११

बऱ्याच लोकांचा असा समज आहे, की कंपनीचा बाजारपेठेत चांगला हिस्सा असला, कंपनीची वाढ आणि नफाही चांगला असला तर त्याचा अर्थ मूल्यनिर्मिती झाली असा होतो. तुम्ही जी उत्तम कामगिरी करता, वर्षानुवर्षं बाजारपेठेत आपलं स्थान अबाधित राखता, त्याहून मूल्यनिर्मिती करणं म्हणजे आणखी वेगळं काय असणार आहे? मूल्यनिर्मितीची मूलभूत तत्त्वं म्हणून मी कंपनीची व्याप्ती, मार्केट शेअर, कंपनीची वाढ, नफा, सातत्य आणि उत्पन्नाचा भविष्यकालीन अंदाज यांच्याकडे पाहतो. मुळातच या गोष्टींशिवाय तुम्ही फारशी मूल्यनिर्मिती करू शकत नाही.

परंतु तुमच्या मूल्याचा फक्त अर्धा भागच या घटकांमुळे तयार होतो. मग उर्वरित ५० टक्क्यांचा भाग नेमका कशाने बनलेला असतो? ज्या वेगळेपणामुळे तुमच्या कंपनीकडे लक्ष वेधलं जातं त्या गोष्टींचा त्यात समावेश

असतो का? खाली याची यादी दिली आहे. ती आत्मपरीक्षण करण्यास भाग पाडेल मला असं वाटतं.

ब्रँड : यामुळे तुम्हाला अभूतपूर्व यश व त्याबरोबरीचा जास्तीचा नफा मिळतो. तुमचा ब्रँड तुम्हाला एकनिष्ठ ग्राहकाकडून तुमच्या उत्पादनासाठी किंवा सेवेसाठी अधिमूल्य आकारण्याची क्षमता देतो का? प्रत्येक क्षेत्रात विलक्षण उत्तम ब्रँड्स असलेल्या अव्वल दोन किंवा तीन कंपन्या कोणत्या बाबींमुळे वेगळ्या आहेत?

नावीन्यपूर्ण कल्पना, तंत्रज्ञान, संशोधन आणि विकास, बौद्धिक मालमत्ता आणि पेटंट्स : यांच्यापैकी कोणतीही गोष्ट तुमच्या बॅलन्सशीटवर तुम्हाला दिसणार नाही, परंतु मूल्यनिर्मिती करताना त्यांच्यामुळे तुम्हाला फायदा मिळेल.

ग्राहक : तुमच्याकडे ग्राहकांना हाताळण्याचा किंवा खरा ग्राहकवर्ग तयार करण्याचा आगळावेगळा मार्ग आहे का? पारंपरिक शहाणपणानुसार, टेलिव्हिजनवर जाहिराती करणं आणि तुमच्याकडे असलेल्या ग्राहकांमधून नियमित ग्राहक मिळवणं, या गोष्टी सुचवल्या जातात. तुमच्या खऱ्या ग्राहकवर्गाकडे पहा. तुम्ही काय आणि कशा प्रकारे कामगिरी केल्यावर तुम्हाला मोठ्या प्रमाणात मूल्यनिर्मिती करणं शक्य आहे हे समजून घ्या.

'एक्स' घटक : तुमचं वेगळेपण म्हणजे तुमच्यातील 'एक्स घटक' जी तुमची स्पष्ट ओळख आहे. तुम्ही या घटकावरून ओळखले जाल. तुमच्याकडे असं वेगळेपण नसेल तर बाजारपेठेतील तुमची स्थिती अवघड होऊ शकते. त्यामुळे तुमच्या एक्स घटकाला समजून घ्या आणि त्याचा प्रचार करा. काही कंपन्या फक्त आपापल्या क्षेत्रात आक्रमक व चाकोरीबाह्य कल्पना राबवत असल्याने किंवा इतरांहून अधिक चांगल्या प्रकारे बाजारपेठेची नस ओळखत असल्यामुळे प्रचंड किमती आकारतात. ॲपल आणि गुगल ही याची मोठी उदाहरणं आहेत. या कंपन्यांचं ३० ते ५० टक्के मूल्य त्यांच्या 'एक्स' घटकावर अवलंबून असतं. उदाहरणार्थ, ॲपलने त्यांचं प्रत्येक उत्पादन बाजारात आणलं आणि ते झटपट यशस्वी झालं. वास्तव प्रत्यक्षात कदाचित वेगळंही असू शकेल. (ॲपलच्याही काही गोष्टी फसल्या आहेत.) परंतु त्याची स्वीकारार्हता म्हणजे सारं काही असतं.

तुम्ही फक्त व्यवसायाच्या बाहेर पडण्याच्या वेळी ज्याची चर्चा करता, ती बाब

म्हणजेच कंपनीचं मूल्य नव्हे. दीर्घकाळच्या प्रवासात तुम्ही स्वतःसाठी, भागधारकांसाठी ज्या गोष्टीची निर्मिती करता ते म्हणजे मूल्य होय.

प्रश्न क्र. १२

'बी स्कूल प्रश्न' (मॅनेजमेंट आणि बिजनेस स्कूलसंदर्भातील प्रश्न) : माझा स्वतःचा व्यवसाय सुरू करण्याआधी मी व्यवस्थापनाचा अभ्यासक्रम पूर्ण करणं किंवा पदव्युत्तर पदवी मिळवणं कितपत महत्त्वाचं आहे? व्यवस्थापनातील पदवीमुळे माझ्याकडे अधिक मोठे गुंतवणूकदार आकर्षित होण्याच्या शक्यता आहेत का? तुम्हाला स्वतःला एमबीए किंवा सीएची पदवी न मिळवल्याचा खेद वाटतो का?

उत्तर क्र. १२

एक गोष्ट आधी स्पष्ट करू या. उच्च शिक्षण घेणं किंवा न घेणं ही एक वैयक्तिक निवड असते आणि ती तशीच असली पाहिजे. तुम्ही काय करता याने काहीच फरक पडत नाही. तुम्ही ते काम करता याची तुम्हाला नेहमीच ठाम कल्पना असली पाहिजे. तुम्ही पुढच्या प्रश्नाचं प्रामाणिक उत्तर द्या. 'तुम्हाला बी स्कूलमध्ये जावंसं का वाटलं?' आपल्या मित्रांच्या अथवा पालकांच्या दबावामुळे, 'प्लॅन बी' मुळे किंवा सुरक्षिततेमुळे. मात्र, एक गोष्ट लक्षात घ्या, की शिक्षणात तुम्ही आपल्या आयुष्याच्या इतक्या वर्षांची गुंतवणूक करत आहात आणि त्यापासून कोणती गोष्ट मिळवण्याची तुमची योजना आहे, या गोष्टीचं स्पष्ट आकलन तुम्हाला असलं पाहिजे. पदवीनंतर आपण काय करणार आहोत याविषयी थोडं लिहून काढा. अगदी कठोरपणे, प्रामाणिकपणे लिहा. कारण हा फक्त तुमचा एकट्याचा निर्णय आहे.

बी स्कूल पदवीधारकांविषयी मला आणखी एक चिंता वाटते. ज्या काळात ते शिकले आहेत त्या सगळ्या गोष्टी ते 'वेदवाक्य प्रमाणम्' मानून आयुष्यात वापरू पाहतात. अनेकदा कठोर तत्त्वज्ञान आणि व्यावहारिक समस्यांशी सामना करावा लागला की सर्वप्रथम ते आपल्यासमोरचं वास्तव समजून न घेता (की जे नेहमीच ते अवघड असतं.) अंत:प्रेरणेने पुस्तकी पांडित्याकडे वळतात. ते जे काही शिकलेत ते वास्तवाच्या, व्यवहाराच्या कसोटीवर योग्य पद्धतीने उतरवू शकले तर ठीक आहे. किंवा शिकलेल्या ज्ञानापैकी व्याहारिक ज्ञान कोणतं हे

त्यांना नेमकं कळलं तर या शिक्षणाला अर्थ आहे. एकदा बी स्कूलच्या बाहेर पडल्यावर त्यांना अनेक कसोटीच्या प्रसंगांतून जावं लागतं आणि स्कूलने त्यासाठी त्यांची तयारी करवून घेतलेली नसते.

मला व्यक्तिश: कधीच जाणवलं नाही, की गुंतवणूकदाराची इच्छा आणि तुमची शैक्षणिक गुणवत्ता यांचा एकमेकांशी संबंध असतो. गुंतवणूकदार तुमच्यासोबत गुंतवणूक करताना वेगळा विचार करतात. तुम्ही, तुमची टीम, तुमचे सहसंस्थापक, तुमची बाजारपेठेतील पोकळी भरून काढण्याची क्षमता, तुमच्या नवकल्पना, तिला असलेला वाव आणि तुमची व्यावसायिक गुणवत्ता यांचा ते विचार करतात. बस्स! बाकी काही नाही.

बी.कॉम. नंतर उच्च शिक्षण न घेतल्याचा मला पश्चात्ताप वाटतो का? कॉलेजमध्ये असतानाच माझ्या मनात एक कल्पना स्पष्ट होती, की मला आणखी शिकायचं नाही. मी कागदावर आकडेमोड केली नव्हती, परंतु एम.बी.ए. किंवा सी.ए. झाल्यानंतरच्या माझ्या आयुष्याची कल्पना मी नक्कीच करून पाहिली होती. त्या वेळी माझ्या मनात विचार आला होता, की ते माझं आयुष्य नाही. माझ्यावर मित्र आणि इतर लोकांचा आणि पालकांचा प्रचंड दबाव होता. मला माहीत असलेल्या लोकांपैकी माझा भाऊ हा एक अत्युच्च शैक्षणिक गुणवत्ताप्राप्त व्यक्ती आहे. परंतु मी तुम्हाला या संपूर्ण पुस्तकभर सांगितल्याप्रमाणे माझा पश्चातबुद्धीवर फारसा विश्वास नाही. जर मी एमबीए केलं असतं तर कदाचित त्या दोन वर्षांत (किंवा सी.ए.च्या पाच वर्षांत) माझी मानसिकता वेगळी बनली असती. माझ्या महत्त्वाकांक्षांनाही वेगळा आयाम मिळाला असता. तर्कशास्त्र, समतोल विचार आणि नियोजन या सगळ्या गोष्टी पदवीमुळे माझ्या मनावर बिंबवल्या गेल्या असत्या तर कदाचित मी उद्योजकतेपासून विचलितही झालो असतो. कदाचित... कदाचित... कोणास ठाऊक काय झालं असतं!

मी एखाद्या मोठ्या विद्यापीठात एक-दोन वर्षं जायला हवं होतं असं मात्र मला खरोखरच वाटतं. तिथलं कम्युनिकेशन आणि इतर व्यावसायिक प्रक्रियांचं शिक्षण, तिथलं वातावरण, तिथले विद्यार्थी आणि मित्रांचे झालेले ग्रुप्स या सगळ्यामुळे नक्की एक वेगळा अनुभव माझ्या पदरात पडला असता. हार्वर्ड लॉ स्कूलच्या पार्श्वभूमीवर तयार झालेला १९७३ सालचा 'द पेपर चेस' हा

सिनेमा मला अतिशय आवडला होता. तुम्ही निरोगी, छान असाल आणि बाहेर पडल्यावर आपल्या वातावरणात सहज मिसळून जात असाल, तर ते स्वच्छंदी वातावरणातील शिक्षण मला आवडतं. ते विविध प्रकारे तुमची जगण्यासाठी तयारी करवून घेतं.

प्रश्न क्र. १३

कोणत्याही व्यवसायासाठी तुमच्याभोवतीचे आणि तुमच्या टीममधले लोक आणि त्यांचं टॅलंट या महत्त्वपूर्ण गोष्टी असतात. माझ्या छोट्याशा गावात मी व्यवसाय सुरू केला आहे. आता मला उत्तम टीम तयार करण्यात अडचणी येत आहेत. हजारो उद्योजकांना या अडचणीला तोंड द्यावं लागतं हे मला माहिती आहे. याबद्दल काही सल्ला द्याल का? मी दुसरीकडे, नव्या जागी जाऊ का?

उत्तर क्र. १३

यावर मी असं म्हणेन, की तुमच्या मार्गातल्या आलेल्या दगडाची तुम्ही पायरी करा. त्यातूनच अनुकूल परिस्थिती तयार करा. कित्येक व्यवसायांना सामना कराव्या लागत असलेल्या सर्वाधिक आव्हानांपैकी एक आव्हान म्हणजे व्यवसायाला एका उंचीवर नेऊन ठेवण्याची क्षमता त्यांच्याकडे नसते. कारण ते ग्राहकांविषयी अनभिज्ञ असतात. तसंच काही थोड्याशा मोठ्या शहरांबाहेर काम करताना कराव्या लागणाऱ्या संघर्षाचं त्यांना आकलन झालेलं नसतं. एक लक्षात ठेवा- लहान आणि मध्यम आकाराच्या शहरांतूनच भारताची भविष्यातील खरी वाढ होणार आहे. या क्षणी तुम्ही नेमके तिथेच आहात!

त्या काळात लहान शहर असलेल्या जमशेदपूर इथे पोलादाचा कारखाना काढण्यास जमशेदजी टाटा बिचकले नव्हते, किंवा जामनगरला जगातील सर्वाधिक मोठी रिफायनरी बांधताना धीरूभाई अंबानीही गोंधळून गेले नव्हते. कोणत्याही खऱ्या शहरापासून मैलोगणती दूर असलेल्या खोऱ्यात वॉल्ट डिस्नेंनी आपलं डिस्नेलँडचं स्वप्नं साकारलं. ही यादी न संपणारी आहे.

तुम्ही जिथे व्यवसाय सुरू केला आहे तिथेच तुम्ही आणि तुमचे सहकारी मोठे झाला आहात. साहजिकच तेथील बाजारपेठ तुमच्या रक्तात भिनलेली आहे. त्यामुळे तुम्हाला तिचा लाभ उठवता येईल. चार महानगरांच्या मोठ्या बाजारपेठांच्या तुलनेत त्या बाजारपेठेत तुम्ही अधिकच ईर्ष्येने काम करू

शकाल. महानगरांमध्ये तुम्हाला अधिक मोठ्या स्पर्धकांना तोंड द्यावं लागेल. उत्पादन, जोडणी आणि वितरण हे तुमच्या व्यवसायाचे घटक असतील तर तुम्ही आता जिथे आहात तिथेच राहिलात तर आपल्या या सगळ्या प्रक्रियांवर लक्ष ठेवणं तुम्हाला सोपं जाण्याच्या शक्यता अधिक आहेत.

आता तुम्हाला चांगल्या बुद्धिवान लोकांना टीममध्ये आकर्षित करण्यात काय अडचणी येत आहेत त्याकडे वळू या. कदाचित तुम्ही रिसर्च अँड डेव्हलपमेंट हेडचा शोध घेत असाल, कदाचित तुम्हाला एखादं अत्यंत आगळंवेगळं डिझाइन किंवा रचना हवी असेल, किंवा तुम्हाला मार्केटिंगसाठी माणूस हवा असेल. त्यामुळे तुम्हाला जिथे उत्तम टॅलेंटची गरज आहे तिथे दोन अव्वल दर्जाचे लोक नेमा. तुमचं बजेट वाढवा. टॅलेंटला अधिक पैसा द्या आणि त्या व्यक्तींसाठी आकर्षक वातावरण बनवा. त्यामुळे तुमच्या गावात येण्यास ते तयार होतील. ते सध्या जिथे राहत असतील त्याहून अधिक आकर्षक निवासव्यवस्था, क्लब्ज, काही चांगल्या शाळा, प्रवास आणि तुम्हाला आवश्यकता भासली तर त्यांच्यासमोर कंपनीतील शेअर्सचा पर्याय ठेवा. संपत्ती निर्मितीच्या संधी द्या किंवा अगदी सहसंस्थापकही बनवा.

तुम्ही जिथे आहात तिथेच तुम्हाला मोठ्या व्यवसायाची उभारणी करायची असेल तर तुमच्यासमोर कोणते पर्याय असतात?

- दुसऱ्या शहरात शाखा कार्यालय सुरू करा. त्यामुळे ज्या टप्प्यावर तुम्हाला प्रत्येकाने एकत्रितपणे योग्य व्यावसायिक संस्कृतीची उभारणी करण्याची आवश्यकता आहे, असं वाटत असेल त्या टप्प्यावर कंपनीचं विभाजन होईल हे लक्षात घ्या.

- तुमच्या महत्त्वाकांक्षा जरा खालच्या पातळीवर आणा आणि अंथरूण पाहून पाय पसरा. ही गोष्ट चांगली असते. कदाचित तुमच्या प्रश्नाचा रोख माझ्या या उत्तराकडे आहे.

- त्या अव्वल दर्जाच्या लोकांना व्यवस्थित मोबदला द्या आणि पुढे चला.

या सगळ्या उपयुक्त उपाययोजना आहेत. फक्त त्यांचा लाभ घेण्याची संधी घ्या. आव्हानाचं रूपांतर संधीत कसं करायचं हे सगळं तुमची स्वतःची मनोवृत्ती, दृष्टी आणि स्वेच्छा यांवर अवलंबून असतं.

प्रश्न क्र. १४

सध्या ई-कॉमर्स, डिजिटल किंवा इंटरनेटवर आधारित व्यवसाय यांसारख्या व्यवसायांनी व्हेंचर कॅपिटलिस्ट आणि गुंतवणूकदारांचं लक्ष मोठ्या प्रमाणात वेधून घेतलं आहे. त्यांना या व्यवसायांत खूप रस वाटतो आहे. शिवाय माध्यमांमध्येही याविषयी मोठ्या दवंडी पिटली जात आहे. जणू काही फक्त या व्यवसायांतच वाढीला वाव आहे असं या सर्वांवरून वाटावं. छोटी गावं आणि ग्रामीण भारत या भागांतील अद्याप लाभ न घेतलेल्या, उपयोग करून न घेतलेल्या मोठ्या बाजारपेठांकडे आणि देशाची वाढ मोठ्या प्रमाणात होण्याजोग्या इतर क्षेत्रांकडे अलीकडे कोणी गांभीर्याने पाहिलं आहे का?

उत्तर क्र. १४

उद्योजकतेची सुरूवात स्वतःच्या उत्पादनांसाठी बाजारपेठेत स्थान शोधणं, आपल्या दृष्टिकोनाची रचना करणं, योजना तयार करणं आणि आपलं वेगळेपण दर्शवणाऱ्या गोष्टी तयार करणं या प्रक्रियेतून होतं. गुणवत्ता आणि त्या क्षेत्रातील तुमची क्षमता यांवर गुंतवणूकदार तुमचं आणि तुमच्या टीमचं मूल्यमापन करतात. माध्यमांमधील गाजावाजा आणि अतिरंजितपणा दूर सारा आणि ज्या बाजारपेठेत तुम्ही श्रेष्ठ ठराल, नावीन्यपूर्ण व चाकोरीबाह्य कल्पना लढवू शकाल अशा बाजारपेठेची निवड करा.

आजूबाजूला इतर माध्यमांकडून डंका वाजवला जात असला तरीही ई-कॉमर्स, डिजिटल किंवा इंटरनेटवर आधारित संघटना यांच्यापेक्षाही भारतात ज्या गंभीर क्षेत्रांत वाढीला अधिक वाव आहे त्या क्षेत्रांकडेच अधिक पैसा ओढला जातो, ही वस्तुस्थिती आहे. याशिवाय तंत्रज्ञान क्षेत्रातील काही थोड्याच यशोगाथा ऐकण्याकडे लोकांचा कल असतो. मात्र, या क्षेत्रात उच्च स्थान गाठू न शकणाऱ्यांची किंवा त्यात फारसे काहीही न करू शकणाऱ्यांची टक्केवारी अधिक मोठी आहे. त्याविषयी ऐकण्याची लोकांची प्रवृत्ती नसते.

बहुतांश लोक कमीत कमी अडथळे असणाऱ्या रस्त्यांवरून आणि जिथे आधी लोकांनी प्रयोग केलेत अशा मळलेल्या वाटेवरून जाणंच पसंत करतात. अर्थातच ई-कॉमर्स, तंत्रज्ञान आणि इंटरनेट हे स्वारस्यपूर्ण आणि उपयुक्त व्यवसाय आहेत, परंतु अशा मनोवृत्तीमुळे त्यात यश मिळवण्याच्या तुमच्या

शक्यता या बऱ्याच प्रमाणात कमी असतात. ई-कॉमर्सच्या भुरळ पाडणाऱ्या व्यवसायाकडे तुम्ही पाठ फिरवली आणि आपली खरी इच्छा आणि विचारांवरची ठाम निष्ठा यांच्या आधारावर स्वतःचा मजबूत व्यवसाय उभारला तर तुमच्यासाठी ते अधिक उत्तम ठरेल. विशेषतः उदयास येणाऱ्या बाजारपेठांमध्ये शाश्वत मूल्यनिर्मितीबरोबर दीर्घकाळ टिकून राहणाऱ्या प्रभावासह तुम्ही काम केलं तर तुमच्याकडे लक्ष वेधलं जाईल आणि तुम्ही स्वतःचं उत्तम स्थान निर्माण कराल.

आजच्या सर्वाधिक नावीन्यपूर्ण कल्पनांवर आधारित बहुतेक व्यवसायांना मायक्रो-प्रोसेसर किंवा अत्याधुनिक सेलफोनचा शोध यांच्याशी काहीही देणं-घेणं नसतं. स्वच्छ पाणी, शेती आणि ऊर्जा, परवडणाऱ्या दरांतील घरं, वैयक्तिक गरजांवर आधारित शिक्षण, आरोग्याची काळजी, जीवनविज्ञान आणि आहार, प्रदूषण नियंत्रण आणि हवेची गुणवत्ता, अन्न आणि हवाबंद डब्यांतील किंवा पाकिटांतील रेडिमेड अन्नाचं क्षेत्र या क्षेत्रांत प्रगती करण्याच्या आणि व्यावसायिक उंची गाठण्याच्या भरमसाट संधी आहेत. हे सगळे व्यवसाय मूलभूत व्यवसाय असून त्यांच्यात कल्पनेपलीकडे अमर्याद संधी व बाजारपेठेला वाव आहे. भविष्यकाळात या क्षेत्रांतून महत्त्वाची प्रभावी उत्पादनं आणि सेवा पुरवल्या जातील. माध्यमं आपल्याला सांगतात त्यापेक्षा या क्षेत्रांना मोठ्या प्रमाणात निधी उपलब्ध होतो. या व्यवसायांकडे शहाण्या, हुशार भांडवलदारांचं लक्ष मोठ्या प्रमाणात वेधलं गेलं आहे.

तुमच्या निर्णयांशी ठाम रहा आणि स्वतःला मळलेल्या वाटेपासून स्वतंत्र, वेगळे ठेवा.

प्रश्न क्र. १५

बहुतेक कंपन्यांच्या वाढीच्या टप्प्यात गुंतवणूकदारांना कंपन्यांमध्ये आणणं आणि व्हेंचर कॅपिटल मिळवणं याचा समावेश असतो. व्हेंचर कॅपिटलिस्ट्स (VC) हे संचालकस्तरीय सहभागाच्या दृष्टीने आत्यंतिक महत्त्वाचे असतात. त्यांच्यामुळे अनेक दारं उघडतात आणि प्रशासन व शिस्त येते; परंतु त्यांना फारशी काहीच माहिती नसते, होय ना? पण त्यांच्यापैकी कित्येकांनी कधीच कंपनी सुरू केलेली नसते आणि व्यवसाय कसा चालवावा याविषयी त्यांना

अत्यल्प कल्पना असते. ज्या वेळी मूलभूत वस्तुस्थितीचा प्रश्न येतो त्या वेळी गुंतवणूकदार आणि उद्योजक यांच्या विचारांत मोठीच तफावत असते. या संबंधातील योग्य समतोल काय आहे? दोन्ही बाजूंकडच्या अपेक्षा कशा ठरवल्या जातात?

उत्तर क्र. १५

जेव्हापासून व्यवसाय अस्तित्वात आले आहेत तेव्हापासून संस्थापक आणि गुंतवणूकदार यांच्यातील संघर्ष सुरूच आहेत. व्यवसाय सुरू केलेल्या प्रत्येकालाच असं वाटतं, की माझा व्यवसाय मी कसा चालवायचा ते मला माहिती आहे. मला पैसा हवा आहे; परंतु एकदा त्यांनी गुंतवणूक केली की त्यांनी गप्प बसावं आणि व्यवसाय चालवण्यास मीच उत्तम व्यक्ती आहे हे त्यांनी मान्य करावं.

भक्कम दीर्घकालीन जोखमीच्या भांडवलाची किंमत कित्येक व्यावसायिक मान्य करत नाहीत. मात्र, अशा भांडवलाखेरीज कंपन्या अडचणीत येतात किंवा त्याहूनही बिकट परिस्थितीत सापडतात. व्यापक आणि विविध प्रकारचे अनुभव घेऊन गुंतवणूकदार तुमच्याकडे येत असतात. त्यांना जोखीम पत्करायला आवडत नाही, अशी लोकप्रिय समजूत आहे; परंतु तो मूर्खपणा आहे. कारण परिस्थिती बरोबर त्याविरुद्ध असते. VC ना माहिती असतं की दहापैकी दोन गुंतवणूकदार तरी स्टार बनत असतात. पाचजण सरासरीभोवती फिरत राहतात आणि तिघं सपाटून आपटतात. तुम्ही आपला व्यवसाय सुरू करण्याच्या वेळी जेवढी जोखीम पत्करलेली असते त्याहूनही अधिक जोखीम VC नी पत्करलेली असते. त्यामुळे ते तुमचं जगणं अवघड करतील असं मानणं चुकीचं आहे. अखेरीस, तुमच्या अशा दृष्टिकोनामुळे तुमच्या व्यवसायाच्या वाढीसाठी आवश्यक असलेलं भांडवल तुम्ही गमावून बसाल.

एक गोष्ट विसरू नका : तुम्हाला पैसे हवे आहेत. 'त्यांचे' पैसे हवे आहेत. त्यांच्या पैशांभोवती तुमचा व्यवसाय फिरतो. या दृष्टिकोनातून सगळी सूत्रं तुमच्या हाती कशी राहतील?

VC आपल्याबरोबर गुंतवणूक करताना आपली गुंतवणूक व्यवस्थित राहावी या दृष्टीने विविध क्षेत्रांविषयीचं आपलं व्यापक ज्ञान आणि माहिती घेऊन येतात.

शहाणा VC हा १००० कंपन्यांकडे पाहतो. त्यांच्यापैकी ९५० कंपन्या नाकारतो. त्यानंतर कंपन्यांची संख्या आणखी कमी करत ती दहावर आणतो आणि अखेरीस पाच कंपन्यांमध्ये गुंतवणूक करण्याचा निर्णय घेतो. अशा परिस्थितीत VC ने लावलेल्या निकषांतून तावून-सुलाखून निघून मान्यता मिळालेल्या ०.५ टक्के कंपन्यांमध्ये तुमची कंपनी असते. मला माहीत असलेल्या उद्योजकांपैकी अत्यल्प उद्योजकांकडे अनुभवांची प्रगल्भता आहे- विविध क्षेत्रांमधली संधी ओळखण्याची आणि गुंतवणूक करायची की नाही याविषयीचा निर्णय घेण्याची क्षमता असते हे मान्य करा. जर तुम्हीही असे निर्णय घेतले असते तर आतापर्यंत तुमच्या कंपनीने इतिहास बनवला असता! VC तुमच्याहूनही अधिक इतर टीमच्या सदस्यांना आणि संभाव्य उद्योजकांना भेटलेले असतात.

आपल्यासमोरची संकटं आणि प्रवाह नेमकेपणाने शोधण्यासाठी तुम्हीच उत्तम व्यक्ती असता हे नक्की. परंतु गुंतवणूकदार आणि VC यांनाही विविध प्रकारच्या क्षेत्रांचा आणि विविध पातळ्यांवरचा चांगला अनुभव असतो. त्यांनीही अनेक संकटं आणि प्रवाह पाहिलेले असतात. तुमच्याबरोबर ब्रेन स्टॉर्मिंग करणारा किंवा कदाचित तुमचा मेंटॉर म्हणून तुमच्या गुंतवणूकदाराकडे पहा. त्या वेळी त्याने तुमच्या व्यवसायात दिलेलं योगदान प्रचंड असेल. मात्र, अशा प्रकारच्या जवळिकीतूनही काही समस्या निर्माण होतात, हेही सावधपणे लक्षात घ्या. ज्या वेळी दैनंदिन व्यवहारांच्या नाड्या आपल्या हातात घेण्याचा प्रयत्न गुंतवणूकदार करतो त्या वेळी गुंतवणकूदार-उद्योजक यांच्या नातेसंबंधात संघर्ष निर्माण होतो. खरी गोष्ट अशी असते, की नेमकं काय करावं हे उद्योजकाला गुंतवणूकदार कधीच सांगू शकत नाही. त्याऐवजी तो काय करू शकतो? तर तो व्यवसायाला भक्कम पाया मिळवून देऊ शकतो आणि जिथपर्यंत व्यावसायिकाची ऐकून घेण्याची तयारी असेल तिथपर्यंतच त्याला आपले अनुभव सांगू शकतो.

व्यवसाय आणि आयुष्य यांच्यातील कोणत्याही इतर गोष्टींप्रमाणेच या सगळ्या गोष्टी हळूहळू थंडावतात आणि मोकळ्या व प्रामाणिक संवादातून आणि कंपनीसाठी उत्तम असलेल्या गोष्टींत सामावलेल्या परस्परहितामधून एकमेकांशी चांगले संबंध राखणं आवश्यक असल्याने त्यांमध्ये समतोल साधला जातो.

प्रश्न क्र. १६.

व्यवसायाच्या उभारणीच्या सुरूवातीच्या काळात मला कोणते सर्वाधिक अवघड निर्णय घ्यावे लागतील आणि कोणत्या निर्णायक क्षणांना तोंड द्यावं लागेल?

उत्तर क्र. १६

तुमच्या व्यवसायातील गोष्टी आणि तुम्हाला जाणवलेल्या इतर कोणत्याही गोष्टी व त्यांतील आव्हानं आपल्या खासगी टिपणवहीत नोंदवून ठेवा. ही यादी काही दमछाक करणारी यादी असेलच असं नाही. आपल्या प्रगतीच्या टप्प्यांवर आणि मैलांच्या दगडांच्या जवळ तुम्ही पोहोचलात की तुम्ही वर्षानुवर्षं कशा प्रकारे विकसित होत गेलात आणि तुमच्यासमोरची संकटं आणि प्रवाह तुम्ही कसे कसे ओळखलेत याविषयीच्या विधानांची त्यात दर वेळी नोंद करत जा.

- **सुरूवातीची मानसिकता :** मुळापासून सुरूवात करण्यासाठी मनाची तयारी करा. कंपनी सुरू करणं आणि वाढवणं या दोन्ही वेगवेगळ्या गोष्टी आहेत आणि त्यासाठी वेगवेगळी मनोवृत्ती लागते. स्वतः विकसित होऊन तुम्ही या दोन्ही भूमिका कशा काय पार पाडणार आहात हे ठरवा.

- **निधीची उभारणी :** निधी उभारणीच्या पहिल्या फेरीच्या तुलनेत पुढची प्रत्येक फेरी अधिकाधिक अवघड बनत जाते.

- **व्यवसायाची गती आणि तुमची धोरणं :** कित्येक लोकांसाठी गती याचा अर्थ जलदगतीने, अंतःप्रेरणेने आणि परिणामांचा किंचितसा विचार करून पुढे सरकणं असा असतो; परंतु ही गोष्ट संपूर्ण खरी नाही. प्रत्येक पर्यायाचा अति विचार करणं आणि तो क्षण आणि संधी वाया घालवणं ही नाण्याची दुसरी बाजू असते. या दोन्ही गोष्टींतील समतोल साधा.

- **कठोर परिश्रम आणि शॉर्टकट :** 'जुगाड' या शब्दाचा शुद्ध अर्थ आहे काटकसरीचा नवा उपक्रम. मात्र, याचा अर्थ शॉर्टकट किंवा आडमार्ग असा आहे किंवा 'काय वाटेल ते झालं तरी ते करून टाकणं' असा दृष्टिकोन असणं असा आहे, असा कित्येक लोकांचा समज असतो. अशा प्रकारच्या दृष्टिकोनातून तुम्ही कधीच गुणवत्तापूर्ण, दर्जेदार टीमची बांधणी करू शकणार नाही, भक्कम अशा कंपनीची उभारणी करू शकणार नाही.

- **दैनंदिन चिंता :** तुमचे स्पर्धक जर तुम्ही पुरवत असाल त्याच प्रकारचं उत्पादन किंवा सेवा जवळजवळ मोफत देत असतील तर अशा वातावरणात तुमच्या उत्पादनावर किंवा सेवेवर तुम्ही कशी काय किंमत आकारू शकाल? तुमच्या व्यवसायाचं मॉडेल आणि टीम सुसंगत-समर्पक राहावी यासाठी तुम्ही त्यांची सातत्याने कशी पुनर्बांधणी करत राहाल?
- **टीमची बांधणी :** तुम्ही दर अठरा महिन्यांनी झपाट्याने वाढावं यासाठी नव्हे, तर विस्ताराचा पुढचा टप्पा गाठण्यासाठी उपयुक्त टीमची जुळणी करा.
- **व्यावसायिक मूल्यं आणि एक्झिट :** दीर्घ कालावधीसाठी आपल्या व्यवसायाची बांधणी करण्यावर तुम्ही लक्ष केंद्रित करता त्या वेळी तुमच्या गुंतवणूकदारांना तुमच्या पुढच्या फेरीच्या किमतीची आणि एखाद्या टप्प्यावर तुमचं दिवाळं निघेल किंवा तुम्ही बाहेर पडाल याची काळजी वाटत असते. या दोन्ही महत्त्वाच्या गोष्टींमध्ये समतोल साधा, परंतु कंपनीच्या उभारणीची संधी हातची जाऊ देऊ नका.
- **व्यावसायिक वाढ विरुद्ध नफेखोरी :** आदर्श परिस्थितीत या दोन्ही गोष्टी जोडीने, परस्पर सहकार्याने काम करत असतात. ज्या वेळी तसं घडत नाही त्या वेळी तुमच्या मनात तुमची दिशा अत्यंत स्पष्ट असली पाहिजे. शिवाय गुंतवणूकदार आणि टीमसह तुमच्या स्टेकहोल्डर्सशी तुम्ही पूर्णपणे मेळ राखला पाहिजे. नफ्यावर लक्ष न ठेवता तुम्ही काम करत असाल तर ती स्वतःचीच फसवणूक आहे.

प्रश्न क्र. १७

ब्रँडच्या उभारणीला खूपच महत्त्व दिलं जातं. सुरूवातीपासूनच मी ब्रँडची निर्मिती कशी करू? ब्रँडवर मी कधी आणि किती खर्च करू? माझा ब्रँड काम करत असल्याचं मी कसं काय ओळखू? संस्थापक किंवा मुख्य कार्यकारी अधिकारी म्हणून मी याला कितपत प्राधान्य दिलं पाहिजे?

उत्तर क्र. १७

पहिल्या दिवसापासूनच तुमच्या व्हिजन स्टेटमेंटचा एक भाग म्हणून ब्रँडच्या उभारणीला सुरूवात होते. सध्या ब्रँडची कल्पना कितीही मोहक बनलेली

असली तरीही प्रत्येकानेच ब्रँडच्या या संपूर्ण स्पर्धेत उतरण्याची गरज नाही.

पहिली गोष्ट म्हणजे ब्रँड असल्यामुळे तुमच्या कंपनीच्या कारभाराला कशा प्रकारे गती येणार आहे, आणि मुळातच अशी गती नक्की येणार आहे का ते ठरवा. कदाचित तुम्ही अत्यंत उत्तम सेवा पुरवत असाल. तुम्ही कशाचे तरी प्रतिनिधित्व करत असता. परंतु तुमच्या क्षेत्रात ब्रँडची उभारणी करण्याशी तुमचा व्यवसाय सुसंगत आहे का? तुमच्या कंपनीचं काही वेगळेपण आहे का? ब्रँडची उभारणी करण्यामागची सर्वसामान्य अपेक्षा ही 'युरेका'चा क्षण यावा अशी असते. परंतु ब्रँडची उभारणी ही मंदगतीने होणारी सातत्यपूर्ण प्रक्रिया असते.

बहुतेक लोकांचा असा विश्वास असतो की ब्रँडची उभारणी आणि मार्केटिंग या दोन्ही गोष्टी एकच आहेत, परंतु त्या एकच नसतात. जाहिरातीमुळे तुमचं उत्पादन लोकांपर्यंत पोहोचतं आणि विक्री वाढते, ही गोष्ट अगदी नक्कीच खरी आहे. परंतु समजा, अगदी जगातल्या प्रत्येकाने तुमच्या उत्पादनाविषयी ऐकलं असलं तरीही त्यामुळे तुमचा ब्रँड तयार होतोच असं नाही. मग हे नेमकं कशामुळे घडतं? विश्वासार्हता, उत्पादन किंवा सेवा पुरवताना गुणवत्ता आणि दर्जा यांमध्ये सातत्य राखणं, ग्राहकांना सतत आकर्षित करण्याची क्षमता, बळकट मूल्यं, निष्ठा आणि तुमच्या मालासाठी आणि सेवांसाठी अधिमूल्य देण्याची इतर लोकांची इच्छा – हे सगळे ब्रँडचे गुणधर्म असतात.

पूर्वीच्या काळी ब्रँड ही जनावरांच्या मालकीची खूण होती. आज ब्रँड ही उत्पादनाचं किंवा सेवेचं वेगळेपण सुचवणारी खूण आहे. ब्रँड हा संस्थापक टीमपासून तयार झालेला असतो. ब्रँड तुमच्याविषयी आणि तुमच्या कंपनीविषयी विशिष्ट प्रतिमा निर्माण करणारी एक महत्त्वाची गोष्ट असते. ब्रँडकडे मोठ्या प्रमाणात बुद्धिमान लोक आकर्षित होतात. त्यामुळे काम करण्यासाठी सर्वाधिक नवकल्पक लोकांची आणि उच्चपदावर काम करण्यासाठी आवश्यक असलेल्या लोकांची निवड करणं तुम्हाला सोपं जातं.

तुम्ही ज्याचं प्रतिनिधित्व करत असता त्या प्रत्येक गोष्टीतून तुमचा ब्रँड दिसत असतो. तुमच्या उत्पादनाची, सेवेची, नवकल्पनेची, जनसंपर्काची गुणवत्ता आणि आपला दृष्टिकोन आणि उद्दिष्टं या संदर्भात तुम्ही कशा प्रकारे संवाद साधता या सर्व गोष्टींमधून तुमचा ब्रँड स्पष्ट होत असतो. या साऱ्या गोष्टी

तुमच्या ब्रँडचं प्रतिनिधित्व करतात. अगदी मौखिक प्रसिद्धी आणि संस्थापक म्हणून सर्वसामान्य माणसांच्या मनातील तुमची छबी कशी असते, ही गोष्टसुद्धा तुमच्या ब्रँडच्या निर्मितीसाठी महत्त्वाची ठरते. ब्रँड विकसित, उत्क्रांत होत जातात. त्यांना भावनिक अस्तित्व असतं. ब्रँडमुळे तुम्हाला तुम्ही गुंतवणूक केलेल्या गोष्टीचा अधिकाधिक फायदा मिळत असतो. तुमच्या क्षेत्रात तुम्ही ज्या पद्धतीने उत्पादन किंवा सेवा देता त्याच पद्धतीने त्याच क्षेत्रातील दुसऱ्या कोणाकडूनही ग्राहकांना तेवढ्याच गुणवत्तेची सेवा किंवा उत्पादन मिळत नाही. त्यामुळे ब्रँडच्या नावाबरोबर 'वॉव!' हा शब्द ग्राहकांकडून उच्चारला जातो.

सुरूवातीपासूनच ब्रँडची उभारणी करण्यासाठी तुम्हाला दोन गोष्टींची गरज असते.

पहिली गोष्ट म्हणजे कंपनीचं 'नाव' आणि 'लोगो'. ही साधी गोष्ट आहे; परंतु दीर्घकाळासाठी तुम्हाला ब्रँडची उभारणी करायची असेल आणि त्या बाबतीत तुम्ही गंभीर असाल तर ती आत्यंतिक गरजेची गोष्ट असते. 'यू.टी.व्ही.'चं नाव 'युनायटेड टेलिव्हिजन' असं होतं. ते फारच अवजड नाव होतं. परंतु सुरूवातीपासूनच यूटीव्हीचा ब्रँड हा नवकल्पना, नवउपक्रम, चाकोरीबाह्य कल्पना आणि सर्जनशीलता यांचं प्रतिनिधीत्व करणारा असावा अशी आमची इच्छा होती. आमचा लोगो हा अर्थातच ब्रँडचा एक भाग होताच. तो लाल, हिरव्या आणि निळ्या रंगाचा होता. सुमारे दहा वर्षं ब्रँडवर आम्ही लक्ष केंद्रित केलं होतं. या अनुभवाच्या टप्प्यावर आम्हाला आमचा लोगो आकर्षक, बहुरंगी, खूप ऊर्जासंपन्न आणि सर्जनशील असावा असं वाटायला लागलं. त्यामुळे त्या लोगोत आम्ही तेच तीन रंग ठेवले आणि त्याच तीन रंगांची टिळ्यासारखी रेघ मारणाऱ्या हाताची आम्ही त्यात भर टाकली. त्यानंतर एकविसाव्या शतकातही आमचे आगळेवेगळे प्रोजेक्ट्स, मूलभूत नवकल्पना आणि चाकोरीबाह्य उत्कट इच्छा या सगळ्याच गोष्टींमधून आमचा जोश दिसत राहिला. ऊर्जेच्या स्फोटातून जिवंत होणाऱ्या त्या तीन रंगांमधून तयार होणाऱ्या लोगोमध्ये एकविसाव्या शतकाचं प्रतिबिंब पडत राहिलं.

दुसरी गोष्ट म्हणजे तुमचा ब्रँड कशाचं प्रतिनिधित्व करतो ते निश्चित करा. दुसऱ्या शब्दांत सांगायचं झालं, तर कंपनी आणि तिच्या स्टेकहोल्डर्ससाठी कोणत्या दृष्टिकोनाची, संस्कृतीची आणि मूल्यांची उभारणी तुम्ही करत आहात ते प्रभावीपणे आणि तपशीलवारपणे सांगा. ज्या वेळी तुमच्या कंपनीला आणि

व्यवसायाला व्यापारी दृष्टीने फायदा होऊ लागतो, ज्या वेळी तुम्ही ज्या गोष्टीचं प्रतिनिधित्व करता त्या गोष्टीसाठी लोकांना तुमच्यासमवेत काम करावंसं वाटू लागतं, तुमच्या कंपनीत राहावंसं वाटू लागतं; त्याचबरोबर ग्राहक तुमच्यावर विश्वास ठेवू लागतात, तुमच्याकडून सातत्यपूर्ण उत्पादनाची आणि सेवेची अपेक्षा ठेवतात; ज्यावेळी तुम्ही तुमच्याशी भागीदारी करण्यास उत्सुक असलेल्या लोकांशी वाटाघाटी करून, मूल्याबाबत घासाघीस करू शकता, त्या वेळी तुमच्या ब्रँडला विशिष्ट अर्थ प्राप्त झाला असं समजा.

जर तुम्ही सातत्याने लोकांवर छाप पाडत असाल, तुमच्या कामामध्ये त्याची सुसंगती असेल तर असं समजा की तुम्ही योग्य पद्धतीने ब्रँडिंग करत आहात. आपण डिस्नेचं उदाहरण पाहू. आपली व्यावसायिक मूल्यं, आपल्या कामातले बारकावे, सातत्याने आपल्या कल्पनाशक्तीने विस्मयचकित करणारं जग ही डिस्नेच्या ब्रँडची जादू आहे. ही एक अशी जादू आहे, की जी एखाद्या निवांत दिवसाच्या शेवटच्या क्षणापर्यंत येऊन ठेपलेली आहे. तेवढ्यात विचारांच्या पलीकडचा आवाज आणि त्यानंतर येणारा विचारांचा प्रवाह. तो प्रवाह निघून जातो आणि मागे शिल्लक राहतात काही संस्मरणीय आठवणी!

हाच ब्रँड असतो!

◆◆◆

www.ingramcontent.com/pod-product-compliance
Lightning Source LLC
Chambersburg PA
CBHW020326170426
43200CB00006B/288
9789385665035